கழிமுகம்

கழிமுகம்

பெருமாள்முருகன் (பி. 1966)

படைப்புத் துறைகளில் இயங்கிவருபவர். அகராதியியல், பதிப்பியல், மூலபாடவியல் ஆகிய கல்விப்புலத் துறைகளிலும் ஈடுபாடுள்ளவர்.

2023ஆம் ஆண்டுக்கான 'பன்னாட்டுப் புக்கர் விருது' நெடும் பட்டியலில் 'பூக்குழி' நாவலின் ஆங்கில மொழிபெயர்ப்பு 'Pyre' இடம்பெற்றது. மேலும் 2023ஆம் ஆண்டு ஜேசிபி இலக்கியப் பரிசு இவரது 'ஆளண்டாப் பட்சி' நாவலின் ஆங்கில மொழிபெயர்ப்பான 'Fire Bird' நூலுக்கு வழங்கப்பட்டது.

அன்பார்ந்த வாசகருக்கு,

வணக்கம்.

காலச்சுவடு நூலை வாங்கியமைக்கு நன்றி.

நூலின் உள்ளடக்கம், உருவாக்கம், அட்டைப்படம் இன்ன பிற அம்சங்கள் பற்றிய உங்கள் கருத்துகளையும் ஆலோசனைகளையும் காலச்சுவடு வரவேற்கிறது. தகவல், எழுத்து, வாக்கியப் பிழைகள் தென்பட்டால் அவசியம் தெரிவித்து உதவுங்கள். நூல் தயாரிப்பில் கடும் குறைபாடு இருப்பின் மாற்றுப் பிரதி உங்களுக்குக் கிடைக்கக் காலச்சுவடு ஏற்பாடு செய்யும்.

மின்னஞ்சல்: publisher@kalachuvadu.com

காலச்சுவடு நாகர்கோவில் அலுவலகத்திற்குக் கடிதம் அனுப்பலாம்.

தங்கள்
எஸ்.ஆர். சுந்தரம் (கண்ணன்)
பதிப்பாளர் — நிர்வாக இயக்குநர்

Unauthorised use of the contents of this published book, whether in e-book or hardcopy format, for any type of Artificial Intelligence (AI) training — including but not limited to Machine Learning, Deep Learning, Natural Language Processing, Computer Vision, Chatbot Training, Image Recognition Systems, Recommendation Engines, and Language Models — is strictly prohibited without prior licensing from the publisher. Any such unauthorised use may result in legal action.

பெருமாள்முருகன்

கழிமுகம்

காலச்சுவடு பதிப்பகம்

கழிமுகம் ❖ நாவல் ❖ ஆசிரியர்: பெருமாள்முருகன் ❖ © பெருமாள்முருகன் ❖ முதல் பதிப்பு: டிசம்பர் 2018, திருத்தப்பட்ட மூன்றாம் பதிப்பு: ஜனவரி 2021, ஒன்பதாம் பதிப்பு: ஆகஸ்ட் 2025 ❖ வெளியீடு: காலச்சுவடு பப்ளிகேஷன்ஸ் (பி) லிட்., 669, கே.பி. சாலை, நாகர்கோவில் 629001

kazimukam ❖ Novel ❖ Author:PerumalMurugan ❖ © PerumalMurugan ❖ Language: Tamil ❖ First Edition: December 2018, Revised Third Edition: January 2021, Nineth Edition: August 2025 ❖ Size: Demy 1 x 8 ❖ Paper: 18.6 kg maplitho ❖ Pages: 240

Published by Kalachuvadu Publications Pvt. Ltd., 669 K.P. Road, Nagercoil 629001, India ❖ Phone: 91-4652-278525 ❖ e-mail: publications @kalachuvadu.com ❖ Printed at Manipal Technologies Limited, Manipal 576104, Karnataka

ISBN: 978-93-88631-00-6

08/2025/S.No. 868, kcp 5918, 18.6 (9) rss

உரையாடலைக் கலையாக்கிக்
கலையை மருந்தாக்கும் வல்லுநர்
நெஞ்சுக்கு நெருக்கமான நண்பர்
ஆனந்த் அவர்களுக்கு.

முன்னுரை

எழுதி மேற்சென்ற விதியின் கை

நான் எழுதியவை, எழுதுபவை அனைத்தும் புனைவுதான். அவற்றில் சிறிதும் உண்மை கிடையாது. அது மட்டுமல்ல, உண்மை என்றே ஒன்று கிடையாது. உண்மை போலத் தோற்றம் காட்டுபவை உண்டு. இந்தக் கணத்தில் உண்மை போலத் தோன்றுவது அடுத்த கணத்தில் புனைவின் தன்மை கொண்டு விடுகிறது. ஆக எல்லாமே புனைவு தான். புனைவை உண்மை போலத் தோன்றச் செய்வதற்குத்தான் பெரிதும் மெனக்கெட வேண்டி யிருக்கிறது. அப்படிப் பலகாலம் மெனக்கெட்டிருக் கிறேன். அந்த மெனக்கெடல் வீண் போகவில்லை என்பதை அனுபவப் பூர்வமாக உணர்ந்துவிட்டேன். ஆனால் மேலும் மேலும் அப்படி மெனக்கெட என்னால் ஆகாது. ஆகவே புனைவைப் புனைவாகவே தோன்றச் செய்துவிடலாம் என முடிவெடுத்து எழுதிய நாவல் இது.

பிறப்பு, வளர்ப்பு, உணவு, இனப்பெருக்கம், மகிழ்ச்சி, இறப்பு உள்ளிட்ட அனைத்தும் பரிபூரண மாகப் பெற்று உலகம் முழுவதும் நிறைவான மனநிலையுடன் மனிதர்கள் வாழ்கிறார்கள். அவர்களுக்கு அகத்திலும் புறத்திலும் எந்தச் சிக்கலும் இல்லை. தேவலோகத்தில் ஆனந்தமாக வசிப்பவர்களுக்குக்கூடச் சில மன நெருக்கடிகள் நேரலாம். பூலோகவாசிகளுக்கு ஏதுமில்லை. எல்லாம் நேர்கோட்டில் செல்லும் உலகத்தில் எழுத்துக்கு

என்ன வேலை? ஒழுக்கக் கேடுகள், விதி மீறல்கள், விழுமிய உளைச்சல்கள், ஆதிக்கப் பேராசைகள், அன்றாடப் பதற்றங்கள் எல்லாம் கூடிச் சீர் கெட்டுக் கிடக்கும் அசுரலோகமே புனைவுக்கு ஏற்றது. ஆகவே இந்த நாவலில் அசுரலோகத்தைக் களமாகவும் அசுரர்களைப் பாத்திரங்களாகவும் கொண்டிருக்கிறேன். அசுரப் பெயர்களும் அதன் நடைமுறைகளும் கொஞ்சம் அந்நியமாகத் தோன்றலாம். ஆனால் அவை போகப் போகப் பழகிவிடும். சில பக்கங்களைக் கடந்த பிறகு பெயர்கள் மட்டுமல்ல, எல்லாமே நெருக்கமாகிவிடும். இல்லையென்றால்தான் என்ன, புதியவற்றை அறிந்துகொள்ளும் வேட்கைக்கு நற்பயணம் சித்திக்கக்கூடும்.

கதாபாத்திரங்களை வருணிக்கவே இல்லை. பாத்திரங்கள் அனைவரும் அசுரர்கள். அசுரரைப் பற்றிய மனப்பிம்பம் ஒவ்வொருவருக்கும் இருக்கும் என்று நம்புகிறேன். அதைப் பொருத்திப் பார்த்துப் பாத்திரங்களின் உயரம், அகலம், உருவச் சித்திரம் ஆகியவற்றை வடிவமைத்துக் கொள்வது சிரமமான தல்ல. அதே போலக் களம் பற்றிய விவரணையும் மிகக் குறைவு. களத்தைத் தங்கள் மனத்தில் உருவாக்கிக்கொள்ள வாசகர் கொஞ்சம் முயற்சி செய்ய வேண்டும். அசுர உருவங்கள் நடமாடும் வகையில் அகலச் சாலைகளையும் உயரமான கட்டிடங்களையும் கற்பனை செய்துகொள்வதும் அப்படி ஒன்றும் கஷ்டமல்ல. எத்தனையோ திரைப்படங்களில் அசுரர்களை மனிதர்களாகவே பார்த்திருக்கிறோம். மனித ரூபத்தின் பெரிதுபடுத்தப்பட்ட விசித்திரம்தானே அசுரர்கள்?

கச்சிதம், செறிவு என்றெல்லாம் பிரயாசைப்படும் என் வழக்கத்தை இந்நாவலில் விட்டொழித்துக் கைக்கு வெகுவாகச் சுதந்திரம் கொடுத்துவிட்டேன். எந்தக் கட்டுப்பாடும் இல்லை. என் கை, விதியின் கையாகி எழுதி எழுதி மேற்சென்றது. சில இடங் களில் அல்ல, பல இடங்களில் கை அதிகமாகவும் மிகையாகவும் பேசிவிட்டதாகவும் இன்னும் செறிவாக்கிச் சுருக்கி இருக்கலாம் எனவும் எனக்குள்ளான கச்சிதப் பேர்வழி தன் ஆட்காட்டி விரலால் மூளையில் குத்திக்கொண்டே இருக்கிறான். அவன் விரலைப் பற்றி முறித்து ஓடச் செய்யும் பெரும் பிரயத்தனத்தில் வெற்றி பெற்றிருப்பதாகக் கருதுகிறேன்.

இலக்கண நூல் எழுதும் போது 'சுருங்கச் சொல்லல், விளங்க வைத்தல்' உள்ளிடக் கவனத்தில் கொள்ள வேண்டிய பத்து அழகுகள் பற்றியும் 'குன்றக் கூறல் மிகைபடக் கூறல்' எனத் தவிர்க்க வேண்டிய பத்துக் குற்றங்கள் குறித்தும் வாசித்திருக் கிறேன். பத்து அழகுகளையும் கையாண்டு நூல் எழுத

முடிகிறதோ இல்லையோ பத்துக் குற்றங்களைக் கைக்கொள்ள வேண்டும் என நினைத்ததுண்டு. இந்நாவலில் 'மிகைபடக் கூறல், மற்றொன்று விரித்தல்' ஆகிய குற்றங்களைச் செய்திருக்கிறேன். இவை அறிந்தே செய்த குற்றங்கள்.

என்னவோ, இந்நாவலின் பொருளமைதிக்கு மிகைபடக் கூறலும் மற்றொன்று விரித்தலும் பொருத்தமாக இருக்கும் எனத் தோன்றியது. மேலும் அப்படி மிகைபடக் கூறும் போதும் மற்றொன்றை விரித்துச் செல்லும் போதும் கிடைக்கும் உற்சாகம் பெரிது. குற்றத்தை உற்சாகமாகச் செய்யும் மனநிலை நோய்க்கூறு என்று சொல்லலாம்; நோய்க்கூறுதான் பல கலைகளுக்கு மூலாதாரமாகவும் இருக்கிறது. இதில் நோய்க்கூறாக நின்றிருக்கிறதா, கலையாகி இருக்கிறதா எனத் தீர்மானிக்க முடியவில்லை. அப்பொறுப்பை வாசகருக்கு விடுகிறேன்.

இந்நாவலை எழுதும் காலத்தில் என்னைப் புரந்தவர்கள் கர்நாடக மாநிலம், மணிப்பால் கலையியல் மற்றும் தத்துவ மையப் பேராசிரியர்களாகப் பணியாற்றும் எழுத்தாளர்கள் காயத்ரி பிரபு, நிகில் கோவிந்த் ஆகியோர்.

அங்கே என் நாட்களை இனிமையாக மாற்றியவர்கள் அம்மையத்தின் மாணவர்களும் நண்பர்களுமான ஜாக்ஸன், விவேக் ஆகியோர்.

நாவலின் முதல் வரைவை வாசித்தோர் மூவர். வாசித்து நற்சொல் கூறிய என் துணைவி எழில்; குமராசுரருக்கும் மங்காசுரிக்கும் பெண் குழந்தையும் இருந்திருக்கலாம் எனத் தன் ஏக்கத்தை வெளிப்படுத்திய என் மகள் பிறை; நாவலுக்குப் பல கச்சாப்பொருட்களை வழங்கியதோடு வாசித்து ஒப்புதல் வழங்கிய என் மகன் பரிதி.

நாவலின் இரண்டாம் வரைவை வாசித்து மேலும் செம்மைப்படுத்த ஆலோசனை வழங்கிய அன்பு நண்பர்கள் சிலர். 'சபாஷ்' போட்டுக் கருத்துத் தெரிவித்தவர் சுகுமாரன்; என் எழுத்துக்களை எப்போதும் போல உவப்போடு வாசித்துத் தம் அபிப்ராயங்களைப் பகிர்ந்துகொண்டவர் இரா.ராமன் (கல்யாணராமன்); தயக்கத்துடனும் அன்புடனும் வாசித்துத் தம் எண்ணங்களைப் பகிர்ந்தவர் இசை; என் எதிர்பார்ப்பை உரசிப் பார்க்கும் உரைகல்லாக விளங்கிய த. ராஜன்; இருமுறை வாசித்துச் செம்மையாக்கம் தொடர்பான தம் கருத்துக்களை விரிவாகப் பகிர்ந்துகொண்டவர் நண்பர் க.காசிமாரியப்பன்;

நாவலின் இறுதி வடிவம் உருவாக வாசித்து அபிப்ராயங்களும் ஆலோசனைகளும் கொடுத்த நண்பர்கள் காலச்சுவடு கண்ணன், க. மோகனரங்கன், ஆ. இரா. வேங்கடாசலபதி ஆகியோர்.

விருப்பம் அறிந்து நுட்பங்களுடன் நூலாக்கம் செய்தவர் கலா முருகன்.

நாவலை ஒவ்வொரு கட்டமாக நகர்த்தி வெளியீட்டைப் பெறுமதி கொண்டதாக மாற்றியவர் காலச்சுவடு கண்ணன்.

அனைவருக்கும் மனமார்ந்த நன்றிகள்.

26.11.2018   பெருமாள்முருகன்
நாமக்கல்

1

எமன் அழைப்பு உறுதி; மகன் அழைப்பு அரிது.

இப்படித்தான் நேற்று இரவுவரை குமராசுரர் நினைத்துக்கொண்டிருந்தார். பொறியியல் கல்லூரியில் மகன் மேகாஸ் சேர்ந்து ஒரு பருவம் முடிந்து விட்டது. பருவத் தேர்வெழுதி விடுமுறை நாட்களை வீட்டில் தூங்கியே கழித்து இப்போது இரண்டாம் பருவத்திற்குப் போயிருக்கிறான். முடிந்துபோன நூற்று எண்பது நாட்களில் ஒருநாளேனும் அவனாகச் செல்பேசியில் அப்பாவை அழைத்துப் பேசியதேயில்லை. ஆனால் அவர் 'தினமும் இரவு எட்டுமணி' என நேரம் முடிவு செய்து வைத்து அவனை அழைப்பார். விடுதி உணவகத்தில் அவன் சாப்பிட்டு முடித்து வந்திருக்கும் நேரம் அது. அறையிலோ வெளியிலோ நண்பர்களுடன் அரட்டை அடித்துக் கொண்டிருக்கக்கூடும். 'எங்கிருக்கறய்யா?' என ஒருமுறை கேட்டதற்கு 'எங்கிருப்பாங்க? ஆஸ்டல்லதான்' என்று எரிந்து விழுந்தான். அதற்குப் பிறகு அந்தக் கேள்வியைக் கேட்பதைத் தவிர்த்தார்.

அழைப்பை ஏற்றுப் பேசியை எடுத்ததும் 'சொல்லுப்பா' என்பான். அது ஒன்றுதான் அவன் பேசும் வார்த்தை. அதுவும் ஒருநாள் வேகமாக வரும்; இன்னொரு நாள் மெலிதாக வரும்; மற்றொரு நாள் எரிச்சலாக வரும்; அடுத்து ஒருநாள் வெறுப்பாக வரும். ஒருசொல் எத்தனையோ உணர்ச்சிகளைப் பொதிந்து வைத்திருக்கும் கிடங்கு. உருவியெடுக்கும் போது அதிலிருந்து எவ்வகை உணர்ச்சி வெளிப்படும் என்பது யாருக்கும் தெரியாது. வெளிவந்த பிறகுதான் வெடிப்பா, புஸ்வாணமா, நீரோட்டமா என்பதை அறிய முடியும். இன்றைக்கு என்ன வகையில் வார்த்தை வருகிறது என்பதைக் கண்டறிய அவருக்கு நொடி நேரம் போதும். அதை அனுசரிக்க அவர் மனமும் அந்த நொடிக்குள்ளேயே தயாராகிவிடும். பிறகு அவர்தான் கேள்விகளைக் கேட்பார். கேள்வி வரிசை இப்படியிருக்கும்.

'நல்லா இருக்கறயாய்யா?'

'காலேஜ்க்குப் போனியாய்யா?'

'சாப்பிட்டயாய்யா?'

'காசிருக்குதாய்யா?'

'துணி தொவச்சுப் போட்டுக்கறயாய்யா?'

'படிக்கறயாய்யா?'

'வெச்சிருட்டுமாய்யா?'

ஏழு கேள்விகள்தான். முதலும் முடிவும் ஒருபோதும் மாறாது. எண்ணிக்கையிலும் மாற்றமில்லை. நடுக்கேள்விகள் கொஞ்சம் முன்பின் மாறும். எல்லாக் கேள்விகளுக்கும் அவனிடமிருந்து வருவது ஒற்றை ஒலிகுறிப்புப் பதில்.

'ம்.'

அவ்வளவுதான். சில 'ம்'களைக் காதில் கேட்காத கால் மாத்திரை அளவுக்குச் சுருக்குவான். அரை மாத்திரை 'ம்'மும் வரும். சில 'ம்'களை 'ம்ம்,' 'ம்ம்ம்' என ஒன்று, ஒன்றரை மாத்திரை அளவுக்குச் சற்றே நீட்டுவான். கடைசி 'ம்' கொஞ்சம் வலுவாகவே இரண்டு மாத்திரையில் வரும். மகன் இப்படிப் பேசுவதை ஒருநாள் தன் நண்பரிடம் சொன்னார் குமராசுரர்.

அவருக்கு மூன்று நண்பர்கள் உண்டு. கனகாசுரர், தேனாசுரர், அதிகாசுரர். கனகாசுரரும் தேனாசுரரும் பால்ய வயது முதல் நண்பர்கள். ஒரே ஊர்க்காரர்கள். கனகாசுரர் பள்ளித் தோழமை. ஒவ்வொருவரின் அடிவைப்பும் இன்னொருவருக்கு அங்குலம் பிசகாமல் தெரியும். அதிகாசுரர் இடையில் உருவான நட்பு. எங்கிருந்தோ வந்து சேர்ந்து தொடர்கிறது. கனகாசுரர் மட்டும்தான் அதே ஊரில் வசிக்கிறார். தேனாசுரருக்குச் சில மணி நேரப் பயணத் தூரம். அதிகாசுரர் ரொம்ப தூரத்தில் இருக்கிறார். அவராக ஊர்ப்பக்கம் வந்தால்தான் சந்திப்பு. அவ்வப்போது செல்பேசி உரையாடல். அதுவே நெருக்கத்தைக் கூட்டுகிறது. கனகாசுரரைத் தினசரி சந்திக்கலாம். தேனாசுரரை ஊரில் ஏதாவது விசேஷத்திற்குப் போகையில் பார்க்கலாம்.

அவ்வூரார் நடை பழகுவதற்கென்றே பெரிய மைதானம் இருக்கிறது. அதிகாலை நான்கு மணி முதல் ஓரிருவர் வரத் தொடங்கிச் சிறிது சிறிதாகச் சேர்ந்து ஐந்து மணியிலிருந்து ஏழு மணி வரை பெருங்கூட்டம் கால்களைத் தொம்தொம்மெனத் தூக்கி வைத்து நடப்பதால் சிறு நிலநடுக்கம் ஏற்பட்டதைப் போல ஊரே நடுங்கும். பெருத்த உடலும் பருத்த வயிறுமாய் நடுத்தர வயது அசுரர்கள் ஓங்கிக் கால் வைத்து நடப்பார்கள்.

துள்ளிக் குதிப்பார்கள். மென்னோட்டம் விடுவார்கள். அங்கங்கே உடற்பயிற்சிகள், விளையாட்டுகள். நிலம் நெரிபட்டுக் கதறும். மைதானத்தின் சுற்றுப்புறத்தில் குடியிருப்போர் வீட்டுக் குழந்தைகள் எல்லாம் விடிகாலை ஐந்து மணிக்கே விழித்துக் கத்தும் ரகசியம் இதுதான். பள்ளிக்கூடம் செல்லும் வயதில் பிள்ளைகள் இருப்போருக்கு ஏக சந்தோசம். கத்தியோ அடித்தோ பிள்ளைகளை எழுப்ப வேண்டியதில்லை.

குமராசுரர் தவறாமல் மைதான நடை மேற்கொள்பவர். விடிகாலை ஐந்து மணிக்கெல்லாம் எழுந்து காலைக்கடன்களை முடித்துக்கொண்டு மெல்ல வெளியே வருவார். அவரது படுக்கை வரவேற்பறையில்தான் என்பதாலும் வீட்டுக்குப் பின்பக்கம் தனியாகக் குளியலறையும் கழிப்பறையும் இருந்ததாலும் அவர் எழுகை யாருக்கும் தொந்தரவில்லை. அந்நேரத்திற்கே சில சமயம் மங்காசுரி எழுந்திருத்திருப்பார். சமையலறையில் சத்தம் கேட்கும். எனினும் அவரிடம் சொல்ல வேண்டியதில்லை. இது வழக்கம் என்று தெரியும். பெரும்பாலும் மங்காசுரியின் அறை தாழிட்டே இருக்கும். அவரைத் தொந்தரவு செய்யாமல் கதவைத் திறந்து வெளியே பூட்டி ஒற்றைச் சாவியைச் சட்டையின் உள்பையில் பத்திரப்படுத்திக்கொள்வார்.

இரும்புக் கேட்டைத் திறந்துகொண்டு வெளியே வந்தால் தெருவில் இரண்டு வீடுகளில் வாசல் கூட்டிக் கொண்டிருப்பார்கள். இருபுறமும் சேர்த்து முப்பது வீடுகளைக் கொண்ட சிறிய தெரு அது. அதற்குள்ளிருந்து வெளிவந்தால் நகரத்தின் மையத்தை நோக்கிச் செல்லும் சாலை. அதில் அரைக்கல் தொலைவு நடந்தால் மைதானம் வந்துவிடும். அதிகாலையின் குளிர்ச்சியை அனுபவித்தபடி அவர் நடப்பார். அவருக்கு முன்னாலேயே மைதானம் தலைகளால் நிரம்பியிருக்கும். சாலையோரம் முழுவதும் இருசக்கர வாகனங்களின் அணிவகுப்பு. மைதானத்தில் அவருக்கென்று தனிவழி உண்டு. கிட்டத்தட்ட முக்கால் மணி நேர நடை. உடலில் லேசாக வியர்வைக் கசகசப்பு தோன்ற ஆரம்பித்தால் நடையை முடித்துக்கொள்வார்.

மைதான நடை முடிந்து சாலைக்கு வந்தால் நடைக் கூட்டத்தின் ஆரோக்கியப் பித்தைக் குறி வைத்துப் பலவிதப் பொருட்களின் விற்பனை ஜோராக நடந்துகொண்டிருக்கும். அருகம்புற்சாறு, கற்றாழைக் குழம்பு, எருக்கம்பால், மிளகு வடிநீர், கீரைப் பிழிவு என ஒவ்வொரு பானத்திற்கும் கடைகள். தினை உருண்டை, கொழுக்கட்டை, மண்ணாங்கட்டி லட்டு, மாங்காய்ப் புட்டு, சொய்யான், ஒப்புட்டு, வாழைப்பூ வடை எனப் பலகாரங்கள். ஒவ்வொன்றின் முன்னும் ஒவ்வொரு கூட்டம் நிற்கும். குமராசுரருக்கு அந்தக் கடைகளில் அவ்வளவு நாட்டம்

கிடையாது. எல்லாம் வியாபாரம்தான் என்று நினைத்துக்கொண்டு அதையெல்லாம் சட்டை செய்யாத பெருமக்கள் திரள் கூடும் கடையான மைதானத்திற்கு எதிரில் இருக்கும் 'பெருந்தீனி விலாஸ்' பக்கம் போவார். கடைக்குப் பெயர்ப்பலகை ஏதும் கிடையாது. வாடிக்கையாளர் வைத்த பெயர் அது.

அதுதான் பலவிதமான திட்டங்கள் அரங்கேறும் இடம். எதையாவது தின்றுகொண்டும் குடித்துக்கொண்டும் பேசுவது அசுரர்களுக்குப் பிடித்தமான விஷயம். ஒரு ஓரத்தில் ஒதுங்கி நின்றாலும் குமராசுரரை விடமாட்டார்கள். யாராவது வந்து 'நம்ம ஆபீஸ்ல இந்த வாரம் ஒருத்தரு ரிட்டயர்மெண்டு. அவருக்கு ஒரு வாழ்த்துக் கவித வாசிக்கணும். எழுதிக் குடுங்க தல' என்று உரிமையோடு கேட்பார்கள். குமராசுரருக்குக் கவிதைப் பித்து உண்டு என்பதால் இந்தக் கோரிக்கைகள். அவரும் அதைத் தட்டுவதில்லை. மிகவும் பெருமையோடு கோரிக்கையை ஏற்று அடுத்த நாள் எழுதிக்கொண்டு போய்க் கொடுப்பார். 'அரசுப்பணியில் தடம் பதித்த தங்கமே, அயராது உழைத்த சிங்கமே' என்பது போல எழுதிக் கொடுப்பார். தங்கம் – சிங்கம் போல இயைபு அமைந்துவிட்டால் அதைக் கவிதை என்று கொண்டாடப் பலபேர் இருக்கிறார்கள்.

வாங்கிக்கொண்டு சிலாகித்துச் செல்லும் சிலர் விழா முடிந்ததும் அதில் கூடுதலாகக் கிடக்கும் துண்டு ஒன்றை எடுத்து வைத்திருந்து அடுத்த நாள் மைதான நடையின்போது குமராசுரரைத் தேடி வருவார்கள். கவிதை எழுதிக் கொடுத்த வரைக் கௌரவிக்கிறோம் என்று சொல்லி அவருக்குப் பொன்னாடையாகப் போர்த்துவார்கள். அப்படி அவருக்குச் சேர்ந்த பொன்னாடைகளின் எண்ணிக்கை பல. அவற்றை எல்லாம் மங்காசுரி எப்படி எப்படியோ பயன்படுத்தப் பார்ப்பார். சமையலறைக்குப் போய்ப் பார்த்தால் மிக்சி ஒரு பொன்னாடையைப் போர்த்தியிருக்கும்; கிரைண்டர் ஒரு பொன்னாடையைப் போர்த்தியிருக்கும். குளிர்பதனப் பெட்டியின் மேல் ஒரு பொன்னாடை. பாத்திரங்களில் தூசு படியாமல் இருக்க ஒரு பொன்னாடை. இப்படி வீடு முழுக்கப் பொன்னாடைகள் ஜொலிக்கும். திருமண வாழ்த்து, பூப்பு நன்னீராட்டு வாழ்த்து, காது குத்து வாழ்த்து என்று எத்தனையோ எழுதியிருக்கிறார். சில பேர் தங்கள் பிள்ளைகள் கவிதைப் போட்டியில் பங்கேற்கிறார்கள் என்று சொல்லி அதற்கும் எழுதிக் கொடுக்கச் சொல்வார்கள். அப்படி அவர் எழுதிக் கொடுத்தவை சில பரிசுகளையும் பெற்றிருக்கின்றன. அப்போதெல்லாம் அவரே பரிசு பெற்றது போலக் குதூகலிப்பார். சமூகம் கவிதையை ரசிக்கிறது என்று மகிழ்வார். இந்தக் கவிதைகளின் காரணமாக அவருக்கு ஓசியில் வடைகளும் கிடைக்கும்.

அங்கே அதிகாலையிலேயே பெரும் வாணலியில் போட்டெடுத்த உளுந்து மாவடைகள் சூடாகக் கிடைக்கும். மானிடக் கை தாராளமாக உட்புகும் அளவு நடுவில் ஓட்டை கொண்ட மாவடையைக் காகிதத்தில் சுற்றிச் சுற்றி எண்ணெய் பிழிந்தபின் வெண்பஞ்சு போல வரும் பிதுக்கலை ஆசையாகத் தின்பார் குமராசுரர். வீட்டில் சுடும் வடை ஒருநாளும் இதைப்போல வருவதில்லை என்னும் எண்ணம் தினமும் தோன்றி மறையும். நாக்கு ஒன்றோடு நிற்காது. இன்னும் ஒன்று, இன்னும் ஒன்று எனக் கெஞ்சும். நாக்குக்கும் அவருக்கும் கடை வாசலில் தினமும் வாக்குவாதம் நடக்கும். பெரும்பாலான நாட்களில் மிகுந்த பிரயாசை எடுத்துக் கடைசியாக நாக்கின் குரலை அசட்டை செய்து ஒற்றைக் கையால் புறமொதுக்கிவிடுவார். ஏது செய்தும் கட்டுப்படுத்த முடியாத பிசாசென நாக்கு சுழலும் பலவீனமான சிலநாள் அந்தக் குரலுக்கு மரியாதை கொடுத்துச் செவிமடுப்பார். மாவடை இரண்டையும் தின்று தேநீர் ஒன்றைக் குடித்தால் வயிறு நிறைந்து பேரேப்பம் வரும். அப்போது அந்தக் குரல் வேறு மாதிரி பேசும்.

'அதிகாலையில் எண்ணெய்யில் முக்கி எடுத்த இரண்டு மாவடைகளைத் தின்றால் உடலில் கொழுப்பும் ரத்த அழுத்தமும் ஏறாதா? அதுவும் என்ன எண்ணெய்யோ? பொதுவிநியோகக் கடையில் ஒருவரும் வாங்காமல் கிடக்கும் பனையெண்ணெயாகத் தான் இருக்கும். அதில் போட்டெடுத்ததைத் தின்றால் மஞ்சள் காமாலையும் வருமாமே. இத்தனை நேரம் நடந்து என்ன பயன்? வடைக்குள் எல்லாம் போய்விட்டதே.'

இதற்கு என்ன பதில் சொல்ல முடியும்? அன்றைய நாள் முழுதும் அந்தக் குரல் ஒலித்துக்கொண்டே இருக்கும். லேசான ஏப்பம் வந்தால்கூட அந்த மாவடையின் வேலைதான் என்று தோன்றும். குசு பிரிந்து நாற்றம் மூக்கில் ஏறினால் பதறிப் போவார். நறுமணம் கூட்டிக் காலையில் ஈர்க்கும் வடை மதியத்திற்குள் நாற்றக் குசுவாகித் தன்னைக் கேலி செய்வதாகத் தோன்றும். லேசான நெஞ்சுக் கரிப்பு, கண நேரக் கிறுகிறுப்பு, தூக்கச் சடைவு எதுவென்றாலும் மனதின் ஆட்காட்டி விரல் வடையை நோக்கி நீளும். நான் மட்டுமா, பல பேரும் நடந்துவிட்டு வந்து தின்கிறார்கள். நானாவது பரவாயில்லை, சில பேர் நான்கைந்து தின்கிறார்கள். அவர்களுக்கெல்லாம் ஒன்றும் ஆவதில்லையே, அப்புறம் என்னை மட்டும் ஏன் வதைக்கிறாய்? இப்படிப் பதில் சொல்லிச் சமாளிப்பார். சரி, நாளையிலிருந்து ஒரு வடைகூடத் தின்பதில்லை, தின்பதில்லை என்ன, வடை இருக்கும் பக்கமே பார்வையைத் திருப்புவதில்லை. இப்படி வைராக்கியமாகவும் பதில் சொல்வார். நடைக்கால வைராக்கியத்தின் ஆயுள் மறுநாள் காலைவரை.

மாவடை தின்னும் நேரத்தில்தான் குமராசுரரும் கனகாசுரரும் அன்றாடம் சந்தித்துக் கொள்வார்கள். பள்ளிக்கால நட்பு. இருவரும் 'அடாபுடா' என்று பேசிக்கொள்ளும் அளவு நெருக்கம். குமராசுரர் எதையும் கனகாசுரருடன் மட்டுமே பகிர்ந்துகொள்வார். ஊரில் அவருக்கு வேறு நண்பர்கள்தான் இல்லையே. ஆனால் மிகவும் எச்சரிக்கையாகவும் இருப்பார். நண்பரென்றாலும் அவர் குடும்பம் வேறு, தன் குடும்பம் வேறு. அவர் மனநிலை வேறு, தன் மனநிலை வேறு. 'தாயும் மகனும் என்றாலும் வாயும் வயிறும் வேறு' எனப் பழமொழி இருக்கிறது. தாயும் மகனுக்குமே அப்படி என்றால் நண்பர்களுக்கு வாயும் வயிறும் மட்டுமல்ல, எல்லாமே வேறுதான். குமராசுரரின் எச்சரிக்கைக்கு இன்னொரு காரணமும் உண்டு.

கனகாசுரருக்கு இரண்டு மகள்கள். 'மகன் வேண்டும்' என்று எத்தனையோ கோயில் குளங்களுக்குச் சென்று முழுகி வரம் கேட்டும் கிடைக்கவில்லை. மூன்றாம் குழந்தையும் பெண் என ஆய்வில் தெரிந்ததால் ஆறாம் மாதம் கலைத்தார்கள். அக்கலைப்பில் அவர் மனைவி திருவாசுரி பிழைத்ததே அருமை. கருக்கலைப்பு செய்து படுக்கையில் கிடந்தபோது ஊரிலிருந்து புயல் போல வந்த மாமியார் மதியாசுரி வேகமாகத் திருவாசுரி யின் தலைமயிரைப் பற்றித் தூக்கிக் கன்னத்தில் ஓங்கி ஓங்கி அறைந்து கீழே பிடித்துத் தள்ளினார். 'குடும்பத்துக்கு ஒரு வாரிசப் பெத்துத் தர முடியாத உனக்கெல்லாம் எதுக்குடி சீல?' என்று கத்தியபடி திருவாசுரியின் சேலையைப் பற்றி இழுத்து உரிந்தார். யார் யாரோ வந்து பிடித்துக் காப்பாற்றினார்கள்.

அதில் பெரும் உதிரப்போக்கு ஏற்பட்டு வாய்க்கால் நீர் போலப் பல நாள் ஓடிக் கொண்டிருந்ததால் 'என்னால் இனிமேல் குழந்தை பெற்றுக்கொள்ள முடியாது. எனக்கு மகள்களே போதும். உனக்கும் உன் அம்மாவுக்கும் மகன் வேண்டுமானால் இன்னொரு திருமணம் செய்துகொள்' என்று சொல்லிக் குடும்பக் கட்டுப்பாட்டு அறுவை செய்துகொண்டார் திருவாசுரி. கனகாசுரருக்கு இன்னொரு திருமணம் செய்துகொள்ளும் அளவுக்குத் தைரியமும் கிடையாது; தெம்பும் இல்லை. அதன் பிறகு மாமியாரும் மருமகளும் சந்தித்துக் கொண்டதேயில்லை. ஏதாவது சொந்தக்காரர் நிகழ்ச்சி என்றால் மாமியார் வருகிறாரா என்று கேட்டுக்கொண்டு வரவில்லை என்பது உறுதியாகத் தெரிந்தால்தான் திருவாசுரி போவார். அவர் அடிக்கடி உதிர்க்கும் வாசகம்: 'கெழவி சாவுக்குக்கூட வர மாட்டேன்.'

மகன் இல்லாத ஏக்கம் கனகாசுரருக்கு நிரந்தரமாயிற்று. கண்ணில் படும் பையன்களை விழுங்கிவிடுவது போலப் பார்ப்பார். சாம்பல் நிறத்தில் சாந்தமாக இருக்கும் கண்கள் அப்போது காற்றெடுத்த சாம்பல் மூடலுக்குள்ளிருந்து மெல்லக்

கிளம்பும் நெருப்புக் கங்குகளாய் மாறிப் பற்றி எரியும். தீ ஏறிய பிறகு அந்தப் பையன்களை ஏகமாகத் திட்டுவார். 'ஆளப் பாரு, மூஞ்சியப் பாரு' என்று தொடங்கித் 'தடிமாடுங்க, எருமக்கெடா மாதிரி ஒடம்ப வளத்துக்கறானுங்க. தலையப் பாரு நாய் கரண்ட தேங்காயாட்டம்' என்று உருவத்தை வருணித்து 'இந்த வயசுலயே சிகரெட்டு, தண்ணி, கஞ்சா' என்று எல்லோருக்கும் வழங்கி வசைமாரி பொழிவார்.

ஒவ்வொரு நாள் அவருக்கு அசுர சமூகத்தின்மீது கரிசனம் பெருகும். பருவத் துள்ளலுடன் கடக்கும் இளைஞர்களைப் பார்த்துப் பெருமூச்சு விடுவார். 'பாவம், இதுங்கெல்லாம் எதிர்காலத்துல என்ன ஆவப் போவுதுங்களோ? நல்ல தண்ணியில்லாத, காத்து இல்லாத, சோறு இல்லாத வெம்பிச் சூம்பி வீணாப் போவப் போவுதுங்க' என்று கவலைப்படுவார். 'உனக்கென்னப்பா ஒரே பையன். எனக்குத்தான் ரண்டும் பொண்ணாப் போயிருச்சு. மொதல்ல பையனா இருந்திருந்தா ஒன்னோடவே நானும் நிறுத்தியிருப்பன்' என்று குமராசுரரிடம் வெளிப்படையாகவும் சொல்வார்.

எங்காவது கடைவீதியில் மேகாஸைக் கனகாசுரர் பார்த்ததாகத் தெரிந்தால் குமராசுரரின் மனைவி மங்காசுரி அன்றைக்குத் தன் மகனுக்குத் திருஷ்டி சுற்றிப் போடுவார். 'பசங்க சதயப் பிச்சுத் திங்கற கண்ணு, கொள்ளிக் கண்ணு' என்பார் மங்காசுரி. நண்பரைத் தேடி என்றைக்காவது வீட்டுக்கு அவர் வந்தால் மகனை அறைக்குள் போகச் சொல்லி வெளியே தாழிட்டுவிடுவார். 'வெளிய போயிருக்கறான்' என்று சொல்வார். கனகாசுரர் 'இப்படித்தான் இந்தக் காலத்துப் பசங்க வெளியில சுத்திச் சுத்தி வீணாப் போறாங்க' என்று தொடங்குவார். வெளியில் சுற்றி எதையெல்லாம் கற்றுக் கொள்கிறார்கள், அதனால் அவர்களும் குடும்பமும் சமூகமும் எப்படிப் பாதிக்கப்படுகிறது எனப் பிரசங்கம் போகும். அதற்குப் பயந்து 'பிரண்டப் பாக்கப் போயிருக்கறான்' என்றால் 'கண்ட பசங்களோட சேந்தா கெட்டு வீணாப் போயிருவான்' என்பார். 'ஒத்தையா இருந்தா நல்லவனாத் தெரிவான். கும்பலாச் சேந்தாக் கொலகூடச் செய்வான்' என்று விரிப்பார்.

அதனால் அவர் வந்தால் சொல்வதற்கு ஒரு பதில் கண்டு பிடித்து வைத்துக்கொண்டார் மங்காசுரி. எப்போது கேட்டாலும் 'பையன் பரிட்சைக்குப் படிக்கறான்' என்பார். படிக்கிற பையனை என்ன சொல்லித் திட்ட முடியும்? இந்தப் பதிலால் தடுமாறிப் போன கனகாசுரர் 'படிக்கட்டும் படிக்கட்டும்' எனச் சொல்லிச் சமாளிப்பார். பிறகு அதிலிருந்தும் தொடங்கினார், 'படிக்கறன் படிக்கறன்னு ஏமாத்துவாங்க. படுத்துத் தூங்குவானுங்க,

இல்லைன்னா எதுனா கண்ட புஸ்தகத்தயும் வெச்சுப் படம் பாப்பானுங்க. இப்ப இருக்கற பசவ எங்க படிக்குதுங்க. ரிசல்ட்டப் பாரு பொண்ணுங்கதான் அதிக மார்க்கு. அதிகப் பர்சண்டேஜ்ஜு. பசங்க வேஸ்ட்டு.'

ஆகவே அவரை வீட்டுக்கு வர விடாமல் செய்ய ஒருநாள் உபாயம் ஒன்றைக் கையாண்டார் மங்காசுரி. கனகாசுரருக்குக் கனத்த தொண்டை. ரம்பத்தால் மரம் அறுக்கும் சத்தம் தொண்டைக்குள் இருந்து வரும். பேசினால் அந்த வீதிக்கே கேட்கும். ரகசியம் தங்குவதற்கு வழியே இல்லை. அப்படி ஒருநாள் யாரையோ பற்றி இரைந்து பேசிக்கொண்டிருந்தார். குமராசுரர் கை கட்டி வாய் பொத்திப் பள்ளிப் பிள்ளை போல எதிரில் அமர்ந்திருந்தார். வந்தவர் போவார் போவார் என்று பொறுத்துப் பார்த்தும் கிளம்புகிற மாதிரியே தெரியவில்லை. அன்றைக்கு அவருக்கு வேலை எதுவும் இல்லையோ பேச்சு சுவாரஸ்யம் பெருகித் தடுக்க இயலாமல் ஓடியதோ தெரியவில்லை.

பொறுமை இழந்து திடுமெனப் பிரசன்னமான மங்காசுரி, 'ஏங்க . . . பையன் படிக்கறான், இப்படியா கத்திப் பேசுவீங்க? வெட்டிப் பேச்சுத்தான. கொஞ்சம் மெதுவாப் பேசுனா ஆவாதா?' என்று பாய்ந்தார். கனகாசுரரிடம் இப்படி நேருக்கு நேராகச் சண்டையிடும் விதத்தில் பெண்ணொருத்தி பேசியதில்லை. அதிர்ந்து போனவர் 'ச்சீ . . .' என்னும் ஒற்றை வார்த்தையில் தன் அவமானத்தை உதறியெறிந்து எழுந்து வெளியே போனார். அதன்பின் குமராசுரரின் வீட்டுப்பக்கம் வருவதுமில்லை; எங்காவது கண்டால் மங்காசுரியிடம் பேசுவதுமில்லை. முகத்தைத் திருப்பிக்கொள்வார். 'ஆமா, அவரு வரவும் வேண்டாம், பேசவும் வேண்டாம். இப்பத்தான் நிம்மதியா இருக்கறன்' என்று சொல்வார் மங்காசுரி.

ஆனால் பால்யகால நண்பரிடம் குமராசுரரால் பேசாமல் இருக்க முடியவில்லை. 'என்னமோ அவ புத்தி அப்படி, உடுங்க' என்று சொல்லி நடைக்கால மாவடைக் கடையில் நட்பைப் புதுப்பித்துக்கொண்டார். என்றாலும் ஒரு பயம் உள்ளூர இருந்தது. மகனுக்குப் பெண் பார்க்கும் காலத்தில் 'பையன் நல்ல பையந்தான். அவுங்கம்மாதான் ஒருமாதிரி' என்று சொல்லி வைப்பாரோ என்னும் பயம். பையன்களை மட்டுமல்ல, பையன்களைப் பெற்ற அம்மாக்களையும் அவருக்குப் பிடிக்காமல் போய்விட்டது. அதனால்தான் அவரிடம் தன் மகனைப் பற்றிப் பேசக் குமராசுரர் விரும்புவதேயில்லை. பேச நேர்ந்தால் எச்சரிக்கை கூடிவிடும். மேலும் மகனுடைய குணாம்சத்தைப் பொதுவெளியில் கட்டமைப்பதில் கவனம் தேவை என்பதை எப்போதோ உணர்ந்திருந்தார். அசுர குலத்தில்

இப்போது திருமணத்திற்குப் பெண் கிடைக்காத பஞ்சகாலம். இதில் மகனைப் பற்றி அப்படி இப்படி ஏதாவது பரவிவிட்டால் ஒன்றுமே செய்ய முடியாது. கனகாசுரர் நெடுங்கால நண்பர்தான் என்றாலும் மகன் இல்லாதவர். அத்துடன் சின்னத் துரும்பு கிடைத்துவிட்டால் அதற்குக் கண்காதுமூக்கு வைத்து முழு உருவமாக்கிச் சந்தோசமாக உலவ விடும் அற்பபுத்தி அசுர குலத்திற்கு உரியதுதான்.

அன்றைக்கேதோ மனம் பொறுக்காமல் பேச்சுவாக்கில் மகனிடம் தான் பேசுவதைப் பற்றிச் சொன்னதும் நண்பர் வாய்க்குள் போன வடையைத் தோண்டி எடுத்துக் கையில் வைத்துக்கொண்டு சிரிக்கத் தொடங்கிவிட்டார். சிரிக்கிறார், சிரிக்கிறார், அப்படிச் சிரிக்கிறார். கண்களில் நீர் ததும்பிக் கன்னத்தில் இறங்கி மின்னிற்று. பூட்டிக் கிடந்த கடையொன்றின் வாசற்படியில் உட்கார்ந்துகொண்டார். கடை முன் வடை விழுங்கிக் கொண்டிருந்தவர்கள் எல்லாம் அதிர்ந்து அசைவற்று நின்றுவிட்டனர். பிறகு மைதானத்தின் ஒரு மூலையில் 'அஹ்ஹஹ்ஹா . . . இஹ்ஹிஹ்ஹி' என்னும் மிருக உறுமலோடு தினந்தோறும் நடைபெறும் சிரிப்புமருத்துவப் பயிற்சி, சாலைக்கு வந்துவிட்டதோ என்னும் சந்தேகத்தில் ஒருகணம் திரும்பிப் பார்த்துவிட்டுப் பிறகு வடையில் மனதைச் செலுத்தினர். குமராசுரருக்கு ஒருமாதிரி ஆகிவிட்டது. இப்படிச் சிரிக்கும்படி என்ன சொல்லிவிட்டோம் எனக் குழம்பினார்.

மகனைப் பற்றிய பிம்பத்தில் கீறல் விழுந்துவிடுமோ என அச்சம் ஏற்பட்டது. எல்லோரிடமும் 'அவன் பையன் எப்பிடிப் பேசுவான்னு தெரீமா?' எனக் கேட்டு இந்த 'ம்'மை ஒரு கதை போல மாற்றிச் சொல்லிவிடுவாரோ? எதற்கு இவனிடம் வாய் திறந்தோம் என்று நொந்துகொண்டார். சிரிப்பு ஓய்ந்து தண்ணீர் குடித்து முகம் துடைத்து இயல்பாகிய பின் கேட்டார். 'நீ என்ன வாத்தியாரு வேலயா பாக்கற? பையங்கிட்ட ஒரே கேள்வியாக் கேக்கற' என்றார். அவருடைய சிரிப்பு தன் மீதான விமர்சனம்தானே தவிர மகனைப் பற்றி இல்லை என்றதும் கொஞ்சம் நிம்மதி அடைந்தார். அவர் சொன்னார், 'ம்னு பதில் சொல்ற மாதிரி கேள்வி கேட்டா . . . அப்படித்தான் பேசுவாங்க. வயசுப் பையங்கிட்ட நீ வேற வேற விசயமெல்லாம் பேசோனும். சினிமாவப் பத்திப் பேசு, நடிகர்கள் பத்திப் பேசு, அரசியல் பத்திப் பேசு, டிவி புரகிராம் பத்திப் பேசு, பேஸ்புக்கு வாட்சுஅப்புன்னு அதப்பத்தியெல்லாம் பேசு . . .' இப்படி இன்னும் அடுக்கிக்கொண்டே போய்க் கடைசியில் 'பேசு பேசு பேசிக்கிட்டே இரு . . . அப்ப அவன் பேசுவான்' என்று முடித்தார்.

2

அன்றைக்கெல்லாம் குமராசுரருக்கு அதுவே யோசனையாக இருந்தது. திரைப்படம் பற்றிப் பேச முடியுமா? திரையரங்குக்குச் சென்று படம் பார்த்துப் பல்லாண்டுகள் ஆகின்றன. சமீபகாலமாக வந்த படம் எதையும் பார்த்ததில்லை. தொலைக்காட்சியில் கருப்புவெள்ளைப் படம் ஏதாவது போட்டால் கொஞ்ச நேரம் பார்ப்பார். அதன்பின் அவரை அறியாமல் தூக்கம் வந்துவிடும். எந்தக் கட்டத்தில் தூங்கினோம் என்று யோசித்துப் பார்த்தால் எதுவுமே நினைவுக்கு வராது. 'படம் பாக்கறமுன்னு வந்து உக்கோந்துக்கறது... அப்பறம் பாத்தா வாயப் பெருச்சாளிப் பொந்தாட்டம் தொறந்துக்கிட்டுத் தூங்கறது... இதுதான் வேல' என்று மங்காசுரி திட்டுவார். எதற்கு இந்த வேண்டாத வேலை என்று தோன்றித் தொலைக்காட்சிக்கு முன் உட்கார்வதையும் முடிந்தவரை தவிர்ப்பார்.

திரையிசைப் பாடல்கள் பல வருகின்றன. இப்போதைய பாடல் எதுவும் அவருக்குப் புரிவதில்லை. புரியாத மொழியில் மிருகம் ஒன்று கத்துவதைப் போலக் காதில் சத்தம் விழுகிறது. வெற்றிலையைக் கடித்துத் துப்புகிற மாதிரி மொழியையும் கடித்துத் துப்ப முடியும் என்பதை இந்தப் பாடல்கள் நிரூபிக்கின்றன. சில பாடல்களைக் கேட்டாலோ அப்பாடல்களுக்குரிய காட்சிகளைப் பார்த்தாலோ பதறிப் போவார். 'மம்முத ராசா மம்முத ராசா மணக்குது ரோசா மயக்குது ரோசா' என்னும் பாடல் ஒன்றை ஒருமுறை பார்த்தார். அப்பாடலுக்கு இரண்டு உருவங்கள் ஆட்டம் போட்டன. அசுர உடல்களாகத் தெரியவில்லை. கண்களைத் தேய்த்து விட்டுக்கொண்டு பார்த்தார். தண்ணீரில் நனைத்தெடுத்து வெளியே வீசி எறிந்த இரண்டு அண்டங்காக்கை உடல்களின் ஆட்டம்.

என்ன ஒரு கேவலம், உடல் உறுப்புகள் அப்பட்டமாகத் தெரிகின்றன. உடல் அசைவுகளில் புணர்ச்சிக்காலப் பரவசம். எல்லாப் பொருளையும் பாலுறுப்போடு தொடர்புபடுத்திவிடும் வரிகள். ஒவ்வொரு பாடலும் அப்படித்தான்.

அத்தகைய பாடல்களைத்தான் மகன் ராகம் போட்டுப் பாடித் திரிகிறான். அவருக்கு ஒன்றும் புரியாத மொழிப்படங்களைப் போட்டுப் பார்த்துக்கொண்டிருக்கிறான். அவற்றில் எந்நேரமும் சண்டையாக இருக்கிறது. யாராவது யாரையாவது அழித்துக் கொண்டே இருக்கிறார்கள். அசுர குலத்திற்கு எல்லாப்புறம் இருந்தும் எதிரிகள் முளைத்தபடியே இருக்கிறார்கள். அவர் வருவதைப் பார்த்தாலே அவன் படத்தை நிறுத்திவிடுவான். இல்லாவிட்டால் மாற்றுவான். எழுந்து கழிப்பறைக்குப் போய் விடுவான். அவனுக்குத் தெரியாமல் ஒளிந்து நின்று கொஞ்ச நேரம் பார்த்துச் சலித்தபடி பூனையாய் நகர்வது அவர் வழக்கம். இந்த நிலையில் திரைப்படம் பற்றி எப்படிப் பேச முடியும்?

அரசியல் பேசுவதா? அரசாங்க ஊழியர் அவர். அரசியல் பற்றி வாய் திறக்கவே கூடாது. சக ஊழியர் ஒருவர் மிகவும் சுறுசுறுப்பானவர். இந்தப் புத்தாண்டுத் தொடக்கத்தின்போதே பழைய நாட்காட்டியைக் கழற்றிவிட்டுப் புதிய நாட்காட்டியை மாட்டினார். பழைய நாட்காட்டி அரசு வழங்கியது. அதன் ஒவ்வொரு பக்கத்திலும் அரசரின் படம் அழகிய வண்ணங்களில் பதித்திருக்கும். அரசின் புதிய நாட்காட்டி அலுவலகம் வந்து சேர ஏழு எட்டு மாதம் ஆகும். ஆண்டுத் தொடக்கத்தில்தான் நாட்காட்டி பற்றி அதிகாரிகள் யோசிப்பார்கள். 'நாட்காட்டிக் குழு' ஒன்று போடப்படும். அது தன் வேலையை முடித்து ஒப்படைக்க நான்கு மாதமாகிவிடும். பிறகு அரசாங்க அச்சகத்தில் அச்சடிப்பு, நாட்காட்டிப் பிரதிகள் ஒவ்வொரு துறைக்கும் எத்தனை தேவை எனக் கணக்கெடுப்பு, தலைமை அலுவலகத்திற்கு அனுப்புதல், அங்கிருந்து ஒவ்வொரு அலுவலகத்திற்கும் பிரித்து வழங்குதல் என எத்தனையோ வகையான வேலைகள். அரசு அலுவலகத்திற்கு நாட்காட்டி வந்து சேர ஏழு எட்டு மாதம் என்பது மிகக் குறை வான காலம்தான். அலுவலகத்தின் உட்பிரிவுகளுக்குப் பகிர்ந்து கொடுக்க ஒரு மாதம் வேண்டும்.

ஒவ்வோர் ஆண்டும் கடைசி மூன்றுமாதத்திற்கு மட்டுமே அரசு நாட்காட்டி முழுமையாகப் பயன்படும். முதல் ஒன்பது மாதத்திற்கு என்ன செய்வது? தனியார் நிறுவனம் ஒன்று குமராசுரரின் அலுவலகத்திற்கு வந்து அங்கு பணியாற்றும் ஒவ்வொருவருக்கும் இரண்டிரண்டு நாட்காட்டிகளை அன்பளிப்பாக வழங்கிச் சென்றது. சிலர் கூடுதலாக ஒன்று கேட்டு

மூன்றாக வாங்கிக்கொண்டனர். இரண்டில் ஒன்றை வீட்டுக்கும் இன்னொன்றை அலுவலகச் சுவரில் மாட்டுவதன் வாயிலாக நாட்டுக்கும் அர்ப்பணிக்க வேண்டும் என்பது அந்நிறுவனத்தின் தாராள எண்ணம். அதைத்தான் குமராசுரரின் சக ஊழியர் நிறைவேற்றினார். அவர் செய்த சிறுதவறு, அரசரின் படம் பதித்த அரசின் பழைய நாட்காட்டியைச் சுருட்டிக் குப்பையில் போட்டு விட்டார். ஒருபக்கம் மட்டும் அச்சிட்டிருந்தால் பயன்படுத்தலாம். இருபக்கமும் அச்சிட்ட அந்த நாட்காட்டியை வேறென்னதான் செய்ய முடியும்?

ஆனால் அவருக்கு வேண்டாத யாரோ அரசரின் படம் குப்பையில் கிடப்பதைப் படமெடுத்து அத்துடன் ஒரு கடிதத்தையும் இணைத்துத் தலைமை அலுவலகத்துக்கு அனுப்பிவிட்டார்கள். படத்தைக் குப்பையில் போட்டதன்றிக் காலால் மிதித்து உள்ளே தள்ளினார் என்றும் கடிதத்தில் எழுதப்பட்டிருந்தது. குப்பைக் கூடையில் நாட்காட்டி திணிக்கப்பட்டிருந்த விதத்தில் காலடி ஒன்று பதிந்து அழுத்தியது போன்ற தோற்றத்தில் புகைப்படம் இருந்தது. அந்த ஊழியருக்கு அடுத்த நாளே இடமாறுதல் ஆணை வந்துவிட்டது. அதைத் தூக்கிக்கொண்டு அவர் தலைமை அலுவலகம் ஓடினார். யாரும் அவரிடம் முகம் கொடுத்துப் பேசவில்லை.

அவர் துறைக்கான அமைச்சரைப் பார்த்ததும் 'மாறுதல் கொடுத்த இடத்திற்கு முதலில் போய்ச் சேர். அப்புறம் பார்க்கலாம்' எனப் பதில் வந்தது. வேறு வழியில்லாமல் போய்ச் சேர்ந்தார். அரசரைத் தான் ஒருபோதும் இழிவுபடுத்தவில்லை என்றும் தான் ஓர் அரச விசுவாசி என்றும் சொன்னார். ஒருமுறை அரசர் நெடுஞ்சாலை வழியாகக் காரில் போய்க் கொண்டிருந்தபோது அச்சாலையில் இருசக்கர வாகனத்தில் வந்த தான் சட்டென இறங்கி வண்டியை நிறுத்திவிட்டு இடுப்பளவு குனிந்து அரசரின் காரை வணங்கியது உட்படப் பல சான்றுகளைக் காட்டி விளக்கக் கடிதம் எழுதினார். ஆனாலும் ஒன்றும் நடக்கவில்லை. அவர் ஒருபுறமும் குடும்பம் ஒருபுறமும் கிடந்து அல்லாடுகிறார்கள். இப்போது தன் சேமிப்பிலிருந்து எடுத்துப் பை நிறையப் பணத்தை வைத்துக்கொண்டு தலைமை அலுவலகப் படியேறிக் கொண்டிருக்கிறார்.

குமராசுரர் இந்த மாதிரியான விஷயங்களில் மிகவும் எச்சரிக்கையாக இருப்பார். அரசு ஊழியரைப் பொருத்தவரை ஒரு விதியைக் கட்டாயம் கடைபிடிக்க வேண்டும் என்பார். எதையும் முதலில் நாம் செய்யக் கூடாது; யாராவது ஒருவர் தொடங்கட்டும் என்று காத்திருந்து அப்புறம்தான் நாம் செய்ய

வேண்டும். இரண்டு மூன்று நான்கு என்று பலருக்கும் வாய்ப்பை வழங்கிவிட்டுக் கடைசியாக இருந்தோமானால் பிரச்சினையே வராது. இதோ இப்போதுகூட அவர் இருக்கைக்கு மேலே பழைய நாட்காட்டிதான் தொங்குகிறது. புத்தாண்டு தொடங்கி ஐந்து மாதம் ஆகிவிட்டது. இன்னும் இரண்டு மூன்று மாதம் தேதி பார்க்காமல் ஓட்டிவிட முடியாதா? காலையில் எழுந்ததும் வீட்டிலேயே தேதி, மாதம் எல்லாம் ஒருமுறைக்கு இருமுறையாகப் பார்த்து மனப்பாடம் செய்துகொள்வது அவர் வழக்கம்.

அரசு நாட்காட்டி வந்து சேர்ந்த பிறகு போன வருச நாட்காட்டியைப் பவ்வியத்துடன் கழற்றி எடுத்து அலுவலகத்தின் பழைய ஆவணங்கள் வைக்கப்பட்டிருக்கும் பழைய இரும்பு அலமாரிகளில் ஒன்றில் வைத்துவிடலாம் என்று திட்டமிட்டிருக் கிறார். அப்படி அவர் ஆவணமாக்கிய பல வருச நாட்காட்டிகள் அங்கே இருக்கின்றன. எப்போது அரசு கேட்டாலும் அவரால் சான்றாதாரத்துடன் கொடுக்க முடியும். அவருடைய பணி அனுபவ ஆண்டு எண்ணிக்கையும் நாட்காட்டிகளின் எண்ணிக்கையும் சமம். பணி ஓய்வுக்குப் பிறகு நாட்காட்டிகளை அடுத்துப் பொறுப்பு எடுத்துக்கொள்பவரிடம் பட்டியலிட்டு எழுதிக் கையொப்பம் பெற்றுக்கொண்டு வழங்கிவிடலாம் எனத் தீர்மானித்திருக்கிறார். அதற்கு மேல் அவரை யார் என்ன செய்துவிட முடியும்? நிலைமை இப்படி இருக்க அவரால் அரசியல் பேச முடியுமா?

இப்படித்தான் ஒவ்வொன்றும் இருக்கிறது. அதைப் பேசு, இதைப் பேசு என்று நண்பர் தூண்டிவிடுகிறார். ஏதாவது சிக்கலில் மாட்டிக்கொண்டால் வேடிக்கை பார்க்கலாம் என்பது அவரது எண்ணமாக இருக்கும். மகனிடம் வேறு எதைப் பேசுவது எனத் தெரியாமல் அந்தப் பழைய ஏழு கேள்விகளையே தினமும் கேட்டுக்கொண்டிருந்தார். ஆனால் அவர் மனைவி மங்காசுரி அப்படியல்ல. மகனிடம் வெகுநேரம் பேசுவார். அவனிடமிருந்து அழைப்பு வந்ததும் செல்பேசியைக் கையில் எடுத்துக்கொண்டு சமையலறைக்குப் போய்விடுவார். அங்கிருந்து சிரிப்புச் சத்தமும் புரிபடாத பேச்சொலியும் அவருக்குக் கேட்கும். காதுகளைக் கூர் தீட்டிக்கொண்டு கேட்டுப் பார்ப்பார். ஒன்றும் புரியாது. சமையலறைச் சுவரோரம் போய் நின்றுகொள்ளலாமா எனத் தோன்றுவதுண்டு. மனைவி கண்ணில் பட்டுவிட்டால் எப்படிச் சமாளிப்பது எனப் பயம். எனினும் மனைவி பேசி முடிக்கும்வரை அவரால் எதுவும் செய்ய முடியாது. எப்போதும் குறைந்தது கால்மணி நேரம் ஆகும். சிலசமயம் அரைமணி நேரம்கூட ஆகும்.

வீட்டை விட்டு வெளியே போயறியாத மனைவிக்கு இத்தனை நேரம் மகனிடம் பேச என்ன விஷயம் இருக்க முடியும்? 'அப்படி

என்னதான் பேசுவ அவங்கிட்ட?' என்று கேட்டால் அதற்குத் தெளிவான பதில் வராது. 'பெத்த பையங்கிட்டப் பேச விசயமா இல்ல?' என்பார் அவர். என்னென்ன விஷயங்கள் பேசுவார்கள் எனச் சொல்வதில்லை. தம் மண்டையைப் போட்டுடைத்துப் பலவிதமாகக் குமராசுரர் யோசித்துப் பார்த்தும் எந்த ஒரு முடிவுக்கும் வர இயலவில்லை. சிலசமயம் மனைவி சொல்வார், 'ஆசயாப் பேசுனாப் பையன் பேசுவான். அதச் செய்யாத இதச் செய்யாதன்னு எப்பவும் அவனக் கரிச்சுக் கொட்டுனா எப்பிடிப் பேசுவான்?' தான் கேட்கும் ஏழு கேள்விகளில் எதுவாவது அவனைக் கரித்துக் கொட்டுவதாக இருக்கிறதா? தூக்கம் வராத இரவுகளில், பெரும்பாலும் எல்லாமே அவருக்குத் தூக்கம் வராத இரவுகள்தான், ஏழு கேள்விகளையும் திரும்பத் திரும்ப நினைவுக்குக் கொண்டு வந்து யோசிப்பார்.

'நல்லாருக்கியாய்யா?' என்பதில் என்ன கரித்துக்கொட்டல்? மகனை அதிகாரத்தோடு 'டா' போட்டுக்கூட அவர் அழைப்ப தில்லை. 'ஐயா'தான். ஒரு பேச்சைத் தொடங்கும்போது நலம் விசாரிப்பில்தானே தொடங்கியாக வேண்டும்? ஆக, முதல் கேள்வியில் எந்தப் பிரச்சினையும் இல்லை.

'காலேஜ்க்குப் போனியாய்யா?' என்பது இரண்டாம் கேள்வி. இன்றைக்கு உன்னுடைய வேலைகளைச் சரியாகச் செய்தாயா என்பது இதன் அர்த்தம். ஒருவேளை கல்லூரிக்குப் போகாமால் ஏமாற்றுகிறான் என்னும் எதிர்மறைப் பொருளில் இக்கேள்வி அமைந்துவிடுகிறதோ? ஆக, இது கொஞ்சம் பிரச்சினை உள்ள கேள்விதான் போலும். இந்தக் கேள்வியை மாற்றிப் பார்க்கலாம். 'இன்னைக்குக் காலேஜ் நடந்துச்சாய்யா?' வழக்கமாக நடக்காது என்று அர்த்தமாகிவிடும். 'இன்னைக்குக் காலேஜ் நல்லா நடந்துச்சாய்யா?' வழக்கமாக நன்றாக நடக்காது என்பதாகாதா? இந்தக் கேள்வியையே விட்டுவிடலாமா? அப்படியானால் அவனிடம் பேச ஒரு கேள்வி குறைந்துவிடும். அதற்குப் பதிலாக எதையாவது சேர்க்கலாமா? இதே பொருள் வருகிற மாதிரியான கேள்வி எதுவும் புத்திக்கு எட்டவில்லை. வேறொன்றைக் கண்டுபிடிக்கும்வரை இந்தக் கேள்வியே இருக்கட்டும் என முடிவெடுத்திருக்கிறார்.

'சாப்பிட்டயாய்யா?' இது அடுத்த கேள்வி. சாதாரண விசாரிப்பு. யாரைப் பார்த்தாலும் அன்பை வெளிப்படுத்த இந்தக் கேள்வியைக் கேட்பது இயல்பு. இதன் துணைக் கேள்விகளாக 'என்ன சாப்பிட்டய்யா?', 'காலையில என்ன சாப்பிட்டய்யா?', 'மத்தியானம் என்ன சாப்பிட்டய்யா?', 'சாப்பாடு புடிச்சிருக்குதாய்யா?' என்றெல்லாம் கேட்கலாம்தான்.

அதற்குப் பதிலும் சொல்லக்கூடும். ஆனால் அவருக்கு அதில் பயமுண்டு. சாப்பிட்டவற்றை வேண்டா வெறுப்பாகவும் பிடிக்கவில்லை என்றும் சொல்லிவிட்டால் என்ன செய்வது? அதை நினைத்து மருகித் தவிக்க வேண்டியிருக்கும். மேலும் அதைச் சாக்காக வைத்து 'இனிமேல் ஹாஸ்டலில் என்னால் தங்க முடியாது, வெளியில் அறை பார்த்துக்கொள்கிறேன்' என்று அவன் சொல்லிவிடலாம்.

பையனை அப்படி வெளியில் தங்க அனுமதிக்கக் கூடாது என்பதில் தொடக்கத்திலேயே அவர் கண்டிப்புடன் இருந்தார். விடுதி என்றால் குறைந்தபட்சக் கட்டுப்பாடுகள் இருக்கும். வெளியில் தங்கினால் அவன் என்ன செய்கிறான், எங்கே போகிறான், எப்போது வருகிறான் என்று யார் கண்காணிப்பது? பதின்பருவம் எந்த நேரத்திலும் குற்றம் புரியத் தயாராக இருக்கும் பருவம். குற்றப் போதைச் சுவையை ஒருமுறை ருசி பார்த்துவிட்டால் பின் ஒருபோதும் கட்டுப்படுத்த முடியாது. ஆகவே எச்சரிக்கையாக இருக்க வேண்டும். ஒரு விசாரிப்பின் நுனி பிடித்துக்கொண்டே போனால் அது பெரும் குற்றப் பரப்புக்குள் கொண்டுபோய்த் தள்ளிவிடும். இப்படித் துணைக் கேள்விகளின் விளைவுகள் பயங்கரமானவை என்பதால் அவற்றை உணர்வுப்பூர்வமாகவே தவிர்த்து வந்தார்.

'காசிருக்குதாய்யா?' என்னும் அடுத்த கேள்வி அக்கறையினால் வருவது. மகன்மீது தந்தைக்கிருக்கும் அக்கறையை இப்படித்தானே வெளிப்படுத்த முடியும்? அவர்தான் அவனுக்குத் தேவைப்படும் பணத்தைக் கொடுத்தாக வேண்டும். ஆகவே இந்தக் கேள்வியைத் தவிர்க்க முடியாது.

அடுத்த கேள்வியில் ஒரு பிரச்சினை இருக்கிறது. 'துணி தொவச்சுப் போட்டுக்கறயாய்யா?' வீட்டுக்கு ஒரே பிள்ளை. அவன் எதையும் செய்ய வேண்டியதில்லை. வீட்டுக்குள் வேண்டியதை அம்மா செய்து தந்துவிடுவார். வெளியில் தேவையானதை அப்பா செய்து தருவார். அதனால் அவனுக்கு இத்தனை காலம் படிப்பைத் தவிர வேறொன்றும் தெரியாது. துவைத்த துணிகளை ஒழுங்காக மடித்து அடுக்கி வைத்துக்கொள்வதோ அவற்றை முறையாக வைத்துப் பயன்படுத்தும் பழக்கமோ கிடையாது. அப்படியிருக்கத் துணி துவைப்பது பெரிய வேலை. மேலும் அது ஆரோக்கியம் சார்ந்தது. இன்னும் அவனிடம் 'குளிச்சியாய்யா?', 'துணி தேச்சிப் போட்டுக்கறயாய்யா', 'வெளிய நல்லாப் போனியாய்யா?' என்றெல்லாம் கேட்க வேண்டும் என உந்துதல் தோன்றும். அப்படி ஓரிரு முறை கேட்கவும் செய்திருக்கிறார். அந்த மாதிரி சந்தர்ப்பத்தில் எதுவும்

பேசாமல் சட்டென அழைப்பைத் துண்டித்திருக்கிறான். அவனை எரிச்சலடையச் செய்யும் கேள்விகளைக் கேட்கக் கூடாது என்று முடிவெடுத்திருப்பதால் இதிலும் துணைக் கேள்விகளைத் தவிர்த்துவிடுவார். ஆனாலும் அவன் சுத்தத்தின் மேல் நம்பிக்கை வைக்காத கேள்விதான் இது. அதற்கென்ன செய்வது?

'படிக்கறயாய்யா?' என்னும் கேள்வியை எவ்விதத்திலும் தவிர்க்க முடியாது. அவனிடமிருந்து தகவல் பெறும் பொருட்டுக் கேட்கப்படும் கேள்வியல்ல இது. அவன் கடமையை அவனுக்கு உணர்த்தும் கேள்வி இது. தன் கடமையை அவன் ஒருபோதும் மறந்துவிடக் கூடாது என்பதற்காகத் தந்தையின் நினைவூட்டல். இந்தக் கேள்வியை அவரால் விடவே முடியாது. தன் கடமையிலிருந்து தவறிய அபவாதத்திற்கு ஒருநாளும் அவர் உட்பட மாட்டார்.

கடைசிக் கேள்வியாக 'வெச்சிருட்டுமாய்யா?' என்பதைத் தவிர வேறென்ன கேட்க முடியும்? வைக்கும் முன் அவனிடம் அனுமதி கேட்கும் கேள்வி இது. கேட்காமல் வைத்துவிட்டால் அவனுக்கு இன்னும் ஏதாவது சொல்ல வேண்டி இருந்திருக்குமோ, அதற்குள் வைத்துவிட்டோமே என்னும் குடைச்சல் தாங்க முடியாது. ஆகவே அவன் அனுமதிக்கான கேள்வி இது.

ஆக அவரது ஏழு கேள்விகளும் தவிர்க்க முடியாதவை. அவனிடமிருந்து பதில் வருகிறதோ இல்லையோ அவர் கேட்டுத்தான் ஆக வேண்டும். தந்தை இவற்றையெல்லாம் கேட்பார் என்பது மனதில் நன்கு பதிந்திருக்க வேண்டும். வெறுத்தாலும்கூட அவனை அறியாமல் இந்தக் கேள்விகள் கொண்டு செலுத்தும். தந்தையின் கடமையிலிருந்து ஒருபோதும் அவர் விலகவில்லை; விலகவும் மாட்டார்.

3

மேகாஸுக்கு ஏதாவது தேவை என்றால் அம்மாவிடமே கேட்பான். அவன் கோரிக்கை வந்ததும் குமராசுரரிடம் வந்து மங்காசுரி இப்படிச் சொல்வார், 'கேட்டீங்களா கதய . . . உங்க அரும மவனுக்கு மாசச் செலவுக்கு ஆயரம் ரூவா வேணுமாம்.' 'உங்க அரும மவனுக்கு என்னமோ பொஸ்தவம் வாங்கோனுமாம். அதுக்கு நாளைக்கே ரண்டாயரம் வேணுமாம்.' கோரிக்கையின் போது மட்டும் 'அருமை மகன்' ஆகிவிடுவான். பண்டிகைக்குப் புதுத்துணி வேண்டுமா, நண்பர்களோடு சுற்றுலா போக வேண்டுமா, தன் படிப்புக்கு ஏதாவது வாங்க வேண்டுமா எதுவென்றாலும் அம்மா மூலமாகவே அவருக்கு வரும். எதையும் தன்னிடம் நேரில் கேட்காமல் இன்னொரு ஆள் வழியாகக் கேட்கிறானே என்னும் வருத்தம் அவருக்கு இருந்தது. சின்ன வயதில் அவரிடம்தான் அத்தனை நெருக்கத்தோடு இருந்தான். பலசமயம் அவன் தொந்தரவு தாங்க முடியாமல் ஏதாவது காரணத்தை வைத்துக்கொண்டு வீட்டை விட்டு வெளியே போய்விடுவார். அவனா இவன்?

அவர் மனைவி, அவன் அம்மா என்றாலும் மூன்றாம் மனிதர் ஒருவர் மூலமாகத்தானே வருகிறான். தன்மேல் அவனுக்குக் கொஞ்சம்கூடப் பாசமோ அன்போ இல்லையோ என்றெல்லாம் வருந்தினார். யோசிக்க யோசிக்க அவருக்கு இன்னொரு கோணம் பிடிபட்டது. நேரடியாகக் கேட்டால் எதுவாக இருந்தாலும் 'இல்லை' என்று சொல்லித் தவிர்க்க முடியாது. இன்னொருவர் மூலமாகக் கேட்டால் கொஞ்சம் திட்டலாம், பிகு பண்ணலாம், சிறிது தாமதிக்கலாம். இப்படி எல்லாம் செய்து கொடுத்தால் எதுவும் சுலபமாகக் கிடைக்காது, கொஞ்சம் மெனக்கெட வேண்டும் என்னும் உணர்வு அவனுக்கு வரும். யோசித்துச்

செலவு செய்யும் பழக்கமும் வந்து சேரும். இப்படியே இருக்கட்டும் எனத் தன்னைத் தேற்றிக்கொண்டார்.

நேற்றுவரை இப்படித்தான் எல்லாம் போய்க்கொண்டிருந்தன. தூக்கம் வருகிறதோ இல்லையோ சரியாக இரவு பத்து மணிக்குப் படுக்கை விரித்துவிடுவார். அலுவலக வேலைகள், குடும்ப வேலைகள் என உள்ளுக்குள் ஏதேதோ படம் ஓடும். ஒரு மணி நேரமோ இரண்டு மணி நேரமோ எல்லாம் ஓடி முடித்துக் களைப்பில் உறக்கம் வரும். எந்த நேரம் படுத்தாலும் உள்ளோடுவதற்கான நேரத்தைக் கொடுத்துத்தானாக வேண்டும். அதனால் பத்து மணிப் படுக்கை. அவர் மகன் இரவுப் பறவை. இரவில் எவ்வளவு நேரம் விழித்திருக்கிறான், என்ன செய்கிறான், எப்போது தூங்கப் போகிறான் என்பது அவனுக்கே தெரியாது. கேட்டால் 'தூக்கம் வரும்போது தூங்குவேன்' என்பான்.

யோசித்தால் அது நல்ல கொள்கையாகத்தான் படுகிறது. ஆனால் இரவு என்பது உறங்குவதற்குத்தானே. விடிய விடிய விழித்திருந்துவிட்டு விடிந்த பின் உறங்குவது ஏன்? கிளம்பும் பொழுதின் முகத்தில் விழிக்காமல் இருந்தால் ஒருவனின் நாள் நன்றாகக் கழியாது. விடிகாலையில் எழும் பறவைகள் பொழுது இறங்கியதும் கூடடைகின்றன. அதற்குப் பின் அவற்றின் சத்தத்தையே கேட்க முடியாது. விளக்குகளை அணைத்து விட்டாலும் செல்பேசி வெளிச்சம் அவன் முகத்திற்கு முன்னால் அடித்துக் கொண்டேயிருக்கும். எரிச்சல் படுவதைத் தவிர வேறென்ன செய்ய முடியும்?

நேற்றும் அவர் படுக்கை விரித்துவிட்டார். உள்ளே அலுவலகம் பற்றிய படம் ஓடிக்கொண்டிருந்தது. கோப்பு ஒன்றை அரைமணி நேரம் தாமதித்துக் கொண்டு போனார் என்பதற்காக மேலதிகாரியிடம் திட்டு வாங்க வேண்டியிருந்தது. எப்போதாவது வரும் மேலதிகாரி அலுவலகத்தில் இருக்கும்வரை செய்யும் வெட்டி அதிகாரம் தெரிந்து மௌனமாக நின்றிருந்தார். அவரிடம் நேரில் சொல்ல முடியாத பதில்களை இப்போது அவரை எதிரே நிறுத்திச் சொல்லிக்கொண்டிருந்தார். அப்போது அவர் அறை மேஜை மேல் அதற்குரிய இருக்கையில் வைத்திருந்த செல்பேசி சத்தமிட்டது. படம் நின்று சத்தம் நன்றாகவே கேட்டது. இந்நேரத்திற்கு அழைப்பவர் எவரும் இல்லையே என யோசனை ஓடியது.

அவருக்கு நெருக்கமானவர்களுக்கு நன்றாகவே தெரியும், பத்து மணிக்கு மேல் ஆகிவிட்டால் பேசியைக் குமராசுரர் தொடமாட்டார் என்பது. வெகுதூரத்தில் இருந்து பேசும் அதிகாசுரர்கூட நேரம் கெட்ட நேரத்தில் அழைக்க மாட்டார்.

பத்து மணிக்கு மேல் அப்படி ஏதும் சொல்ல வேண்டியிருந்தால் மங்காசுரிக்குத்தான் பேசுவார். அவரிடம் பேச மங்காசுரிக்கும் மிகவும் பிரியம். 'அண்ணா அண்ணா' என்றழைத்துக் கணவரைப் பற்றிய குறைகளை எல்லாம் ஒன்றுவிடாமல் சொல்லிவிடுவார். அவரும் தன்னாலான சமாதானங்களைச் சொல்வார். அகால வேளையில் அவர் சொன்ன செய்தியைக் காலையில் மங்காசுரி சொல்வார். ஆகவே இது ஏதாவது தவறான அழைப்பாக இருக்கும் அல்லது கம்பெனிக்காரனின் தொந்தரவாக இருக்கலாம் என நினைத்து எழாமல் அப்படியே படுத்திருந்தார். ஒருமுறை அழைப்புச் சத்தம் நின்று மறுபடியும் அழைக்க ஆரம்பித்தது. தொடர்ந்து வந்தால் ஏதாவது முக்கியமான அழைப்பாகத்தான் இருக்கும், பெரும்பாலும் உறவினர் யாராவது இறந்த செய்திதான் அகாலத்தில் வரும், யாரோ தெரியவில்லையே என நினைத்துப் பாய்ந்து எடுத்தார்.

அவர் நினைப்புக்கு மாறாக அழைத்தது அவர் மகன். எப்போதும் அவனுக்குத்தான் முன்னுரிமை என்பதால் 'அ' எழுத்தில் அவன் எண்ணைச் சேமித்திருந்தார். அதிலிருந்து அழைப்பு வருவதை நம்ப முடியாமல் சில நொடிகள் பார்த்தபடியே இருந்தார். அவருக்குள் சந்தோச ஊற்று பெருக்கெடுத்து எழுந்து வான்வரை பீச்சியடித்துப் பின் வழிந்தது. இந்த நேரத்திற்கு எதற்காக அழைக்கிறான்? அப்படி என்ன அவசரம்? யோசித்துக் கொண்டிருக்கும்போதே அழைப்பு நின்றுவிட்டது. மகன் அழைத்த விவரத்தை உடனே போய் மனைவியிடம் சொல்ல வேண்டும் என அவருக்கு ஆவலாக இருந்தது. மனைவி இன்னும் தூங்கியிருக்க மாட்டார். கழுவல், துடைத்தல், மூடல் அனைத்தும் இந்த நேரத்தில்தான் நடக்கும்.

எழுந்து வெளியே வந்தவருக்குச் சட்டென மனம் மாறியது. மனைவியிடம் சொன்னதும் அவர் 'ஆமா, மொதல்ல எங்கிட்டத்தான் பேசினான். நாந்தான் உங்ககிட்டப் பேசுன்னு சொன்னன்' என்றால் இந்தச் சந்தோசம் முழுக்கவும் போய் விடும். சரி, காலையில் சொல்லலாம் என வந்து படுத்துக் கொண்டார். இன்னொரு முறை அழைப்பானா, இல்லை, அப்பா அழைக்கட்டும் என்று இருந்துவிடுவானா எனச் சோதித்துப் பார்க்க ஆவலாக இருந்தது. மேஜையின் செல்பேசி இருக்கையில் வைத்துவிட்டு முன் போலவே வந்து படுத்துக்கொண்டார். ஆனால் மனம் நிலைகொள்ளவில்லை. எதற்காக இந்நேரத்திற்கு அழைத்திருப்பான்? விடுதியில் ஏதும் பிரச்சினையாக இருக்குமோ?

பையன்களுக்குள் அடிதடி ஏற்பட்டிருக்கலாம். இந்தப் பையன்கள் சின்ன விசயத்துக்கெல்லாம் அடித்துக்கொள்கிறார்கள்.

அதுவும் சாதாரண அடி அல்ல. ஒருவரை ஒருவர் காலி செய்துவிடும் வன்மத் தாக்குதல். போன வாரத்தில்கூட விடுதி ஒன்றில் இரண்டு குழுக்களுக்கு இடையே ஏற்பட்ட மோதல் பெரிய சண்டையாகிக் கைகால், மண்டை உடைந்து பல பேர் மருத்துவமனையில் கிடந்த செய்தி வந்தது. சில பேரைக் கைது செய்தார்கள். பேருந்தில் போகும்போது ஒருவன் இன்னொருவன் காலை மிதித்து விட்டானாம். மிதித்தவன் அசுர குலப் பிரிவுகளில் கீழ்ப்படியில் உள்ளவன். மிதிபட்டவன் மேற்படியில் உள்ளவன். அதில் ஏற்பட்ட வாய்த் தகராறு மேற்படிக்கும் கீழ்ப்படிக்குமான குழு மோதலாக மாறியது. அப்படி நடந்திருக்குமோ?

எவனாவது நண்பன் கூப்பிட்டான் என்று பைக் வண்டியில் போய் விபத்து ஏதாவது நடந்திருக்குமோ? இப்போதெல்லாம் ஒவ்வொருவனும் குதிரை உயரத்தில் வண்டி வைத்திருக்கிறான். அதுவும் பறக்கும் குதிரை. சாலையில் ஓட்டுகிற நினைவே எவனுக்கும் வருவதில்லை. வானத்தில் பறக்கிற நினைப்புத்தான். இந்த மாதிரி வண்டிகளை வாங்கிக் கொடுக்கும் அப்பன்களைத் தான் உதைக்க வேண்டும். நாள் தவறாமல் விபத்துச் செய்திகள் வந்தபடியே இருக்கின்றன. பெரும்பாலான விபத்துக்களில் இளவயதுப் பையன்கள்தான் சாகிறார்கள். இரண்டு நாளுக்கு முன் வந்த செய்தி ஒன்று அவர் மனதில் ஓடிற்று.

ஒற்றைக்கு ஒரே மகன் நண்பனுடன் பைக்கில் வேகமாகப் போனபோது விபத்து ஏற்பட்டு அதே இடத்தில் துள்ளத் துடிக்கச் செத்துப்போனான். அதை அறிந்து ஓடிப் போய்ப் பார்த்த அப்பனும் அம்மாவும் அதே இடத்தில் விஷம் குடித்து ஒரே நிமிடத்தில் செத்துப் போனார்கள். விஷத்தையும் மடியில் கட்டிக் கொண்டு போயிருப்பார்களா, எப்போது வாங்கியிருப்பார்கள், என்ன விஷமாக இருக்கும் அது என்றெல்லாம் அலுவலக உணவகத்தில் விவாதம் நடந்ததைக் கேட்டிருந்தார் குமராசுரர். தங்களுக்கும் ஒரே மகன்தான் என்னும் நினைவோடிற்று. மேகாஸுக்கு அப்படி ஏதும் நடந்தால் தங்கள் கதியும் அதுதானா என எண்ணிப் பயந்தார்.

இப்படி எல்லாம் மனமோட அவருக்குள் பதற்றம் கூடிற்று. உடனே எடுத்துப் பேசியிருக்கலாமோ. மீண்டும் அழைப்பு வரவில்லை. நாமே அழைப்போமா? அவசரமாக இருந்தால் உடனே மீண்டும் அழைத்திருப்பான். பெரிதாக ஒன்றும் இருக்காது. பொறு பொறு. இன்னும் கொஞ்சம் பொறு. கால் மணி நேரம் பொறுத்து அழைக்கலாம். 'கண்ணசந்துட்டன். இப்பத்தான் ஒன்னுக்குப் போக எந்திரிச்சன். மணி பாக்கலான்னு எடுத்தன், பாத்தா நீ கூப்பிட்டிருக்கற' என்று சமாளித்துப்

பெருமாள்முருகன்

பேசிவிடலாம். கழுதையின் காது போலக் காதுகள் விறைத்து எழுந்து நின்றன.

அவர் எதிர்பார்ப்பு பொய்க்கவில்லை. மீண்டும் அழைப்பு. எங்கே துண்டிக்கப்படுமோ என்னும் பதற்றத்தில் அழைப்பைச் சட்டென ஏற்றார். எடுத்ததும் 'அப்பா' என்று ஆவலாகக் குரல் வந்தது. பிரச்சினைக்குரிய ஏதுமில்லை எனக் குரல் காட்டியதும் தெளிவாகி முகம் முழுக்க மலர்ந்து விரிய அவன் வார்த்தையை இவர் பயன்படுத்திச் 'சொல்லுப்பா' என்றார். எடுத்த எடுப்பில் அவன் 'அப்பா எனக்கு ஒரு புது செல்போன் வேணும்' என்றான்.

'ஏய்யா, இருக்கறது என்னாச்சு?'

ஒருகணம் அமைதி. பிறகு சொன்னான்.

'அதெல்லாம் ஒரு போனான்னு கூடப் படிக்கற பசங்கெல்லாம் கிண்டல் பண்றாங்கப்பா. கேவலமா இருக்குதுப்பா.'

'செரிய்யா. ஊருக்கு வரும்போது கடைக்குப் போயிப் புதுசு ஒன்னு பாத்து வாங்கிக்கலாம், வா.'

'இல்லப்பா... ஆன்லைன்ல ஆர்டர் பண்ணிட்டா வீட்டுக்கே நேரா அனுப்பிருவாங்கப்பா.'

'அப்படியா, எவ்வளவாகும்?'

'அதான் பாத்துக்கிட்டு இருக்கறன். இன்னம் எதுன்னு முடிவு பண்ணல. எப்படியும் அம்பதுக்கு மேல வரும்பா. பாக்கறன், பாத்துட்டுச் சொல்றன்'

என்றவன் அழைப்பைத் துண்டித்துவிட்டான். கொஞ்ச நேரம் அவருக்கு எதுவும் புரியவில்லை. மகன் பேசியது உண்மைதானா? அவனா பேசினான்? ஏதோ சொன்னானே. செல்பேசி வேண்டும் என்றுதானே. விலை சொன்னானே. ஆமாம், ஐம்பதுக்கு மேல் வரும் என்றானே. ஐம்பது என்றால் ஐம்பதாயிரம் அல்லவா? அத்தனை விலையில் செல்பேசியா? அவரால் உட்கார முடியவில்லை. படுத்துப் பார்த்தார். படுக்கவும் முடியவில்லை. நாக்கு வறண்டு தொண்டை அடைத்தது. மாரடைப்பு வந்துவிடுமோ எனப் பயந்தார். மருத்துவப் பரிசோதனைக்குப் போய் ஒருமாதம்தான் இருக்கும். எல்லாம் கட்டுப்பாட்டில்தான் இருந்தன. என்றாலும் மாரடைப்பு எப்போது வரும் என்று யாரால் சொல்ல முடியும்? சட்டென எழுந்து புட்டி நீரைக் கடகடவென்று குடித்தார். படபடப்பு நீங்கிய மாதிரி தெரிந்தது.

மெல்லக் கதவைத் திறந்து வெளியே வந்தார். சமையலறையில் வெளிச்சம் இருந்தது. சத்தமும் கேட்டது. மனைவியிடம் இப்போது சொல்லலாமா என ஒருகணம் தோன்றியது. என்ன சொல்ல? மகன் சொன்னது இன்னும் அவருக்கே தெளிவாகவில்லை. வெளிக்கதவைத் திறந்துகொண்டு மொட்டை மாடிக்குப் போனார். நிலவில்லை. விண்மீன்கள் இரைந்து கிடந்தன. அவற்றால் இருளை வெல்ல முடியவில்லை. கைப்பிடிச் சுவர் அருகில் போட்டிருந்த காரைப் பலகையின் மீதமர்ந்தார். மகன் என்ன சொன்னான்? செல்பேசி வேண்டும் எனக் கேட்டான். எவ்வளவு விலை சொன்னான்? ஐம்பதாயிரத்துக்கு மேல் வரும் என்றான். ஐம்பதாயிரத்துக்கு மேல் என்றால் அறுபதா, எழுபதா, எண்பதா, தொண்ணூறா? தொண்ணூற்று ஒன்பதாயிரத்துத் தொள்ளாயிரத்துத் தொண்ணூற்றொன்பதாகவும் இருக்கலாம். அதாவது ஒரு லட்சத்திற்கு ஒரு ரூபாய் குறைவு. இப்போது பெருநிறுவனங்கள் யாவும் இப்படித்தானே விலை வைக்கின்றன. தொண்ணூற்றொன்பது, நூற்றுத் தொண்ணூற்றொன்பது . . . தொள்ளாயிரத்துத் தொண்ணூற்றொன்பது . . .

இத்தனை விலைக்கு எதற்குச் செல்பேசி? இதை வாங்கிக் கொடுக்க முடியாது என்று இப்போதே சொல்லிவிட வேண்டும் என நினைத்தார். செல்பேசியைக் கீழேயே வைத்துவிட்டு வந்திருந்தார். என்றாலும் என்ன, போய் எடுத்து வந்து இப்போதே 'முடியாது' என்று சொல்லிவிடலாம். எதுவும் சொல்லாமல் இருந்தால் அப்பா ஏற்றுக்கொண்டார் என்று நினைத்துக்கொள்வான். இன்னொரு எண்ணமும் உடனே தோன்றியது. ஏதோ சிறுபையன். உடனிருக்கும் பையன்கள் சொல்லி ஆசைப்பட்டிருப்பான். அவனுக்கு விவரம் போதாது. கேட்டுவிட்டான். உடனே மறுத்தால் அவனுக்குச் சங்கடமாகிவிடும். இன்றைக்கு ஒருநாள் விட்டு நாளைக்குச் சொல்லலாம். இல்லாவிட்டால் கல்லூரிக்கே நேரில் போய்ப் பேசிவிட்டு வரலாம். வாங்கிக் கொடுப்பதில்லை என்பதில் அவர் தெளிவாக இருந்தார். இப்போதைய பிரச்சினை அவனிடம் அதை எப்படித் தெரிவிப்பது என்பதுதான். அவருடைய சுபாவப்படி 'எதையும் கொஞ்சம் தள்ளிப்போட்டு யோசிப்பது நல்லது' என்று முடிவெடுத்தார்.

4

மனம் பிதற்றிக் கொண்டேயிருந்து. இத்தனை விலைக்குச் செல்பேசி வேண்டும் எனக் கேட்க அவனுக்கு எப்படித் தைரியம் வந்தது? அதுவும் நேரடியாகக் கேட்கிறானே. அவன் அம்மாவுக்குத் தெரிந்திருக்குமா? அம்மாவும் அதிர்ந்து போய் 'நான் கேட்க மாட்டேன். வேண்டுமானால் நீயே கேட்டுக்கொள்' என்று கை கழுவிய பிறகே துணிந்து நேரடியாகப் பேசியிருப்பானா? அப்பாவின் வேலை, சம்பளம், குடும்ப நிலை எல்லாம் அவனுக்குத் தெரிந்திருக்கும்தானே. அப்புறம் எப்படிக் கேட்க முடிகிறது? இன்னுமா விவரம் இல்லாத சின்னப் பையன்?

இன்னும் நான்கே வருடம். ஒவ்வொரு பருவத்திலும் தொண்ணூறு சதவீதம் மதிப்பெண் வாங்க வேண்டும். எப்படியும் எண்பதுக்குக் குறையாது என்பது அவர் முடிவு. படிப்பு முடிந்து விடும். கடைசி வருச வளாகத் தேர்வில் வேலையும் கிடைத்துவிடும். கை நிறையச் சம்பாத்தியம் கிடைக்கும். உடனே திருமணத்திற்குப் பெண் பார்த்தால் அதிகபட்சம் ஒரு வருசத்தில் முடித்து விடலாம். வேலையும் சம்பாத்தியமும் வந்த பிறகு தள்ளிப்போடக் கூடாது. மனம் அலைபாய ஆரம்பிக்கும். பணத்தை வைத்துக்கொண்டு என்ன செய்வது எனத் தெரியாது. பணத்தைக் கையில் பார்த்தால் பெற்றோரை மதிப்பானா என்பதும் சந்தேகம்தான்.

அவருடைய திட்டத்தில் எந்த இடத்திலும் செல்பேசி கிடையாது. புதிதாக வந்து முளைத்திருக்கிற சனியனை எப்படி விலக்குவது? இந்த ஆசை அவனுக்குள் பாலாடை போல உருவாகியிருக்கிறதா, புற்றுப் போல எழும்பியிருக்கிறதா? பாலாடை என்றால் ஒரே ஊதலில் ஓரம் கட்டிவிடலாம். ஒற்றை விரலால் சுருட்டியெடுத்து வீசிவிடலாம்.

புற்றென்றால் அழிப்பது சுலபமல்ல. அதன் மூலம் எங்கே இருக்கிறது என்பதைக் கண்டறிவது கடினம். மண்ணோடு மண்ணாய் நிரவிய பிறகும் ஓரிரு நாள் அவகாசத்தில் ஈரமண் எழுந்திருக்கும். இவனுக்குள் இந்த ஆசை எப்படி வந்து முளைத்திருக்கும்? உடனிருக்கும் பையன்கள் அவன் வைத்திருக்கும் செல்பேசியைக் கேலி பேசுகிறார்களாமே. அவர்கள்தான் இந்தப் புற்றைக் கட்டி எழுப்பியிருப்பார்கள். சில பணக்கார வீட்டுக் கழுதைகள் படிக்கவென்று வந்துவிடுகின்றன. அவற்றுக்குப் படிப்பு மேல் ஒருபோதும் அக்கறை இருப்பதில்லை. அப்பன்கள் சம்பாதித்து வைத்த கோடிகள் கொட்டிக் கிடக்கும். அவற்றில் கொஞ்சத்தை அள்ளிச் சட்டைப்பையில் போட்டுக்கொண்டு வந்துவிடுவான்கள். எந்நேரமும் பணத்தைச் செலவழிக்க வேண்டும். அதற்கு எதையாவது உருவாக்கிக்கொண்டே இருப்பான்கள். மகன் மனதில் ஏறிவிட்ட இந்த முள்ளை எப்படிக் களைந்தெடுப்பது?

சுவர் மேல் சாய்ந்து யோசித்துக் கொண்டிருந்தவருக்குக் காலடிச் சத்தம் கேட்கவேயில்லை. 'இன்னைக்கும் தூக்கம் வர்லியா? எந்தக் கோட்டயப் புடிக்க இப்பிடி அண்ணாந்து பாத்துக்கிட்டுக் கெடக்கறீங்க?' என்று அவர் அருகில் மங்காசுரியின் குரல் கேட்டதும் விடுபட்டார். மனைவியிடம் இந்த விஷயத்தைப் பேசலாமா வேண்டாமா எனக் குழப்பமாக இருந்தது. மகன் ஏற்கனவே பேசியிருப்பான். இப்போது அவர் என்ன நினைக்கிறார் என நோட்டம் பார்க்கத்தான் இந்தப் பீடிகை. சதித் திட்டத்தில் பங்கு பெற்றுவிட்டு ஒன்றும் தெரியாதது போலப் பாவனை. 'என்ன பேச்சயே காணாம்? வானத்துல மீன எண்ணிக்கிட்டு இருக்கறீங்களா? எண்ணி முடிக்க உங்க ஆயுசு போதுமா?' என்றார் மங்காசுரி. தூண்டிலைத் தன் கையில் எடுத்தார் குமராசுரர்.

'உம்மகன் பேசுனானா?'

'பேசுனானே, ஒரு ஒம்போது மணியிருக்கும். நல்லாப் பேசுனானே, மெஸ்ஸுல இன்னைக்குக் குழிப் பணியாரம் போட்டாங்களாமா, பத்துப் பதினைஞ்சு தின்னானாமே. ஆனாலும் நான் சுடற மாதிரி வல்லீன்னு சொன்னானே. ஊருக்கு வாடா கண்ணு, நல்லதா நான் சுட்டுத் தர்றன்னு சொன்னனே.'

'பணியாரக் கததான் பேசுனீங்களா? வேற ஒன்னும் சொல்லுலியா?'

'சொல்லுலியே.'

'நெசமே?'

'நெசந்தாங்க. உங்ககிட்ட எதுனா சொன்னானா? என்னமோ மனசுல வெச்சுக்கிட்டுக் கேக்கற மாதிரி இருக்குது. அப்பிடி எதும் முக்கியமாச் சொல்லியிருந்தானா நான் சொல்ல மாட்டனா? உங்ககிட்டச் சொல்லாத நான் ஆருகிட்டப் போயிச் சொல்லுவன்? ஊடே கதி உருவாரமே சரணமுன்னு கெடக்கறவ நானு.'

'செரி, செரி. நிறுத்து.'

'நாலு வார்த்த நான் பேசீட்டா உங்களுக்குப் பொறுக்காதே. என்ன சொன்னான்? ஏன் இப்பிடி மருவறீங்க?'

'உம்பையன் அதிசயமா இன்னைக்கு எனக்குப் பேசுனான். ஆனா ஏன் பேசுனான்னு ஆயிப்போச்சு. பேசாத கெடந்த கொழந்த மொத மொத வாய் தொறந்து பேசுச்சாமா, எப்பம்மா தாலி அறுப்ப அப்படீன்னு. அந்தக் கதயாச்சு இன்னைக்கு.'

'எதுனா பணச்செலவு வெச்சிட்டானா? என்னவாமா?'

'உம் பையனுக்கு புதுச்செல்போனு வேணுமாமா . . . புதுச்செல்போனு. அதும் அம்பதாயரத்துக்கும் மேல வெலயில.'

'அப்பிடியா கேட்டான், அப்பிடியா கேட்டான். ஆகா, நல்லா மாட்டிக்கிட்டீங்களா? வாங்கிக் குடுங்க வாங்கிக் குடுங்க.'

இருளில் மனைவியின் முகம் சரியாகத் தெரியவில்லை என்றாலும் நட்சத்திரங்களை மிஞ்சும் பொலிவு தோன்றியதையும் குரலில் குதூகலம் பெருகுவதையும் அறிந்தார். வாயிலேயே ஓங்கிக் குத்த வேண்டும் என்று வெறியாக வந்தது. அடக்கிக்கொண்டார். மேற்கொண்டு பேச அவருக்குத் தோன்றவில்லை.

'நாங் கேட்டா எதுனா வாங்கித் தர்றீங்களா? ஆசயா நல்ல சீல ஒன்னு வாங்கிக் குடுத்திருக்கறீங்களா? எதக் கேட்டாலும் இப்பப் பணமில்ல, அப்பறம் பாக்கலாம் பாக்கலாமின்னு சொல்வீங்க. உங்க அரும மகன் எது கேட்டாலும் வாங்கித் தந்துதான ஆவோனும்.'

மனைவியின் மகிழ்ச்சி அவருக்கு மேலும் எரிச்சலை ஊட்டியது.

'உனக்கு என்ன கொற வெச்சிட்டன். இந்த அளப்பு அளக்கற?'

'இங்க எது நெற? எல்லாம் கொறதான். கலியாணத்தப்பப் போட்டுக்கிட்டு வந்த ஒத்த நகையோட சரி. அதுக்கப்பறம் ஒன்னு எடுத்துக் குடுத்திருப்பீங்களா? எப்பக் கேட்டாலும்

நமக்குப் பொண்ணா இருக்குது, நக சேத்து வெக்கன்னு சொல்லி வாயடச்சிருவீங்க. என்னயப் பாத்தா உங்களுக்குப் பொம்பளையாத் தெரியறதில்ல.'

'ஆமா நகய மாட்டிக்கிட்டுப் பொம்மையா நிக்கப் போறயா? உம் மவனுக்கு மட்டும் இப்ப அம்பதாயரம் போட்டு வாங்கிக் குடுக்கப் போறனா? எங்கிட்ட ஏது காசு? எல்லாம் அவனச் சேக்கறதுக்கே ஏராளம் செலவாயிப் போச்சு.'

'இப்ப இப்படித்தான் சொல்வீங்க. ஓசிச்சி ஓசிச்சிக் கடசீல வாங்கிக் குடுத்திருவீங்க. அதுதான உங்க பழக்கம். வேண்ணாப் பந்தயம் கட்டிக்கலாமா?'

'உங்கிட்டப் பந்தயம் கட்டித்தான் ஜெயிக்கறன்.'

'செரி, என்ன போனு வேணுமின்னான்? பேரு சொன்னானா?'

'அதெல்லாம் ஒன்னும் சொல்லுல. என்னமோ பாத்துக்கிட்டு இருக்கறன்னான். உனக்கு அஞ்சாறு கம்பெனி தெரியுமா?'

'எல்லாம் எனக்கும் தெரியும். உங்களாட்டமா ஒன்னயும் தெரிஞ்சிக்காத இருப்பாங்க? இப்ப நான் கேக்கறன், அந்தப் போனக் குடுங்க.'

'நான் எடுத்துக்கிட்டு வர்ல.'

அவர் மனைவி ஒரே ஓட்டமாகக் கீழே இறங்கிப் போனார். காலில் அப்படி ஒரு துள்ளாட்டம். மனைவி மனதில் தன்மீது இத்தனை வெறுப்பு தேங்கிக் கிடக்கிறது என்பதை அறிந்து சோர்ந்து போனார். மகன்தான் சிறுவயது. இன்னும் உலக விஷயம் பிடிபடவில்லை. மனைவிக்குமா? அவருடைய வேலை அரசாங்கப் பற்சக்கரத்தின் கடைசிப்பல். கடைவாய்ப் பற்கள் என்னதான் வேலை செய்து கொடுத்தாலும் அவற்றுக்குச் செல்வாக்கு ஏது? எடுப்பாய்த் தெரியும் முன்னம் பற்களுக்கே முக்கியத்துவம். அவற்றுக்குத்தான் சம்பளமும் அதிகம். கடைப்பற்களுக்குக் கிடைப்பதெல்லாம் கொசுறு.

அந்த அலுவலகத்தில் கீழ்நிலை எழுத்தராகப் பணியில் சேர்ந்தார் அவர். கூடுதல் வருமானம் ஏதுமற்ற புள்ளிவிவரத் துறையில் பணி. அரசாங்கம் கேட்கும் புள்ளிவிவரங்களை ஒவ்வொரு துறையிடமும் கேட்டு வாங்கிக் கொடுக்க வேண்டும். தினந்தோறும் பலவிதமான கடிதங்களை எழுதுவதும் அனுப்புவதும் தான் வேலை. மாவட்ட நிர்வாகப் பெருங்கட்டிடத்தின் ஒரு கடைக்கோடியில் யாருக்கும் தெரியாத பொந்து ஒன்றுக்குள் சுருங்கிக் கிடக்கும் பகுதி அவரது அலுவலகம். அங்கே ஈக்களும்

கொசுக்களுமே வரும். அவர் துறைக்கென்று ஒருபோதும் நிரந்தர மேலதிகாரி கிடையாது. வேறு ஏதாவது துறைக்கு இயக்குநராக இருக்கும் ஒருவரே இதற்கும் பொறுப்பாக இருப்பார். அவர் எப்போதாவது இந்த அலுவலகத்திற்கு வருவார். பெரும்பாலும் அவர் இருக்கும் இடத்திற்கே கோப்புகள் போய்விடும்.

அதில் கொஞ்சம் கொஞ்சமாக உயர்ந்து இப்போது கண்காணிப்பாளர் பதவி. பதவிதான் உயர்ந்திருக்கிறதே தவிர வேலை மாறவில்லை. இந்தத் துறைகளுக்கெல்லாம் எதற்கு ஆள் என்று யோசித்துப் புதிதாக யாரையும் போடுவதில்லை என அரசாங்கம் முடிவெடுத்திருக்கிறது. கண்காணிப்பாளராக இருந்தாலும் இப்போதும் எழுத்தருக்குரிய வேலையைத்தான் செய்துகொண்டிருக்கிறார். சம்பளத்திலும் பெரிய உயர்வு ஒன்றுமில்லை. விலைவாசி ஏறுவதற்கேற்ப ஊதியமும் உயர்ந்திருக் கிறது. அவ்வளவுதான். வங்கிக் கடன் வாங்கிச் சிறு வீட்டைக் கட்டியிருக்கிறார். ஓய்வு பெற்றுச் சில ஆண்டுகள் வரைக்கும்கூட அதற்குத் தவணைத் தொகை செலுத்த வேண்டும். அதைத் தாண்டி மகனைப் படிக்க வைக்க முடிந்திருக்கிறது. இதில் நகைநட்டு, பாத்திரபண்டம் எல்லாம் வாங்கிக் குவிக்க முடியுமா? கட்டுப்பாடாக இருந்ததால்தான் இதுவாவது நடந்திருக்கிறது. இந்த விவரத்தை மனைவிகூட அறியவில்லை என்றால் யார்தான் அறிவார்கள்?

இருந்த இடத்திலிருந்து அசையாமல் கல்லாகி அவர் யோசித்துக்கொண்டிருந்தார். அதற்குள் மகனிடம் பேசி முடித்துவிட்டு மேலேறி வந்தார் மங்காசுரி. தன்னிடம் மகன் சொன்ன தகவல்களை எல்லாம் அவரிடம் உற்சாகம் பொங்க ஒப்புவித்தார். எந்த நிறுவனப் பேசி வாங்குவது என மகன் தேர்வு செய்துவிட்டானாம். அந்தப் பேசி இன்னும் சந்தைக்கே வரவில்லையாம். ஆனால் அதன் வடிவமைப்பு, வசதிகள், கொள்ளளவு எல்லாம் இணையத்தில் வந்துவிட்டதாம். மிகவும் ஈர்க்கிற மாதிரியான அழகுடன் பொலிகிறதாம். அடுத்த மாதத்தின் நடுவில்தான் அதற்கான பதிவே தொடங்குகிறதாம். பதினைந்தாம் தேதி இரவு பன்னிரண்டு மணிக்கு இணையத்தில் பதிவுக்கான தளம் திறக்குமாம். ஒரே ஒருமணி நேரம் மட்டும்தான் அது இருக்குமாம். அதற்குள் பதிவு செய்துவிட வேண்டுமாம். எத்தனை பதிவாகிறதோ அத்தனை மட்டுமே தயாரிப்பார்களாம். அதில்தான் மகன் பதிவு செய்யப் போகிறானாம். தொகை எழுபத்து நான்காயிரத்துத் தொள்ளாயிரத்துத் தொண்ணூற்று ஒன்பது ரூபாயாம். தொகையை மகனது கணக்கில் போட்டுவிடச் சொல்கிறானாம்.

அதற்கப்புறமும் மனைவி ஏதேதோ சொல்லிக்கொண் டிருந்தார். மங்காசுரிக்குத் தானே இப்படி ஒரு நவீனப் பேசியை வாங்குவது போல அத்தனை மகிழ்ச்சி. பணத்தை யோசிக்கா விட்டாலும் பரவாயில்லை. இந்தப் பருவத்தில் மகனுக்கு எதற்கு இப்படி ஒரு பேசி என யோசிக்க வேண்டாமா? செய்தி கேட்டதி லிருந்து இங்கே ஒருவன் பித்துப் பிடித்தது போலக் கிடக்கிறானே என்னும் பரிதாபம்கூட இல்லையே. தம் உற்சாகத்தை வார்த்தைகளில் கொட்டிவிட்டுப் 'பித்துப் பிடிச்ச மாதிரி கெடக்காதீங்க. போயி நல்லாத் தூங்குங்க. பணத்துக்கு எப்படி ஏற்பாடு பண்றதுன்னு நாளைக்கு யோசிச்சுக்கலாம். போங்க' என்றார் அவர் மனைவி கடைசியாக. வாங்கிக் கொடுப்பது அல்லது அவர் வாங்கிக் கொடுப்பார் எனத் தெளிவாகவே முடிவெடுத்திருக்கிறார் மங்காசுரி. கட்டாயம் வாங்கிக் கொடுக்கப் போவதில்லை என்பதில் அவர் தெளிவாகவே இருந்தார். ஆனால் எப்படி அதைச் செயல்படுத்துவது என்பதுதான் பிரச்சினை. முதலில் மனைவியின் மனதை மாற்ற வேண்டும். அதன் பிறகே அவனைச் சரிசெய்ய முடியும். ஒரு சிடுக்கல்ல, இப்போது இரண்டு சிடுக்கு.

5

அவர்களுக்குத் திருமணமாகி நான்காண்டு களுக்குப் பிறகு மகன் மேகாஸ் பிறந்தான். குழந்தை பிறக்காதா என்று ஏங்கி, இனி அவ்வளவு தான், பிறக்காது என்று முடிவெடுக்க இருந்த சந்தர்ப்பத்தில் வந்துதித்த மாமணி அவன். அவர்கள் குலதெய்வமும் இராவணாசுரனின் மகனுமாகிய வீரன் மேகாசுரனின் பெயரை வைக்க வேண்டும் என்பது குமராசுரரின் பெற்றோர் விருப்பம். குழந்தை பிறந்தால் இரண்டு கதாயுதம் செய்து வைத்து இரண்டு எருமைக் கிடாய்களை வெட்டிப் பலியிடுவதாகக் குலதெய்வத்துக்கு அவர்கள் வேண்டுதல் செய்திருந்தார்கள். இரட்டைப் பொங்கல், இரட்டை உருவாரம் என எல்லாம் இரட்டையான வேண்டுதல். பையனாகப் பிறந்தால் மேகாசுரன் என்றும் பெண்ணாகப் பிறந்தால் மேகாசுரி என்றும் பெயரிடுவதாக இரட்டை வேண்டுதல். அப்போது அவர்கள் உயிரோடு இருந்தார்கள். தாய் சொல்லைத் தட்டாத பிள்ளையாகவும் தந்தை சொல் மிக்க மந்திரமில்லை என்பதைக் கடைபிடிக்கும் மகனாகவும் குமராசுரர் இருந்தார். ஆகவே குழந்தைக்கு வேறு பெயர் வைப்பதைப் பற்றி யோசிக்கவே இல்லை.

தெய்வத்தின் பெயரைப் பெரியவர்கள் சொல்லும்போது வேறு என்ன செய்ய முடியும்? ஆனாலும் கொஞ்சம் தயக்கத்தோடு பெயர் ரொம்பவும் பழையதாக இருக்கிறது என்று மங்காசுரி சொன்னார். மனைவியின் கருத்துக்கும் மதிப்புக் கொடுத்தாக வேண்டிய கட்டாயம் அவருக்கு. பெயர் வைப்பது இவரானாலும் பெற்றெடுத்துக் கொடுத்திருப்பவர் மனைவி. வெகுவாக யோசித்தார். தன் யோசனை போதாது எனத் தோன்றப் பெயருக்காகப் பலரையும் கலந்தாலோசித்தார்.

அவரோடு பள்ளியில் படித்த நண்பர் பூவாசுரர் மொழியாசிரியராக இருந்தார். அவரை எப்போதாவது வழியில் சந்திப்பதுண்டு. முதல்முறை சந்தித்தபோது அவரை மொழியாசிரியர் என்று நம்புவது கஷ்டமாக இருந்தது. அவர் நல்ல உயர்தரமான ஆடைகளை அணிந்திருந்ததுதான் காரணம். ஒன்றுக்கு இரண்டு முறை கேட்டு உறுதிப்படுத்திக் கொண்டார். இன்னொரு சந்திப்பின்போது 'அப்பறம் பட்டிமன்றமெல்லாம் பேசறியா?' என்று கேட்டார் குமராசுரர். அவர் வெட்கப்பட்டுக்கொண்டு 'அதுல எனக்கு ஆர்வமில்ல' என்று சொன்னார். பட்டிமன்றம் பேசாத ஒருவர் எப்படி மொழியாசிரியராக இருக்க முடியும்?

குமராசுரருக்கு அவர்மேல் பிடிப்பு குறைந்து போயிற்று. ஆனாலும் விடவில்லை. 'கல்யாணத்துக்கு வாழ்த்துப் பாட்டாச்சும் எழுதிக் குடுக்கறயா?' என்று கேட்டார். 'எனக்கு அதெல்லாம் வராது' என்றார் மேலும் சங்கோஜத்துடன். 'அப்பறம் என்னதான் செய்யற?' என்று எரிச்சலோடு கேட்டார். அவர் முகத்தில் குற்றவுணர்ச்சி படிந்தது. இனிமேல் எங்கும் தன்னை மொழியாசிரியர் என்று சொல்லிக்கொள்ளக் கூடாது என்னும் நினைப்பு அவருக்குள் ஓடியது போலும். மெல்லத் தயங்கியபடியே 'யாராச்சும் பசங்களுக்குப் பேச்சுப் போட்டிக்குக் கேட்டா எழுதிக் குடுப்பன். கொழைந்தங்களுக்குப் பேரு கேட்டாங்கன்னா பத்து இருபது பேரு எழுதிக் குடுப்பன்' என்று சொன்னார். பரவாயில்லை, மொழியாசிரியருக்குரிய நான்கு கடமைகளில் இரண்டை அவர் நிறைவேற்றுகிறார். அது போதும்.

மகனுக்குப் பெயர் பற்றிய யோசனை நடந்த மாதங்களில் பூவாசுரரின் நினைவு வந்து அவருடைய ஆலோசனை இருந்தால் நல்லது எனத் தோன்றியது. ஆனால் அவர் எந்தப் பள்ளியில் வேலை செய்கிறார் என்பது மறந்து போயிருந்தது. நகர வீதிகளில் நடக்கும்போது பூவாசுரரின் முகம் தென்படுமா எனத் தேடினார். வேறு எங்காவது மாறுதல் வாங்கிக்கொண்டு போய்விட்டாரோ? விசாரிக்க முற்பட்டார். மாவட்டக் கல்வியதிகாரி அலுவலகத்தில் எழுத்தராகப் பணியாற்றிக் கொண்டிருந்த ஒருவரை நண்பரின் நண்பரின் நண்பர் நண்பர் மூலமாகப் பிடித்துப் பூவாசுரரைக் கண்டுபிடித்தார். விடுமுறை நாள் ஒன்றில் அவர் வீட்டுக்கே இனிப்புப் பொட்டலத்தோடு சென்று விவரம் சொன்னார். பூவாசுரர் ஒன்றும் யோசிக்கவில்லை. வீட்டுக்குள் போய் வந்தவர் கையில் 'ஆண் குழந்தைப் பெயர்கள்' என்னும் தலைப்பிடப்பட்ட ஒருபக்க நகல் ஒன்று இருந்தது. அதைக் கொடுத்து தேர்ந்தெடுத்துக் கொள்ளச் சொன்னார் .

அந்தத் தாளை வாங்கிப் பையில் வைத்துக்கொண்டார். பெற்றோரின் விருப்பப் பெயராகிய 'மேகாசுரன்' என்பதைச் சொல்லி அதில் பழமையின் வீச்சம் அடிப்பதைக் கவலையோடு பகிர்ந்துகொண்டார். பூவாசுரர் முகத்தில் இப்போது சிரிப்பு. 'மேகாசுரன் என்பது பழமையானதுதான். பழமைக்கும் புதுமைக்கும் ஒரே ஒரு வேறுபாடு மட்டுமே இருக்கிறது. பழமைக்கு வால் நீளம். வாலைக் கொஞ்சம் நறுக்கிவிட்டால் புதுமை. மேகாசுர் என்று வைத்துக்கொள்' என்றார் அவர். அது அருமையான மாற்றமாகத் தோன்றியது. அந்தக் கணத்தில் பூவாசுரரை மொழியாசிரியராக ஒத்துக்கொண்டது குமராசுரரின் மனம்.

பெற்றோரைப் பொருத்தவரை மேகாசுரன் என்றே இருக்கட்டும். நாம் மட்டும் காலத்திற்கேற்ற வகையில் பெயரைச் சுருக்கி 'மேகாசுர்' என்று வைத்துக்கொள்ளலாம் என்றும் 'மேகா' எனக் கூப்பிட்டுக்கொள்ளலாம் என்றும் மனைவியிடம் சொன்னார். தன் கருத்துக்குக் கணவர் மதிப்புக் கொடுக்கிறார் என்பது மங்காசுரிக்குச் சந்தோசமாக இருந்தாலும் பெயரில் இன்னும் பழமையின் வால் நீளமாகவே இருக்கிறது என நினைத்தார். காரம் நாக்கில் சுர்ரென்று ஏறுவது போல அதென்ன மேகா... சுர்ர்... என்று சொல்லிக்கொண்டார். இரவு பகலாக ஒரு மாதம் இடைவிடாமல் யோசித்து 'மேகாசுர்'ரையும் சுருக்கி 'மேகாஸ்' ஆக்கினார் மங்காசுரி. இப்போது அருமையான பெயர் என்று எல்லோரும் சொன்னார்கள். 'ஸ்ஸ்' என்னும் போது பாம்பு இரைவது போலத் தோன்றினாலும் அவர் வாய் திறக்கவில்லை. எப்படியாவது பெயர் முடிவானால் போதும் என்னும் நிலைக்கு வந்திருந்தார். அப்படிப் பெயர் முதற்கொண்டு ஒவ்வொன்றையும் பார்த்துப் பார்த்துச் செய்து வளர்த்த ஒற்றைக்கு ஒரே செல்வம் மேகாஸ்.

தம் குழந்தையை மருத்துவராக்க வேண்டும் என்னும் கனவு இருவருக்கும் திருமணத்திற்கு முன்பே இருந்தது. குழந்தை கருக் கொண்டதும் 'மருத்துவர்' என்பது தீர்மானமாயிற்று. ஆகவே குழந்தைக்குப் பிறப்பு முதலே கல்வி கற்றுக் கொடுக்கத் தொடங்கினர். குழந்தையிடம் பேசும் போதெல்லாம் அதற்கு ஏதாவது கற்றுக்கொடுக்க வேண்டும் என்னும் நோக்கம் அதில் வெளிப்பட்டது. கையை மடித்துக்கொண்டு குழந்தை கதறும் போதெல்லாம் மருந்தேற்றிய ஊசியைப் பற்றியிருப்பது போலவே மங்காசுரிக்குத் தோன்றியது. ஒரு மருத்துவரைப் போலக் குழந்தை அளவாகச் சிரித்தது. கண்ணை மேலே செருகி மருத்துவராகவே யோசித்தது. மருத்துவருக்குரிய உடைகளின் வடிவத்திலேயே பார்த்துப் பார்த்துத் தைத்தும் எடுத்தும் கொண்டுவந்து போட்டு அழகு பார்த்தார் மங்காசுரி.

குமராசுரருக்கும் அதிலெல்லாம் உடன்பாடுதான். என்றாலும் மனைவி அளவுக்கு வெளிக்காட்டிக் கொள்ளாமல் இருந்தார். குழந்தைக்கு ஒன்றே முக்கால் வயது முடிந்தபோது கல்வியாண்டு தொடங்கியது. அப்போதே நல்ல பள்ளியாகப் பார்த்துப் பாலர் வகுப்பில் சேர்த்துவிட்டனர். தம் குழந்தையைச் சேர்க்கும் முன் நல்ல பள்ளியாக இருந்த அது சேர்த்த பின் இருப்பதிலேயே மோசமான பள்ளியாகத் தெரிந்தது. இரண்டு வயதுக் குழந்தைக்கு எழுத்துக்களைக்கூட முழுமையாகக் கற்றுத் தர முடியாததும் ஒரு பள்ளியா?

எப்போது அடுத்த கல்வியாண்டு வரும் என எதிர்பார்த்து இன்னொரு பள்ளியில் மொட்டு வகுப்பில் சேர்த்தனர். ஓட்டு வீடு ஒன்றுக்குள் அடங்கி இருந்தாலும் நன்றாகக் கற்றுக்கொடுக்கும் பள்ளி என அது பெயர் வாங்கியிருந்தது. எல்லாப் பெயரும் குழந்தையைச் சேர்க்கும் வரைக்கும்தான். அங்கே முழுநாள் கல்வி கிடையாதாம். மதியம் உண்டு முடித்ததும் குழந்தைகளை உறங்க வைப்பார்கள். உறங்க மறுக்கும் குழந்தைக்குச் சிறிய அளவில் தூக்க மாத்திரையை உணவில் கலந்து கொடுத்துவிடுவார்கள் என்றும் ஒருபேச்சு உலவியது. மாலையில் பெற்றோர் போய் அழைத்துவரும் போதுதான் பெரும்பாலான குழந்தைகள் தூக்கம் கலையும். தூங்குவதை வீட்டிலேயே செய்யலாமே. பகலில் வெகுநேரம் தூங்கி விடுவதால் இரவில் தூக்கம் வராமல் குழந்தைகள் செய்யும் சேட்டைகள் பெற்றோருக்குப் பெரும் தொந்தரவு. குழந்தை தூங்கும் தூங்கும் என்று எதிர்பார்த்து ஏங்கித் தாம் தூங்கிப் போகும் கணவர்கள் அந்தப் பள்ளியை வன்மையாக எதிர்த்தனர். ஆகவே அடுத்த கல்வியாண்டில் அடுத்த பள்ளி.

இப்படியாக ஒவ்வோர் ஆண்டும் ஒவ்வொரு பள்ளியில் படித்தான் மேகாஸ். எல்லாப் பள்ளிகளும் அவன் மருத்துவரா வதைத் தடுக்கும் வெறியோடு செயல்படுவதாக இருந்தன. பதினோராம் வகுப்பில் பொதுத்தேர்வு. ஆகவே ஊருக்கு வெளியே இருந்த பெரிய பள்ளி ஒன்றில் சேர்த்தார்கள். அந்தப் பள்ளிக்குத் தினமும் மகனைக் கொண்டுபோய் விட்டுவிட்டு வந்து பின்னர் குமராசுரருக்கு அலுவலகம் போக வேண்டியிருந்தது. அது அவருக்குப் பெரும் தொந்தரவாக அமைந்தது. ஆனாலும் இது முக்கியமான ஆண்டு. அரசு அலுவலகம், அதுவும் யாரும் சீண்டாத துறை என்பதால் அவர் எந்நேரத்திற்கும் போகலாம், எந்நேரத்திற்கும் வரலாம் என இருந்ததால் வசதி.

அப்போது அவர் துறைக்கு நிரந்தரமாக அதிகாரி ஒருவரைப் போட்டிருந்தார்கள். அந்த மேலதிகாரி அரசாங்கத்தின் மேல்

மிகுந்த கடுப்பில் இருந்தார். அதிகாரமே இல்லாத துறை ஒன்றில் தன்னைத் தூக்கிப் போட்டுவிட்டதைப் பழிவாங்கல் நடவடிக்கையாக அவர் பார்த்தார். கடுப்பை எல்லாம் தனக்குக் கீழிருந்தவர்கள் மேல் காட்டினார். ஐந்து நிமிடம் தாமதமாகி விட்டால் ஒருமாதிரி முறைத்துப் பார்த்தார். ஒருசொல்கூட அவரிடமிருந்து நஞ்சு தோயாமல் வந்ததில்லை. அவரையும் சமாளித்துப் பையனையும் பள்ளிக்கு அனுப்பி எப்படியோ அந்த ஆண்டுப் படிப்பும் முடிந்தது.

பதினான்கு ஆண்டுகளும் பதினான்கு பள்ளியில் படித்துச் சாதனை படைத்த மேகாஸ் பெற்றோரை ஏமாற்றவில்லை. பதினோராம் வகுப்பில் எண்ணூறுக்கு எழுநூற்று எண்பது மதிப்பெண் பெற்றிருந்தான். கணக்கில் ஒரு மதிப்பெண் குறைந்து தொண்ணூற்று ஒன்பது. அது மங்காசுரிக்குப் பெரும் வருத்த மாகப் போயிற்று. ‘என் மகன் கணக்கில் நூற்றுக்கு நூறு’ என்று யாரிடமும் சொல்ல முடியவில்லை. ‘பாத்து எழுதியிருந்தீனா அந்த ஒன்னையும் வாங்கியிருக்கலாமே கண்ணு’ என்று சொல்லாத நாளில்லை. அதற்கு அவன் ஒருநாள் ‘யாரப் பாத்து எழுதியிருக்கணும்’ என்று கேட்டான். ‘பாத்து எழுத விடலீம்மா’ என்று ஒருநாள் சொன்னான். ‘நான் முதல் வரிசையில உக்காந்து எழுதுனன். எனக்கு முன்னால யாருமே இல்லையே’ என்று ஒருமுறை சொன்னான். அவன் எப்படிக் கேலி செய்தாலும் அவருக்கு அது வாழ்நாள் மனக்குறையாக இருந்தது.

அதை விடவும் பெரிய சிக்கல் ஒன்றை மேகாஸ் கொடுத்தான். பதினொன்று முடித்துப் பன்னிரண்டாம் வகுப்புக்குப் போகும்போது எந்தப் பாடத்தை எடுப்பது என்பதில் அவன் தெளிவாக இருந்தான். பொறியியல் படிப்புக்கான ‘கணிதம், கணினி அறிவியல்’ பாடத்தை எடுத்துக்கொள்ளப் போவதாகச் சொன்னான். மங்காசுரிக்கும் குமராசுரருக்கும் பெரும் அதிர்ச்சி. மருத்துவர் கனவில் இருந்த அவர்களுக்கு அதை ஒத்துக்கொள்ளவே முடியவில்லை. மங்காசுரி இரண்டு நாள் உண்ணாமல் இருந்து பார்த்தார். தனக்குப் பிடித்ததில்தான் சேர்வேன் என்று மேகாஸும் இரண்டு நாள் உண்ணவில்லை. ஒற்றைக்கு ஒரே மகன், கறிவேப்பிலைக் கொழுந்து, அவன் விருப்பத்திற்கே விடுவதுதான் நல்லது என்று குமராசுரர் தம் மனைவியைத் தேற்றினார்.

தான் கண்ட கனவு இப்படிக் கலைந்து போகிறதே என்று தாங்க முடியாமல் மங்காசுரி அழுதார். உடற்குருதி முழுக்கக் கண்ணீராக வடிந்தது. மகனிடம் அன்பாகக் கேட்டுப் பார்த்தார். கெஞ்சி மன்றாடினார். தான் செத்துப் போய்விடுவதாகப்

பயமுறுத்தினார். மருத்துவருக்குச் சமூகத்தில் இருக்கும் அந்தஸ்து, பண வருவாய் எல்லாவற்றையும் வெவ்வேறு ஆட்கள் மூலமாகச் சொல்ல வைத்து உணர்த்திப் பார்த்தார். ஒன்றும் நடக்கவில்லை. இந்த விசயத்தில் குமராசுரர் கெடுபிடி காட்டவில்லை. அவன் தாய் சொல்லியே கேட்காதவன் தான் சொல்லியா கேட்கப் போகிறான் என நினைத்துத் தெளிவாகிவிட்டார். 'அவனுக்கு என்ன விருப்பமோ அதப் படிக்கட்டும்' என்பதை மந்திரம் போலச் சொல்லிக் கொண்டிருந்தார்.

பதினோராம் வகுப்பு முடித்துப் பன்னிரண்டு, பதின்மூன்றாம் வகுப்புகளில் அவனைச் சேர்க்க எந்தப் பள்ளியைத் தேர்ந்தெடுக்கலாம் என்பதிலும் குழப்பம். தாய் எந்நேரமும் மூக்குறுஞ்சிக் கொண்டிருப்பதையும் தந்தை அறிவுரை சொல்லிக் கொண்டிருப்பதையும் பார்த்து அவனுக்கு வீடே வெறுப்பாக இருந்தது. அதனால் தங்கள் ஊரிலிருந்து ஆறேழு மணி நேரப் பயணத் தூரத்தில் மருத்துவத்திற்கும் பொறியியலுக்கும் மட்டுமே மாணவர்களைத் தயார்ப்படுத்தும் பள்ளிகளைக் கொண்ட ஊரில் தன்னைச் சேர்த்துவிடுமாறு அவன் சொன்னான். அத்தனை தூரத்தில் கொண்டு போய்ச் சேர்ப்பதில் ஒன்றும் பிரச்சினையில்லை.

ஆனால் அவன் மருத்துவப் படிப்புக்கான பாடத்தைத் தேர்ந்தெடுக்க வேண்டும் என்றார்கள். அது முடியாது என்று சொன்னவன் ஒருநாள் மாலையில் சொல்லாமல் கொள்ளாமல் எங்கோ சென்றுவிட்டான். சொல்லாமல் அவன் எங்கும் சென்றதேயில்லை. இருவரும் ஊரையே வலை போட்டு அலசிய பிறகு நிதானமாக இரவு பத்து மணிக்கு அவன் வந்தான். பக்கத்து நகரத்தில் இருக்கும் நண்பன் ஒருவன் அழைத்தான் என்று அவனைப் பார்க்கப் போய்விட்டு அவனுடன் சேர்ந்து திரைப்படம் ஒன்றையும் பார்த்துவிட்டு வந்ததாகச் சொன்னான். அதன் பிறகு அவன் விருப்பத்திற்கு அவர்கள் குறுக்கே நிற்க வில்லை.

6

பதினோராம் வகுப்புத் தேர்வு முடிவுகள் வருவதற்கு முதல்நாள் கிளம்பி அந்த ஊருக்குப் போனார்கள். அது ஊரே இல்லை. ஆம், அதைச் சொந்த ஊராகக் கொண்ட மக்கள் யாருமே இல்லை. ஊரில் பயிர் பச்சையே கிடையாது. வெற்றுப் பாலைநிலம். வெயில் தாங்கும் வேம்பும் வெள்ளை வேலாமரங்களும் அங்கங்கே நின்றிருந்தன. அவற்றை விடவும் பள்ளிகள் அதிகம். எங்கு பார்த்தாலும் பள்ளிகளாக இருந்தன. 'பள்ளி நகரம்' என்றே பெயர்ப் பலகையும் இருந்தது. பள்ளிக் கட்டிடங்கள், மாணவர் விடுதிக் கட்டிடங்கள் ஆகியவையே எங்கும் நெடிதுயர்ந்து நின்றன. ஒவ்வொன்றின் அகலப் பரப்பையும் உச்சி உயரத்தையும் பார்த்துப் பார்த்துக் கண்கள் மங்கியும் கழுத்து சுளுக்கியும் பல பேர் சோர்ந்து போனார்கள். நகரமே இரண்டாகப் பிரிக்கப்பட்டு முக்கால் பகுதி பையன்களுக்கான பள்ளிக்கூடமாகவும் கால் பகுதி பெண்கள் படிக்கும் பள்ளிக்கூடமாகவும் இருந்தது. பெண்கள் பள்ளிப் பகுதிப் பக்கம் அத்தனை சுலபமாக யாரும் போய் விட முடியாது. 'பாதுகாக்கப்பட்ட பகுதி' என்று அறிவிப்பு இருந்தது.

மூன்று நான்கு ஆள் உயரத்தில் எழும்பியிருந்த மதில் சுவர் மேல் கண்ணாடிச் சில்லுகள் பதித்தும் அதற்கு மேலே இரண்டு அடி உயரத்திற்குக் கம்பி வேலி போட்டும் வைத்திருந்தார்கள். தங்கள் மதில் சுவரின் உயரம் எவ்வளவு என்னும் தகவல் பலகைகள் இருந்தன. 'படிப்பு முடியும்வரை வெளியேற முடியாத மதில்', 'உயரம் தாண்டும் வீரனாலும் எட்ட முடியாத மதில்', 'மதிலே எங்கள் மகிமை', 'சுவருக்குள் படித்தால் எவரும் தேறலாம்' என்றெல்லாம் ஒவ்வொரு பள்ளியிலும் வாசகங்கள்.

பள்ளியிலே பணியாற்றும் ஆசிரியர்கள் வசிக்கும் வீடுகள்கூடவா ஊரில் இருக்காது எனக்

குமராசுரருக்குச் சந்தேகம் வந்தது. விசாரித்த பிறகே விவரம் தெரிந்தது. ஆசிரியர் ஒருவர் திருமணம் செய்துகொண்டால் பள்ளியிலிருந்து வெளியேறிவிட வேண்டும் என்பது விதி. திருமணம் செய்துகொள்வதில்லை என முடிவெடுத்துவிட்ட முதிர்கன்னர்களும் முதிர்கன்னிகளுமே அங்கு பணியாற்றினர். திருமணம் ஆகும் வரை வேலை செய்துவிட்டுப் போகலாம் என அனுபவம் வேண்டிய இளவயதினரும் பணியாற்றினர். எல்லோருக்கும் பகலில் கற்பித்தல் வேலை. இரவில் விடுதிக் காப்பாளர் வேலை. பகல் முழுக்கப் பள்ளி வகுப்பில் மாணவர்கள் இருந்து படிப்பர். விடுதிக்கு வந்த பிறகு பொதுமைதானத்தில் உட்கார்ந்து படிப்பர். மாணவர்களுக்கு இரவும் பகலும் படிப்புத்தான். பகலில் ஆசிரியர் பணி. இரவில் காவல்காரர் பணி. இரண்டு வேலைக்கும் வசதியாக இருக்க வேண்டும் என்பதால்தான் இந்தத் திருமணக் கட்டுப்பாட்டுச் சட்டம்.

இத்தனை என்று எண்ண முடியாத அளவில் அங்கே பள்ளிகள் இருந்தன. ஒவ்வொரு பள்ளிக்கும் முன்னால் பெரிய பெரிய அறிவிப்புப் பலகைகள். அதில் ஓரெழுத்தும் இல்லை. மதிப்பெண் மட்டும் எழுதப்பட்டிருந்தது. *800/800, 799/800, 798/800* என்பதாகப் பலகையில் எண்கள். எத்தனை மதிப்பெண் எடுத்த மாணவர்களை இந்தப் பள்ளியில் சேர்த்துக்கொள்வோம் என்னும் குறிப்புணர்த்தல் பலகை அது. *800/800* என மதிப்பெண் பலகை வைக்கப்பட்டிருந்த பள்ளிகளே பல இருந்தன. அவற்றில் எதைத் தேர்ந்தெடுப்பது எனப் பெற்றோர்கள் குழம்பினர். இத்தனை பேரா *800/800* வாங்குவார்கள்? ஒருவர் ரகசியத்தைச் சொன்னார், 'மொதல்ல *800/800* வாங்குனவங்களச் சேப்பாங்க. அது முடிஞ்சதும் *799/800* அப்படீன்னு போர்டு வெச்சிருவாங்க. அப்படியே ஒவ்வொரு மார்க்காக் கொறஞ்சிக்கிட்டே வரும். அதனால எத்தன மார்க்குனாலும் சேத்தரலாம். என்ன, மார்க் கொறையக் கொறையப் பணம் ஏறிக்கிட்டே போவும்.'

ஒருநாள் முழுக்கப் பள்ளிகளைச் சுற்றிச் சுற்றி வந்தனர். எந்தப் பள்ளியையும் குறை சொல்ல முடியாது. எல்லாப் பள்ளிகளும் வந்தோர்க்கு அன்னதானம் வழங்கின. பள்ளியின் கட்டிட முன்றில்களிலும் மைதானங்களிலும் படுத்து உறங்குவதை அனுமதித்திருந்தார்கள். சில பள்ளிகளில் ஏராளமான பாய்களை வாங்கிப் போட்டிருந்தார்கள். சிலவற்றில் போர்வை கொடுத்தனர். சிலவற்றில் தலையணை கொடுத்தனர். 'ஆகா, பாய்கூடக் கொடுக்கறாங்க. இதுதான் நல்ல பள்ளி' என்று நினைத்திருந்தவர் களிடம் ஒருவர் வந்து 'அங்க தலகாணி கொடுக்கறாங்களாமா' என்றதும் ஒரு கூட்டம் எழுந்தோடியது. போன வேகத்தில் திரும்பியும் வந்தது. 'முதலில் வந்த பத்துப் பேருக்கு மட்டுமே

தலையணை' என்பது அந்தப் பள்ளி விதியாம். தலையணை கிடைக்கப் பெற்றவர்கள் சொர்க்கத்தையே பெற்றுவிட்டது போலக் கர்வத்தோடு மற்றவர்களை ஏளனமாக நோக்கினார்கள்.

ஒரு பள்ளியில் மெத்தை கொடுப்பதாகச் செய்தி வந்ததும் அங்கே ஓடிப் பார்த்து ஓடிய வேகத்தில் திரும்பி வந்த கூட்டம், அது வதந்தி என்று சொன்னது. அங்கே அது கிடைக்கிறது, இங்கே இது கிடைக்கிறது என்று இரவின் பெரும்பகுதியை ஓடி ஓடிக் கழித்துச் சோர்ந்த கூட்டம் பின்னர் ஒருவழியாகக் கிடைத்த இடத்தில் கிடைத்ததைக் கொண்டு படுத்தது. பள்ளிகளில் மாணவர்களுக்கெனக் கட்டப்பட்ட மேற்கூரையில்லாத கழிப்பிடங்களையும் குளியலறைகளையும் உபயோகித்துக் கொள்ளவும் தடையில்லை. குமராசுரர் எந்தத் திருவிழாவிலும் இப்படிக் கூட்டத்தைப் பார்த்ததில்லை. வாகனங்கள் வந்தபடியே இருந்தன.

மகனிடம் குமராசுரர் 'எண்ணூறுக்கு எண்ணூறு வருமாப்பா, அந்த மாதிரி பள்ளிக்கூடத்தையே பாக்கலாமா?' என்று கேட்டார். மேகாஸ் மனதளவில் பெரிதும் சோர்ந்து போயிருந்தான். எண்ணூறுக்கு எண்ணூறு பள்ளிகளைச் சுற்றியே பெற்றோர் கூட்டம் வட்டமடித்தது. பிள்ளைகள் மேல் பெற்றோர் எத்தனை நம்பிக்கை வைத்திருக்கிறார்கள் என்பதை அங்கேதான் பார்த்துத் தெரிந்துகொள்ள வேண்டும். ஆனால் பிள்ளைகளுக்கோ பெரும் மனச்சிக்கல். தனக்கு எத்தனை மதிப்பெண் வரும் என்பதைத் தெளிவாகச் சொல்ல முடியாதது மட்டுமல்ல, இத்தனை மதிப்பெண் தன்னால் எடுக்க முடியுமா என்னும் குழப்பமும் சேர்ந்துகொள்ளும். மேகாஸ் இந்த விஷயத்தில் சட்டெனத் தெளிவாக முடிவெடுத்தான். 'எதாச்சும் ஒரெடத்துல தங்கிக்கலாம்பா. காத்தாலக்கி ரிசல்ட் வந்தொடன மார்க்கத் தெரிஞ்சுக்கிட்டு அதுக்கேத்தாப்பல ஸ்கூல முடிவு பண்ணிக்கலாம்' என்றான். அப்படியே ஆயிற்று. கொஞ்சம் ஏக்கத்தோடு குமராசுரர் 'அப்ப எண்ணூறு வராதாப்பா?' என்று வாய்க்குள் முனகியபடி கேட்டார். மேகாஸ் அதைக் கேட்ட மாதிரியே காட்டிக் கொள்ளவில்லை.

அன்றைக்கு இரவு உணவை ஒவ்வொரு பள்ளியும் போட்டி போட்டுக்கொண்டு சிறப்பாகச் செய்திருந்தன. இனிப்பு, பாயசம், வடை, இரண்டு பொரியல்கள் சகிதம் திவ்வியமான உணவு. அசைவ விரும்பிகளுக்குச் சிறு பாக்குமட்டைக் குவளையில் எருமைக்கறித் துண்டுகள் சிலவற்றைப் போட்டுத் தனியாகக் கொடுத்தனர். வாய்க்குள் போட்டதும் சட்டெனக் கறி கரைந்து நழுவி ஓடிற்று. ஒவ்வொரு பள்ளியிலும் சாப்பிட்டவர்கள்

அந்தப் பள்ளியே சிறந்தது என்றார்கள். சிலர் இந்தப் பள்ளியில் கொஞ்சம், அந்தப் பள்ளியில் கொஞ்சம் என்று ஐந்தாறு பள்ளி களில் சாப்பிட்டுப் பார்த்தார்கள். ஆனால் எல்லாச் சாப்பாடும் ஒரே மாதிரியே இருந்தன. வெள்ளை வெளேரென நிலா நாளில் மின்னும் நட்சத்திரமெனச் சோற்றுப் பருக்கைகள். அரிந்து வைத்த பிறை நிலாவைப் போலக் கத்தரிக்காய்ச் சாம்பார். வித்தியாசமே இல்லை என்றாலும் கொஞ்சம் உப்பு தூக்கல், காரம் குறைவு, தண்ணீர் அதிகம் என்று ஒப்பிட்டுப் பேசிக்கொண்டார்கள்.

குமராசுரருக்கும் நான்கைந்து பள்ளியில் சாப்பிட்டுப் பார்க்க ஆசை இருந்தாலும் மேகாஸின் முகத்தைப் பார்த்துத் தன் விருப்பத்தை அடக்கிக்கொண்டார். அவன் விருப்பப்படி ஒரே பள்ளியில் சாப்பிட்டுவிட்டு அங்கே கிடைத்த பாய் ஒன்றை விரித்து மைதானத்தின் தரையில் படுத்தார்கள். அங்கங்கே அப்படிப் படுத்துக்கிடந்தவர்கள் ஏராளம். மேகாஸ் நன்றாகத் தூங்கிவிட்டான். குமராசுரருக்குத் தூக்கமே வரவில்லை. எழுந்து காலார நடந்தார். அவரைப் போலவே இருந்த பெற்றோர் அங்கங்கே கூட்டம் சேர்ந்து பாடுபழமை பேசிக்கொண்டிருந்தனர். எல்லோருக்குமே தங்கள் பிள்ளை மருத்துவராக வேண்டும் என்னும் எண்ணம்தான் இருந்தது.

ஒவ்வொரு பள்ளியின் முன்னுமிருந்த இணைய மையங்களில் நள்ளிரவே போய் வரிசை கட்டி நின்றனர் பெற்றோர். முடிவு வந்ததும் முதலில் பார்த்து மதிப்பெண்ணைத் தெரிந்துகொண்டு பள்ளியைத் தேர்ந்தெடுக்க வேண்டும். தேர்வு முடிவு வெளியான நிமிசத்திலிருந்து மாணவர் சேர்க்கை ஆரம்பித்துவிடும். அதிக மதிப்பெண்ணோடு முதலில் வரும் ஐந்து பேருக்கு, பத்துப் பேருக்குக் கட்டணம் இல்லை எனப் பல பள்ளிகள் அறிவித்திருந்தன. அதனால்தான் மதிப்பெண்ணைத் தெரிந்துகொள்வதில் அத்தனை மும்மரம். குமராசுரரும் ஒரு வரிசையில் நின்றார். என்றாலும் அவருக்கு முன்னால் நூற்றுக்கணக்கான பேர் இருந்தனர். சிலர் வரிசைக்குள் இடைநுழைய முயன்றனர். அவர்களை ஏற்கனவே நின்றவர்கள் நுழைய விடாமல் தடுத்தனர். தனக்கு வேண்டிய சிலரை உள்ளே விட்டுக்கொண்டனர்.

குமராசுரருக்கு இருந்த பரபரப்பு மேகாஸுக்கு இல்லை. அவன் எல்லாம் துறந்த முனிவரைப் போல இருந்தான். எப்படி அவனால் இப்படி இருக்க முடிகிறது என்று நினைத்தார். அவ்வப்போது 'வாடா இங்க' என்று அவனை அழைத்துக் கொள்ள வேண்டியிருந்தது. ஒருவழியாக அவனுடைய மதிப்பெண் எண்ணூறுக்கு எழுநூற்று எண்பது என்பதைத் தெரிந்துகொண்ட பிறகு அதற்கேற்ற பள்ளி ஒன்றை எப்படியோ

தேர்ந்தெடுத்தார்கள். என்ன பாடம் எடுப்பது என்பதைத் தீர்மானிக்கும் இடத்தில் நின்றபோது மங்காசுரியிடம் இருந்து அழைப்பு வந்தது. மகனிடம் அவர் பேசினார். 'டாக்டருக்குப் படிக்கற படிப்பயே எடுத்துக்கப்பா' என்று கெஞ்சினார். 'அம்மா சொல்பேச்சுக் கேளு கண்ணு. இது ஒன்னு மட்டும் எனக்காவச் செஞ்சுரு. வேற ஒன்னுமே உன்னயக் கேக்கல. அதுக்கப்பறம் எல்லாமே உன்னிஷ்டந்தான்' என்று எவ்வளவோ சொல்லிப் பார்த்தார். மகன் அசையவே இல்லை. அவனுக்குப் பிடித்தமான பொறியியல் படிப்புக்குச் செல்லும் பாடத்தையே தேர்ந்தெடுத்தான்.

அத்துடன் பள்ளிக்காலக் கஷ்டம் முடிந்துவிடவில்லை. முந்நூறு கல் தொலைவில் மகனை விட்டுவிட்டு வீட்டில் நிம்மதியாக இருக்க முடியுமா? இரண்டு கல்வியாண்டுகள். தொடர்ச்சியான இருபத்திரண்டு மாதங்கள். அத்தனை மாதமும் பள்ளியிலேயேதான் இருந்தான் மகன். நல்லது கெட்டது, பண்டிகை திருவிழா எதற்கும் அனுப்ப மாட்டார்கள். மாதத்திற்கு ஒருமுறை இரண்டாம் ஞாயிறன்று மட்டும் பெற்றோர் போய்ப் பார்க்கலாம். இறைச்சி சமைத்துச் சேமக்கலத்தில் வைத்துக்கொண்டு இருவரும் ரயிலேறுவார்கள். ரயில் நிலையத்தில் பள்ளிப் பேருந்து நிற்கும். பெற்றோர்களைச் சிரமமில்லாமல் அழைத்துப் போவார்கள்.

விடுதிக்கு வெளியே இருக்கும் விளையாட்டுத் திடலில் அங்கங்கே பெற்றோரும் பிள்ளைகளும் உட்கார்ந்திருப்பார்கள். ஒவ்வொரு பையனின் கண்ணின் கீழும் கருவளையம் படர்ந்திருக்கும். எந்நேரம் தூங்குவாய் என்று கேட்டால் தலையைக் குனிந்து கொள்வான் மேகாஸ். எந்நேரம் எழுவாய் என்றாலும் அதற்கும் தலைக்குனிவுதான். எல்லாவற்றுக்கும் மௌனமே பதில். ஒரே ஒருமுறை ஒரே ஒரு தகவலைச் சொன்னான். பள்ளிக்குள் எவருக்கும் பெயர் கிடையாதாம். 'டேய் *780*' என்றுதான் கூப்பிடுவார்களாம். பதினோராம் வகுப்பு மதிப்பெண்தான் ஒவ்வொருவருக்கும் அடையாளமாம். ஒரே மதிப்பெண்ணில் பலர் இருந்தால் '*780–1, 780–2, 780–3 . . .*' என்று நீளுமாம். இயற்பியல் ஆசிரியர் ஒருவர் 'டேய் இருபது மார்க்கத் தின்னவனே' என்று கூப்பிடுவாராம். சொல்லிவிட்டு 'இப்படிச் சொன்னன்னு ஆருகிட்டயும் கேட்டராதீங்க' என்று எச்சரித்தான். 'இங்க கல்லுக்கும் காதிருக்கும்' என்று முணுமுணுத்துக் கொண்டான்.

அவனாகத் தேர்ந்தெடுத்துக் கொண்ட பள்ளி என்பதால் அவனால் பெற்றோரைக் குற்றம் சொல்ல முடியவில்லை. திடல் முழுக்க இரண்டே குரல்கள் எதிரொலிக்கும். 'படிச்சிக்கப்பா படிச்சிக்கப்பா, இந்த ரண்டு வருசம் கஷ்டப்பட்டீனா ஆயுசு

முழுக்க நிம்மதியா இருக்கலாம். மனச உட்ராத படிச்சிக்கப்பா படிச்சிக்கப்பா' என்பது பெற்றோரின் குரல். பிள்ளைகளுக்கு அழுகுரல் மட்டுமே. 'படிச்சிக்கப்பா படிச்சிக்கப்பா' என்னும் குரல் மந்திரம் போல எழுந்து எங்கும் பரவித் திரியும். உள்ளொடுங்கிய அழுகுரல் மெல்ல விஸ்வரூபம் எடுக்கும். பெற்றோரைப் பிரிய வேண்டிய பிற்பகல் நேரத்தில் அந்த ஊரே அழுகுரலால் திணறும். 'படிச்சிக்கப்பா' உள்ளொடுங்கி எங்கும் அழுகுரல். கண் அழும். மனம் அழும். கல் அழும். சுவர் அழும். கதவு அழும். ஜன்னல் அழும். ஊர் முச்சூடும் அழும். கொஞ்சம் கொஞ்சமாகப் பள்ளிகளுக்கு உள்ளே அழுகுரல்களும் வெளியே பெற்றோரின் மௌனமும் கலக்கும். அன்றைக்கு இரவு அவ்வூர் முழுக்க ஆந்தைகளும் கோட்டான்களும் இரவுப் பருந்துகளும் சுற்றிக்கொண்டிருக்கும்.

மகன் அழுவதைப் பார்த்துக் குமராசுரருக்குப் பரிதாபமாக இருக்கும். எதற்கு இங்கே கொண்டு வந்து சேர்த்தோம் என எண்ணிக் கலங்காத நாளில்லை. இருபத்திரண்டு மாதமும் ஓரிரவுகூடப் படுத்ததும் அவர் தூங்கியதில்லை. இந்நேரம் பையன் என்ன செய்துகொண்டிருப்பான் என எண்ணம் ஓடும். சாப்பிட்டிருப்பானா படிப்பானா எழுதுவானா அடி ஏதும் வாங்குவானா தூங்குவானா என்றெல்லாம் ஓடும். அவன் அழுகை மனதில் அடித்து மாட்டிய படம் போல இருந்தது. அவன் ஒவ்வொரு வேலையைச் செய்யும் போதும் அழுதுகொண்டே செய்வதான சித்திரம் அவருக்குள் வந்து பெரும் தொந்தரவு செய்தது. பள்ளிப் பையன்கள் அழுவதைக் குறித்து அலுவலக உணவகத்தில் யாரோ பேசிக்கொண்டிருந்ததை ஒருமுறை கேட்டார். ஒருவர் சொன்னார், 'இந்த வயசுல அப்படித்தான் வெச்சிருக்கோனும். இல்லீன்னா கையில தூக்கிப் புடிச்சிக்கிட்டுக் கௌம்பீருவானுவ. அழுவட்டுமே, இப்ப ரண்டு மூனு வருசத்திக்கி அழுதா அப்பறம் ஆயுசு முழுக்கச் சிரிச்சுக்கிட்டு இருக்கலாமில்ல. இப்ப அழுதா அப்பறம் சிரிக்கலாம்.' குமராசுரருக்கு அது மனதில் பதிந்து பெரும் ஆறுதல் கொடுத்தது. மகன் நினைவு வரும் போதெல்லாம் 'இப்ப அழுதா அப்பறம் சிரிக்கலாம், இப்ப அழுதா அப்பறம் சிரிக்கலாம்' என்று சொல்லிக் கொள்வார்.

இந்த வாக்கியம் ஒரு மந்திரம்தான் என்றும் உருவாக்கியவர் மூச்சுப் பயிற்சிச் சாமியார் ஒருவர் என்றும் பிறகு தெரிந்து கொண்டார். அந்தச் சாமியார் ஊர்தோறும் பயிற்சி வகுப்புகள் நடத்தி இந்த மந்திரத்தைப் பரப்புவதையே வாழ்நாள் பணியாகக் கொண்டவர். திரைப்படம் ஒன்றில் கதாநாயகன் வாயில் இந்த மந்திரம் ஏறி தேசம் முழுக்கவும் பரவியிருந்தது. அனேகமாக எல்லோருக்கும் தெரிந்த ரகசிய மந்திரத்தைக் கடைசியாக

அறிந்தது தான்தான் என்பதை நினைத்து வெட்கம் கொண்டார். அந்த மந்திரத்தின் மகிமையை மங்காசுரிக்கும் விவரித்துக் கற்றுக் கொடுத்தார். குமராசுரர் சோர்வாக இருந்தால் அவர் காதுக்குள் மங்காசுரி சொல்வார், ‘இப்ப அழுதா அப்பறம் சிரிக்கலாம்.’ மங்காசுரி சோர்வாக இருந்தால் அவர் காதுக்குள் குமராசுரர் சொல்வார், ‘இப்ப அழுதா அப்பறம் சிரிக்கலாம்.’ மந்திரத்தின் ஆறுதலால் இருவரும் இரண்டு ஆண்டுகளைத் தாவிக் கடந்தனர்.

ஒருவழியாகக் கடைசித் தேர்வு நாளன்று அந்த மாபெரும் சிறையிலிருந்து அவனை அழைத்து வரக் குமராசுரர் போயிருந்தார். பெற்றோர் கூட்டம் பிள்ளைகளை அழைத்துச் செல்லக் கார்களில் வந்து இறங்கியிருந்தது. மைதானத்தில் காத்துக் கிடந்த பெற்றோர்களுக்கான அறிவிப்பு வந்து சில பேரை மட்டும் அழைத்தார்கள். அவர்களின் பையன்கள் உடல்நிலை சரியில்லாமல் இறந்துவிட்டதாகவும் பள்ளியின் பின்பகுதியில் மிகச் சிறப்பாகப் பராமரிக்கப்படும் இடுகாட்டில் புதைக்கப்பட்டிருப்பதாகவும் தெரிய வந்தது. அவர்களை மிகுந்த மரியாதையோடு அழைத்துப் போனார்கள்.

சண்டையிட முயன்றவர்களிடம் பள்ளியின் விதிமுறைப் புத்தகத்தைக் காண்பித்து அதில் கண்ணுக்குத் தெரியாத இடத்தில் எறும்புத் தலை போன்ற எழுத்துக்களில் இடுகாடு பற்றிக் குறிப்பிடப்பட்டிருக்கும் பகுதியைக் காட்டினார்கள். மரங்கள் நிறைந்த அழகான படம் ஒன்றைப் போட்டு அதன் கீழே ‘நன்கு பராமரிக்கப்படும் இடுகாடு’ என்றும் தேர்வு நேரப் பயத்தால் யாரேனும் தற்கொலை செய்துகொண்டால் பிற மாணவர்களுக்குப் பாதிப்பு வராமல் இருக்க உடனடியாக இடுகாடு பயன்படுத்தப்படும் என்றும் விவரம் இருந்தது. மற்ற பெற்றோருக்கெல்லாம் வயிறு கலங்கியது. ஒலிபெருக்கியால் யாரையாவது அழைத்துவிடுவார்களோ என்று கலங்கிக் கிடந்தது கூட்டம். ‘மேகாசுக்கு ஒன்னும் ஆயிருக்காது, ஒன்னும் ஆயிருக்காது’ என மாறிய மந்திரத்தைத் திரும்பத் திரும்பச் சொல்லி மனதைத் தேற்றிக்கொண்டார் குமராசுரர்.

தேர்வு நேரம் முடிந்ததும் பையன்கள் எல்லோரும் அலை போல வகுப்பறைகளை விட்டு வெளியே வந்தார்கள். பள்ளி முழுக்கச் சீருடை அணிந்த தலை வெள்ளம். ஆசிரியர்கள் எல்லோரும் தாழிட்ட அறைகளுக்குள் பதுங்கிக்கொண்டதாகப் பேச்சு வந்தது. வசமாகச் சிக்கிய சில ஆசிரியர்களின் நிலை கைகால்கள் முறிபட்டுப் பரிதாபமாக இருப்பதாகவும் பேச்சு பரவியது. தங்கள் மகனைக் கண்டுபிடித்து உடனே வெளியே

கூட்டிச் சென்றுவிட வேண்டும் எனத் தவித்த பெற்றோர்கள் சீருடைக் கூட்டத்திற்குள் நுழைந்து ஒவ்வொரு முகமாகத் தம் மகனைத் தேடி அலைந்தார்கள். அச்சில் வார்த்த முகங்கள். ஒன்றுக்கொன்று வேறுபாடே இல்லை. தம் மகனை எப்படிக் கண்டுபிடிப்பது எனத் தெரியாமல் அங்குமிங்கும் ஓடித் தவித்தார்கள். குமராசுரர் விடுதி வாயிலுக்குப் போய் நின்று கொண்டார். எப்படியும் விடுதிக்கு வந்துதானே ஆக வேண்டும்?

விடுதிக் காப்பாளர் சிலரைக் கழிப்பறைக்குள் வைத்து மண்டை உடைத்துக் கால்கைகளை முறித்துப் போட்டுவிட்டார்கள் எனப் பையன்கள் குதூகலமாகப் பேசிக்கொண்டு ஓடினார்கள். ஜன்னலை உடைப்பது, கதவுகளைப் பெயர்ப்பது, இருக்கைகளை உடைப்பது என எங்கும் பையன்கள் கைகளில் கட்டைகளுடன் திரிந்தார்கள். தன் மகனும் அந்தக் கூட்டத்தில் இருப்பானோ என்று குமராசுரர் பயந்து போனார். ஆனால் அவன் பெருமகிழ்ச்சியுடன் எல்லாவற்றையும் பார்த்து ரசித்துக்கொண்டிருந்தான்.

பொருட்களை எடுத்து வர அவனுடைய அறைக்குப் போனபோது அறை குப்பையாகக் கிடந்தது. ஓராயிரம் எலிகள் சேர்ந்து கொரித்துப் போட்டது போலப் பள்ளிச் சீருடைகளும் புத்தகங்களும் கிழிபட்டுக் குதறப்பட்டு அறை முழுக்கவும் நிறைந்திருந்தன. அவனுக்கு வாங்கிக் கொடுத்திருந்த மெத்தை, படுக்கை, போர்வை எதுவும் மிஞ்சவில்லை. குளிக்க வைத்திருந்த வாளி புத்தம் புதிதாக இருந்தது. அதை வீட்டுக்குக் கொண்டு செல்லலாம் என நினைத்துக் குமராசுரர் கையில் எடுத்தார். உடனே மேகாஸ் ஓடிவந்து வாளியைப் பிடுங்கித் தூக்கிப் போட்டு உடைத்தான். முழுவதுமாக உடையவில்லை. இன்னொரு பையன் ஓடி வந்து அதைத் தூக்கி வெளியே போட்டான். அப்படியே ஐந்தாறு பேர்களின் கைகளுக்குப் போய்ச் சுக்குநூறாக உடைந்து இரண்டாம் மாடியிலிருந்து பூத் தூவல் போல வாளிச் சிதறல் தரை நோக்கிப் போவதைக் குமராசுரர் அதிர்ச்சியோடு பார்த்துக்கொண்டிருந்தார்.

அப்போது அவர்களின் முகங்களில் பொலிந்த உற்சாகத்தில் பழிவாங்கிய பெருநிறைவு பொலிந்தது. பள்ளி நிர்வாகம் அரசுக்குத் தெரிவித்திருப்பதாகவும் பெரும்படை வந்து ஒவ்வொரு பள்ளிக்குள்ளும் புகுந்து கொண்டிருப்பதாகவும் பேச்சு பரவியது. படையினர் துப்பாக்கிகளோடு வருவதாகவும் எந்த முன்னறிவிப்பும் இல்லாமல் நேரடியாகச் சுட்டுப் பொசுக்குவதாகவும் பேச்சு பரவியது. அந்தப் பள்ளியில் இத்தனை பேரைச் சுட்டுவிட்டார்கள், இந்தப் பள்ளியில் இத்தனை பேர் சுட்டுக் கொல்லப்பட்டார்கள் என்றெல்லாம் வதந்திகள் வந்தன.

சில பையன்கள் இது பள்ளி நிர்வாகம் பரப்பும் பொய்த் தகவல் என்றார்கள். என்றாலும் பயத்துடன் 'வாப்பா போலாம், வா சீக்கிரம் சீக்கிரம்' என்று மேகாஸ் அவரை இழுத்தான். எங்கும் பையன்களுக்குப் பின்னால் ஓடும் பெற்றோர்கள்.

பொருளென்று எதையும் கையில் எடுக்க முடியவில்லை. பையனைப் பத்திரமாகக் கூட்டி வந்தால் போதும் என்றாகி விட்டது. போட்டிருந்த துணியோடு பையன் வந்தான். 'என்னடா ஒருபொருளுமே எடுக்கலியே' என்றார் அவர். 'இந்தப் பள்ளிக்கூட நெனப்பா எதுவுமே இருக்கக் கூடாதுப்பா. எல்லாம் போவட்டும். இதுல படிச்சங்கற நெனப்பயே அழிச்சிரனும்' என்றான் அவன் வன்மத்தோடு. அதைப் போலவே வீட்டுக்கு வந்ததும் முதல் வேலையாகப் போட்டிருந்த சீருடையைக் கழற்றினான். வீட்டுக்குப் பின்னால் கொண்டு போய்த் தீ வைத்துக் கொளுத்தினான்.

தீயில் ஆடை பொசுங்குவதைப் பார்க்கப் பார்க்க அவன் முகத்தில் குதூகலம் பொங்கியது. சீருடை சாம்பலானதும் கால்களால் போட்டு மிதித்தான். காற்றில் பறந்த சாம்பல் ஏடுகளை ஓடிப் பிடித்து மண்ணில் தேய்த்தான். அது அவனுக்கு வெகுநேர விளையாட்டாக இருந்தது. இரண்டு வருசங்களுக்குப் பிறகு வீட்டுக்கு வந்த பையனுக்குக் கொதிக்கக் கொதிக்க வெந்நீர் வைத்துக் குளிக்கச் செய்தார் மங்காசுரி. எருமைக்கறியை வறுத்தும் குழம்பு வைத்தும் பையனுக்குச் சோற்றுடன் போட்டார். வெகு ஆசையாகப் பையன் உண்டான். அதன்பின் கொஞ்ச நேரம் தொலைக்காட்சி பார்த்தபடி இருந்தான். அப்படியே தூங்கிப் போய்விட்டான்.

தூங்கியவன் நாள் முழுதும் எழவில்லை. சரி, தூங்கட்டும் என்று விட்டார்கள். இரண்டாம் நாளும் எழவில்லை. இப்படியா தூங்குவான்? வயிற்றில் ஒன்றும் இல்லையே. இரண்டாம் நாளின் முடிவில் பையனை எழுப்பிப் பார்த்தார்கள். அவன் முனகினானே தவிர கண் விழிக்கவில்லை. 'கொஞ்சம் சாப்பிட்டுட்டுப் படுத்துக்கப்பா' என்று அம்மா கெஞ்சினார். அவனுக்கு விழிப்பே வரவில்லை. பழச்சாற்றைக் கொண்டு வந்து வாயில் வைத்தார் அம்மா. அப்படியே உறிஞ்சினான். தலை சாய்ந்து படுத்துக்கொண்டான். பத்து நாட்கள் இப்படியேதான் தூங்கினான். பழச்சாறு மட்டுமே உணவு. படுக்கையில் அவனை அறியாமலே சிறுநீர் கழித்தான். அவற்றைச் சுத்தப்படுத்தி விட்டுக் கவலையோடு படுக்கைக்கு அருகிலேயே உட்கார்ந்து கொண்டார் மங்காசுரி. இரண்டு வருசமாக இழந்த தூக்கத்தை இப்போது ஒரே சமயத்தில் தூங்குகிறான்.

தூங்காமல் இருந்த மூன்றாம் நாள் இரவில் குமராசுரருக்கு ஒரு ஞானோதயம் தோன்றியது. நம் குலதெய்வமாகிய மேகாசுரனின் சித்தப்பாவாகும் கும்பாசுரன் ஆறுமாதம் தூங்குவான் என்னும் கதை அவருக்கு நினைவு வந்தது. எப்படி இருப்பினும் மூதாதையின் குண இயல்புகள் ஏதாவது வகையில் தொடர்ந்து வருமல்லவா? அதுதான் இது என்னும் ஞானம் உருவானதும் மனைவியிடம் சொன்னார். அவருடைய சமாதானம் சரியென்றே மனைவிக்கும் பட்டது. உடனே பூஜையறைக்குப் போய் மேகாசுரன், கும்பாசுரன் படங்களை வைத்துக் கும்பிட ஆரம்பித்தார். அன்றைக்குத் தொடங்கிய பூஜை பையன் எழும்வரை தொடர்ந்தது. குலதெய்வம் கைவிடவில்லை. பத்து நாட்கள் ஒருசேரத் தூங்கியதை அவனால் நம்பவே முடியவில்லை.

நாட்காட்டித் தேதியை நம்பவில்லை. இணையத்தில் பார்த்து உறுதி செய்துகொண்ட பிறகே நம்பினான். படுக்கையிலேயே சிறுநீர் கழித்ததை இருவரும் சொல்லவில்லை. அவன் அதை அறிந்தானோ இல்லையோ. அவன் தூங்கி எழுந்த அன்று வீட்டில் மகாபூஜைக்கு ஏற்பாடு செய்தார்கள். குலதெய்வ வழிபாடே அவனைக் காப்பாற்றியது என்பதில் மங்காசுரிக்குச் சந்தேகமே இல்லை. மகன் மருத்துவராகவில்லை என்றாலும் போகிறது, அவன் நன்றாக இருந்தால் போதும் என்னும் சமாதானமும் அப்போதுதான் தோன்றியது.

அதற்குப் பிறகு மகன் மருத்துவம் படிக்கவில்லை என்னும் மனக்குறையை அவர் வெளிப்படுத்தவில்லை. பதின்மூன்றாம் வகுப்பின் தேர்வு முடிவு வர இரண்டு மாதம் ஆகும். வந்த பிறகு நல்ல பொறியியல் கல்லூரியாகப் பார்த்துச் சேர்க்க வேண்டும். அதுவரைக்கும் அவனுக்கு வீட்டில் அப்படி கவனிப்பு. மூன்று வேளையும் வெவ்வேறு வகை உணவுகள். வெவ்வேறு சுவை. அவனிடம் கேட்டும் கேட்காமலும் அத்தனை செய்து கொடுத்தார் மங்காசுரி. மனைவியின் சமையல் திறனை அப்போதுதான் முதன்முதலாக அறிந்தார் குமராசுரர். மகன் பொருட்டு அவருக்கும் நல்ல உணவு கிடைத்தது.

7

பள்ளிப் படிப்பை முடித்துக் கல்லூரியில் சேருவதற்கு முன் வீட்டில் அவன் இருந்த மூன்று மாதங்களில் செல்பேசி தொடர்பான பிரச்சினை ஒன்றும் வந்தது. தொலைக்காட்சி அவனுக்குப் போதவில்லை. கணினி வேண்டும் என்று முதலில் கேட்டான். அதற்கு அவன் சொன்ன காரணத்தை மறுக்க முடியவில்லை. பொறியியலில் கணினி அறிவியல் துறையைத்தான் தேர்வு செய்து படிப்பதாக முடிவு. ஆகவே கணினி அவசியம். சொந்தமாக இருந்தால் பயிற்சிக்கு வசதியாக இருக்கும். கல்லூரியில் சேர்ந்த பிறகு அவனுக்கு மடிக்கணினி அவசியம் தேவைப்படும். இப்போதே மடிக்கணினி வாங்கிக்கொண்டால் நல்லது. இரட்டைச் செலவைத் தவிர்க்கலாம். இந்த யோசனையை அவர் சொன்னார். அவனுக்கோ வேறு யோசனை.

பல கல்லூரிகளில் 'இந்த நிறுவன மடிக்கணினி வைத்திருக்க வேண்டும்' என்று குறிப்பிட்ட ஒன்றைப் பரிந்துரை செய்வதுண்டு. சில கல்லூரிகள் அவர்களாகவே மாணவர்களுக்கு வாங்கிக் கொடுப்பதும் உண்டு. மொத்தமாக வாங்கும்போது கணிசமான கழிவுத்தொகையில் மடிக்கணினி கிடைக்கும். முதலாண்டுப் படிப்பு அடிப்படைப் பாடங்களைக் கொண்டதாகத்தான் இருக்கும். எனவே இரண்டாமாண்டில் மடிக்கணினி வாங்கினால் போதும் என்று சில கல்லூரிகளில் சொல்லிவிடுவார்கள். இவற்றை எல்லாம் உத்தேசித்து இப்போது வீட்டில் வைத்துப் பயன்படுத்த வசதியாக மேஜைக் கணினி வாங்கலாம் என்றான். இரண்டு மூன்று மாதத்தில் அவன் கல்லூரிக்குப் போய்விட்டால் இந்தக் கணினி சும்மாதானே கிடக்கும்? சும்மா கிடந்தால் துருப் பிடித்துப் போய்விடாதா என்று மங்காசுரி கேட்டார். அதற்கு

அவன் விழுந்து விழுந்து சிரித்தான். 'துருப் பிடிக்காமல் இருக்க அப்பா பயன்படுத்தட்டும்' என்றான்.

அவர் பிரச்சினை வேறு. அரசு அலுவலகங்களை எல்லாம் கணினி மயப்படுத்தும் திட்டத்தை அரசு கொண்டுவந்து பத்தாண்டுகளுக்கும் மேலாகிறது. அது இன்னும் அவர் அலுவலகத்தை முழுமையாக எட்டவில்லை. கணினியைப் பயன்படுத்தப் பயிலரங்குகளை அரசு நடத்தியது. முதல் பட்டியலிலேயே அவருடைய பெயரும் இருந்தது. அவருக்குப் போக விருப்பமில்லை. பயிற்சிக்கு முதல்நாள் 'உடல்நிலை சரியில்லை' என்று சொல்லி மருத்துவ விடுப்பு எடுத்துக்கொண்டார். கணினிப் பெட்டியைப் பார்த்தாலே அவருக்குப் பயமாக இருந்தது. அதைச் சுற்றிச் சுற்றி வரும் பாம்புகளைப் போன்ற நீள ஒயர்கள் அவருக்கு நடுக்கத்தை உண்டாக்கின. எதிலாவது கையோ காலோ பட்டால் மின்சாரம் பாய்ந்து உயிர் போய்விடும் எனத் தோன்றியது. அதன் விசைப்பலகையில் விரல் வைத்து இந்த வயதுக்கு மேல் தட்டச்சு செய்யக் கற்றுக்கொள்வது கஷ்டம் என்றும் நினைத்தார்.

அரசாங்கம் இப்போதுதானே இந்தத் திட்டத்தைக் கொண்டு வந்திருக்கிறது, இது இன்னும் பரவலாகக் குறைந்தது இருபத்தைந்து ஆண்டுகளாவது ஆகிவிடும். அவர் பணியாற்றும் மூலையில் ஒதுக்கப்பட்ட துறைகளுக்கு வந்துசேர ஐம்பதாண்டுகள் கூட ஆகலாம். அதற்குள் பணியிலிருந்து ஓய்வு பெற்றுப் போய்விடுவோம் என்பதும் அவர் எண்ணம். ஆனால் அரசு கொஞ்சம் முனைப்பாகச் செயல்பட்டு ஒன்றரை ஆண்டுக்குள் அலுவலகத்துக்கு ஒரு கணினி என்னும் விகிதத்தில் அரண்மனையிலிருந்தே வாங்கி அனுப்பி வைத்தது. அதில் மாவட்டத் தலைமை அலுவலகத்தில் இருந்த அதிகாரிகளுக்கு எல்லாம் வருத்தம். எப்போதும் இத்தகைய பொருட்கள் வாங்கும்போது நிதியை மாவட்டங்களுக்கு ஒதுக்கிவிடுவர். அந்தந்த மாவட்டத் தலைமை அதிகாரி தலைமையில் குழு அமைக்கப்பட்டு அக்குழு பொறுப்பேற்றுப் பொருட்களை வாங்கும். ஆனால் இப்போது அப்படியல்ல. மேலிருந்தே பொருட்களை வாங்கி அனுப்பினர். எல்லாம் மையப்படுத்தப்படுகிறது என்று அரசாங்கம் அதற்கு விளக்கம் சொன்னது.

குமராசுரரின் அலுவலகத்திற்கும் கணினி ஒன்று வந்து சேர்ந்தது. கணினியுடன் வந்த நிறுவன ஆள் எல்லாவற்றையும் பிரித்துக் காட்டி இவையிவை என்று விளக்கிச் சொல்லி ஒப்படைத்தான். அவன் சொன்ன பெயர்கள் எதுவும் அவருக்குப் புரியவில்லை. புரிந்த மாதிரி தலையாட்டி வைத்தார். என்றாலும்

அவர்தான் கையொப்பமிட்டு வாங்க வேண்டியிருந்தது. மொத்தப் பொருட்கள் எத்தனை என்று பலமுறை கூட்டிப் பார்த்தார். வந்திருக்கும் பொருட்களையும் எண்ணினார். விடுபாடு ஏதும் இருப்பதாகத் தோன்றும்போது நிறுவன ஆள் எது என்று எடுத்துக்காட்டிப் பொறுமையாகச் சொன்னான். எனினும் பெற்றுக்கொண்டதாக ஒப்புகைக் கையொப்பமிட மறுத்து விட்டார்.

எல்லாவற்றையும் வரிசைக் கிரமமாகப் பதிவேட்டில் எழுதி அவன் கையொப்பத்தையும் பெற்ற பிறகே தான் ஒப்புகைக் கையொப்பம் போட முடியும் என்று சொல்லிவிட்டார். எல்லாம் முடித்து வைத்திருக்கும்படியும் மறுநாள் வந்து அவன் நடைமுறைகளை முடித்து விடுவதாகவும் சொல்லிப் போனான். பொருட்களை ஒப்படைத்துவிட்டு எந்த அத்தாட்சியும் இல்லாமல் அவன் போவது அவருக்கு ஆச்சரியத்தை உண்டாக்கிற்று. பத்து வகையான பதிவேடுகளில் அவர் கணினி தொடர்பான விஷயங்களைப் பதிய வேண்டியிருந்தது. முழுநாள் வேலை. மறுநாள் நிறுவன ஆள் வந்தபோது எல்லாவற்றிலும் கையொப்பம் பெற்றுக்கொண்டார். ஒப்புகைக் கையொப்பத்தைப் போடும் முன் பலமுறை சரிபார்த்துக்கொண்டார். பிறகு அனைத்துப் பொருட்களையும் பிரிக்கும் முன் இருந்தது போலவே அட்டைப் பெட்டியில் போட்டுக் கட்டிக் கொடுக்கச் சொன்னார். அவன் கட்டிக் கொடுத்தான். அவருக்கென இருந்த அலமாரிகளில் பூட்டும் சாவியும் ஒத்துப் போய்ச் சரியாகத் திறக்கவும் பூட்டவுமாக நல்ல நிலையிலான அலமாரி ஒன்றை வெகுநேர ஆராய்ச்சிக்குப் பிறகு கண்டுபிடித்தார். அனைத்து அட்டைப்பெட்டிகளையும் அதற்குள் வைத்துப் பூட்டினார்.

கணினி விநியோகம் எல்லாத் துறை அலுவலகங்களுக்கும் நடந்து முடிந்த பிறகு ஒவ்வொரு அலுவலகத்திற்கும் தனித்தனி யாகக் கடிதம் எழுதி விவரம் பெற்றார். பின்னர் இந்த மாவட்ட அரசு அலுவலகங்களுக்கு இத்தனை கணினிகள் வழங்கப்பட்டு எல்லாம் கணினி மயமாக்கப்பட்டுவிட்டன எனப் புள்ளிவிவரம் ஒன்றைப் பழைய தட்டச்சு இயந்திரத்தில் தட்டச்சு செய்து அரசாங்கத்திற்கு அனுப்பி வைத்தார். அவ்வப்போது கணினி அட்டைப்பெட்டிகள் சரியாக இருக்கின்றனவா என எண்ணிப் பார்ப்பதோடு சரி.

நிதியாண்டின் முடிவில் வேறு ஏதாவது துறையில் இருந்து சரிபார்க்க ஆள் வருவார். வருபவர் கேட்டால் அலமாரியைத் திறந்து காட்டலாம் என நினைத்திருப்பார். ஆனால் வருபவர் எதைப் பற்றியும் கேட்காமலும் பார்க்காமலும் 'எங்கெங்கே

கையொப்பமிட வேண்டும்' எனக் கேட்டுக் கையொப்பமிட்டுக் கொடுத்துவிட்டுப் போய்விடுவார். எப்போதாவது கணினியைப் பயன்படுத்தித்தான் ஆக வேண்டும் என்னும் நிர்ப்பந்தத்தை அரசு கொடுத்தால் தனக்குக் கீழே இருக்கும் எவரையாவது கற்றுக்கொள்ளச் சொல்லிவிடலாம் என்று நினைத்தார். பதவியில் மேலே போகப் போக ஒன்றையும் கற்றுக்கொள்ள வேண்டிய தில்லை. கீழே இருப்பவரிடம் சொன்னால் செய்துவிட்டுப் போகிறார்கள். அவர்கள் செய்வதில் பிழை கண்டுபிடிப்பதுதான் மேலே இருப்பவரின் வேலை.

அதில் ஒரு சிரமம். அவருடைய துறைக்குப் புதிதாக ஆட்களே போடுவதில்லை. இந்தச் சந்தர்ப்பத்தைப் பயன்படுத்தி வாராவாரம் அரசுக்குக் கடிதம் எழுதினார். அரசு எந்த விவரம் கேட்டாலும் 'பணியாற்ற இளநிலை உதவியாளர் இல்லை' என்று பதில் சொன்னார். பல அலுவலகங்களிலும் ஆள் பற்றாக்குறை நிலவியதால் வேறு வழியில்லாமல் அரசு புதிய ஆட்களை நியமிக்கப் போட்டித்தேர்வு அறிவித்தது. தேர்வு அறிவிப்பு வெளியாகி ஓராண்டு கழித்துத் தேர்வு நடைபெற்றது. அதன் முடிவுகள் அடுத்த ஆண்டு வெளியாயின. தேர்வானவர்களுக்குப் பணியிடம் ஒதுக்கி நியமன ஆணை வழங்கவே இல்லை. தேர்வானவர்கள் சிலர் ஓய்வு பெறும் வயதுக்கு ஓரிரு ஆண்டுகள் குறைவான வயதில் இருந்தனர். அவர்கள் சில பேர் சேர்ந்து 'தேர்வானவர்களுக்கு அரசு உடனடியாகப் பணி நியமன ஆணை வழங்க வேண்டும்' எனக் கோரிக்கை வைத்தனர். 'நியமன ஆணைக்குக் காத்திருப்போர் சங்கம்' ஒன்றைத் தொடங்கினர். அதன் பெயரில் பல போராட்ட அறிவிப்புகளை வெளியிட்டனர். ஊர்வலம் சென்றனர். முழக்கமிட்டனர். முற்றுகையிட்டனர். உண்ணாவிரதம் அறிவித்தனர். குடும்பத்துடன் போராட்டம் என்றனர்.

அரசருக்கு எதிராகப் போராட்டம் நடத்தினால் படைகள் களமிறங்கும் என அரசர் அறிவித்தார். 'இது அரசருக்கு எதிரான போராட்டம் அல்ல. அரசாங்கத்துக்கு எதிரான போராட்டம்தான். அரசரின் மேல் எங்களுக்குப் பெருமதிப்பு உண்டு' எனச் சங்கம் அறிவித்தது. அரசருக்கு மனம் குளிர்ந்தது. அடுத்து அவர்கள் அடையாள உண்ணாவிரதம் இருந்தனர். உண்ணாவிரதத்தில் சிலர் மயங்கி விழுந்தனர். மயங்கி விழுந்தவர் களை மருத்துவமனையில் அனுமதித்திருந்தபோது 'அவர்களில் சிலர் உயிருக்கு அபாயம்' என்று தகவல் கசிந்ததால் அரசர் அவர்களைப் பார்த்து ஆறுதல் சொல்ல வந்தார். அவர்களைப் பார்க்கப் பரிதாபமாயிருந்தது. இதில் யாராவது ஓரிருவர் செத்துப் போய்விட்டால்கூட அரசாங்கத்துக்குக் கெட்ட பெயர்

ஏற்பட்டுவிடும் என்று அப்போதுதான் அரசருக்குத் தோன்றியது. மருத்துவ மனையிலேயே பணி நியமன ஆணை வழங்கப்படும் என அவர் அறிவித்தார். அவரது கையால் சிலருக்கு உறைக்குள் வைத்து ஆணையும் வழங்கினார்.

'ஆணை வழங்கும் விழா' முடிந்து அவர் போன பிறகு உறையைப் பிரித்துப் பார்த்தால் வெற்றுக் காகிதமே இருந்தது. ஏமாற்றத்தோடு அவர்கள் கொந்தளித்தபோது அந்தத் துறைக் கான கீழ்நிலை அலுவலர் வந்து 'ஓரிரு நாளில் ஆணை தயாராகி விடும். பொறுத்திருக்கவும்' என்று சொன்னார். அரசர் உடனடி நடவடிக்கை எடுத்ததற்கு அத்தாட்சியாக அந்த வெற்றுக் காகிதம். இதை வெளியே சொன்னால் உள்ளதும் போய்விடும் எனப் பயந்து, இத்தனை காலம் இருந்தாயிற்று, இன்னும் சில நாட்கள்தானே என்று அவர்கள் காத்திருந்தார்கள். பிறகு மூன்று மாதம் கழித்து ஒவ்வொருவருக்காக ஆணை வந்து சேர்ந்தது.

அப்போதும் குமராசுரரின் துறைக்கு ஆள் யாரும் வந்து சேரவில்லை. ஊதியமல்லாத வருமானம் உள்ள துறையாகப் பார்த்துத்தான் எல்லோரும் போய்ச் சேர்ந்தனர். அரசு நலத் திட்டங்களைச் செயல்படுத்தும் வருவாய்த் துறையில் சேரக் கடும் போட்டி. இரண்டாவதாகப் பத்திரப் பதிவுத் துறை இருந்தது. அத்தகைய துறைகளில் நியமனம் பெறுவதற்கு நிறையச் செலவழிக்கவும் தயாராக இருந்தனர். புள்ளியியல் துறைக்கும் ஒரு சிலரையாவது போட்டாக வேண்டும் என்னும் நிர்ப்பந்தத்தில் மாவட்டத்துக்கு ஒருவர் என்னும் விகிதத்தில் நியமன ஆணை வழங்கப்பட்டது. அதில் ஒரு இளைஞர் வந்து சேர்ந்தார். பெயர் கும்பாஸ். அதற்குப் பிறகுதான் குமராசுரருக்கு நிம்மதியாக இருந்தது. கும்பாஸ் வந்து சேர்ந்த முதல் நாளே 'இந்த ஆபீஸ்ல கம்ப்யூட்டர் கெடையாதா?' எனக் கேட்டான். 'இருக்குதே' என்றார் குமராசுரர். 'எங்கே?' என்றான் கும்பாஸ். 'பாக்கலாம் பாக்கலாம்' என்றார் குமராசுரர். தினமும் கும்பாஸ் இப்படிக் கேட்பதும் குமராசுரர் 'பாக்கலாம்' எனப் பதில் சொல்வதும் வழக்கமாயிற்று. இப்படியே ஆறுமாதம் கடந்துவிட்டது.

அரசு அலுவலகத்தில் கணினி இருக்கும், இலவச இணைய இணைப்பு இருக்கும், அவற்றை எல்லாம் பயன்படுத்திக் கொள்ளலாம் என ஆவலாக இருந்த கும்பாஸுக்கு இது அதிர்ச்சியாக இருந்தது. அலுவலகத்தின் எல்லா மூலை முடுக்குகளிலும் தேடிப் பார்த்துவிட்டான். எங்கும் கணினி இருப்பதற்கான அறிகுறியே இல்லை. அவனோ அவன் சார்பில் எவனோ அரண்மனைக்கு மொட்டைக் கடிதம் எழுதிவிட்டான். 'இந்த மாவட்டத்தின் இந்த அலுவலகத்திற்கு வழங்கப்பட்ட

கணினி அலுவலகத்தில் இல்லை. கணினியை இவ்வலுவலகக் கண்காணிப்பாளர் குமராசுரர் விற்றுவிட்டார் என்று தெரிகிறது. சிலர் கணினியை அவர் வீட்டுக்குக் கொண்டுபோய்ச் சொந்த வேலைக்குப் பயன்படுத்திக்கொண்டிருக்கிறார் என்றும் தகவல் தெரிவிக்கிறார்கள். அதனால்தான் இப்போதும் பழைய தட்டச்சு இயந்திரத்திலேயே கடிதங்களை எல்லாம் தட்டச்சு செய்கிறார். அரசு உடனடியாக விசாரித்து உரிய நடவடிக்கை மேற்கொள்ள வேண்டும்' எனக் குமராசுரரின் மேல் பழி சுமத்தி எழுதப்பட்டிருந்தது கடிதம். மேலேயிருந்து அந்தக் கடிதத்தின் நகலை அனுப்பி விளக்கம் கேட்கும் கடிதம் குமராசுரருக்கே வந்தது. கடிதத்தைப் படித்ததும் கோபம் தலைக்கேறக் கும்பாஸை அழைத்துக் கடித்தத்தை நீட்டி 'என்ன இது?' என்றார். அவன் படித்துப் பார்த்துவிட்டு 'எனக்கும் இதற்கும் சம்பந்தமில்லை' என்றான்.

அத்தோடு அவன் நிற்கவில்லை. 'நீங்க விக்கலீன்னா கம்ப்யூட்டர் இருக்குதுன்னு ஆதாரம் காட்டிப் பதில் எழுதிட்டுப் போங்க சார். டைரக்டர் கேட்டாப் பதில் சொல்லிக்கங்க சார். என்னய எந்த அடிப்படையில விசாரிக்கறீங்க? டைப்ரைட்டரிலயே லட்டர் டைப் பண்ணி எத்தனையோ ஆபிஸ்க்கு அனுப்பறீங்க. அதுல யாருக்குச் சந்தேகம் வந்துச்சோ தெரீல. எம்மேல ஏன் சார் பாயறீங்க? மடியில கனமில்லைன்னா வழியில எதுக்குப் பயம்?' என்று பொரிந்தான். வேலைக்கு வந்து வருசம்கூட ஆகவில்லை, அதற்குள் சீனியரின் முன்னால் எப்படிப் பேசுகிறான், இப்போதைய தலைமுறைக்கே மரியாதை தெரிய வில்லை என மனதில் நினைத்துக் கொண்டார். அதையொட்டி இருவருக்கும் கொஞ்ச நேரம் வாக்குவாதம் நடந்தது. முடிவில் அந்த அலமாரியைத் திறந்து அதில் புத்தம் புதிதாக இருந்த கணினிப் பொருட்களை மேஜையின் மீது எடுத்து வைத்தார்.

நிறுவன ஆள் கொண்டு வந்தபோது பெற்றுக்கொண்டமைக் கான கையொப்பம் போட்ட பத்துப் பதிவேடுகளையும் அலமாரிக்குள் இருந்து எடுத்தார். அவற்றில் 'கீழக்கண்ட பொருட்கள் அனைத்தும் இவ்வலுவலக இளநிலை உதவியாளர் திரு. கும்பாஸ் அவர்களிடம் ஒப்படைக்கப்பட்டது' என மேலேயிருந்த அனைத்தையும் எடுத்தெழுதி அவர் கையொப்ப மிட்டார். 'மேற்கண்ட பொருட்கள் அனைத்துக்குமான பொறுப்பை ஏற்றுக்கொண்டேன்' என எழுதிக் கும்பாஸைக் கையொப்பமிடச் சொல்லி ஒரே நாளில் ஒப்படைத்துவிட்டார். பலமுறை அவர் எண்ணி எண்ணிச் சரிபார்த்துக் கொடுத்தார். அவனோ எதையும் எண்ணிப் பார்க்கவில்லை. அப்படியே

மேஜை மேல் எடுத்து வைத்து அவற்றை இணைக்கும் வேலையில் ஈடுபட்டான். யார் யாருக்கோ செல்பேசியில் பேசி விவரம் கேட்டுக்கொண்டான். ஒரே நாளில் எல்லாவற்றையும் பூட்டிக் கணினியைத் தயார் செய்துவிட்டான்.

கும்பாஸ் பொறுப்பில் இப்போது கணினி இருக்கிறது. பெரிய சுமை தன்னிடமிருந்து இறங்கிவிட்டதாகக் குமராசுரருக்கு நிம்மதி வந்தது. இப்போது இருக்கும் வேலைகளைக் கும்பாஸிடம் ஒப்படைத்துவிட்டு அலுவலக உணவகத்தில் பெரும்பான்மையான நேரத்தைக் கழிக்கிறார் அவர். இந்த நிலையில் கணினியை 'அப்பா பயன்படுத்தட்டும்' என்று மகன் சொன்னதும் பயந்து போனார். இருப்பினும் 'எனக்கெதுக்கு? ஆபீஸ்ல இருக்கறதயே பயன்படுத்த எனக்கு நேரம் கெடையாது. நானென்ன சும்மாவா இருக்கறன்? இதையெல்லாம் நோண்டிக்கிட்டு இருக்கறதுக்கு?' என்று பதில் சொன்னார். அதற்கு 'அதென்ன மூக்கா? நோண்டி நோண்டி அடை எடுக்கறதுக்கு?' என்று சிரித்தபடி மேகாஸ் சொன்னான்.

8

மேகாஸ் மேஜைக் கணினி வாங்குவதில் மிகவும் தீவிரமாக இருந்தான். அம்மாவைக் கூட்டணி சேர்த்தான். பழைய திரைப்படங்கள் முதல் இப்போது திரைக்கு வரும் படங்கள் வரை எல்லாவற்றையும் நினைத்த நேரத்தில் கணினியில் பார்க்கலாம் என்று அம்மாவுக்குச் சொன்னான். 'எனக்குத் தெரியாதே' என்றார் மங்காசுரி. 'அது ஒன்னும் கஷ்டமில்லம்மா. நாலஞ்சு பொத்தான் இருக்குது. ஒரே ஒரு தட்டுத் தட்டுனாப் போதும். படம் வந்திரும். உனக்கு நான் சொல்லித் தர்றன். இதுல அப்பா மாதிரி பயப்பட ஒன்னுமே இல்ல. டிவி போடற மாதிரிதான்' என்று சொன்னான். அத்தோடு எல்லாப் புகைப்படங்களையும் அதில் போட்டு வைத்துக்கொள்ளலாம் என்றும் சொன்னான். அம்மாவும் மகனும் சேர்ந்துகொண்ட பிறகு அவரால் ஒன்றும் செய்ய முடியவில்லை.

மகனாகவே எங்கெங்கோ விசாரித்துத் தனித்தனிப் பாகங்களாக எல்லாவற்றையும் வாங்கி வீட்டின் ஓர் அறையில் வைத்தான். கணினி தன் அலுவலகத்திற்கு வந்திறங்கிய நாள் குமராசுரருக்கு நினைவு வந்தது. மேகாஸுக்கு இதில் என்ன தெரியும்? எல்லாவற்றையும் சேர்த்துப் பூட்டி ஓட வைக்க எங்கே கற்றுக்கொண்டான்? தன்னைப் போலவே எல்லாவற்றையும் கட்டி எங்காவது அலமாரிக்குள் வைத்துவிடுவான் என்று எதிர்பார்த்தார். அப்படி வைப்பதென்றால் இருப்புப் பதிவேடு ஒன்று போட்டு அதில் ஒவ்வொன்றையும் எழுதி வைத்துவிடலாம் என்று நினைத்து அலுவலகம் முடிந்து வரும்போது பதிவேடு ஒன்றை வாங்கிக் கையில் பிடித்துக்கொண்டு வந்த நாள் மாலையில் கணினி அறையில் இருந்து இரைச்சலோடு ஒன்றும் விளங்காத பாட்டு அதிரும்

பெருஞ்சத்தம் கேட்டது. பதற்றத்தோடு தம் கைப்பொருள்களை எல்லாம் வரவேற்பறையில் போட்டுவிட்டு அறைக்குள் ஓடிப் பார்த்தார்.

கணினியில் ஏதோ ஒரு படப்பாடல் காட்சி ஓடும் வெளிச்சம். அறை முழுவதும் குதிக்கும் ஒலிவாங்கிச் சத்தம். மேகாஸ் கைகால்களை உதைத்து எம்பிக் குதித்துக்கொண்டிருந்தான். அவனுக்கு ஈடு கொடுக்க முடியவில்லை என்றாலும் அவனோடு மங்காசுரியும் சேர்ந்து விதவிதமாகக் கைகால்களைத் தூக்கியபடி குதிக்க முயன்று கொண்டிருந்தார். தம் வீடுதானா என்னும் ஐயத்தோடும் எங்கோ திரைப்படங்களில் நடக்கும் ஆட்டம் தம் வீட்டுக்குள்ளும்கூட வருமா என்னும் அதிர்ச்சியோடும் சற்று நேரம் வாய் பிளந்து பார்த்தபடியே நின்றிருந்தார். பின் சுதாரித்து எல்லாச் சத்தத்தையும் மீறிக் குரல் எடுத்து 'என்ன இது?' என்று உறுமினார்.

மங்காசுரிக்குத்தான் முதலில் அவர் குரல் கேட்டது. பயந்து போய் வெளியே ஓடிவந்து சமையலறைக்குள் மறைந்துகொண்டார். மேகாஸ் பயப்படவில்லை. கை கால்களை உதைத்தபடியே கதவுக்கு வந்து அதைச் சாத்தித் தாழிட்டுக்கொண்டான். உடல் பதற அவர் வரவேற்பறைச் சோபாவில் வெகுநேரம் உட்கார்ந்திருந்தார். பணம் கொடுத்து வாங்கி வந்த இருப்புப் பதிவேட்டை என்ன செய்வது என்று தெரியவில்லை. அலுவலகச் செலவுக்குள் இந்தப் பதிவேட்டையும் எப்படியாவது நுழைத்துவிட வேண்டும் என யோசித்தார். அறைக்குள் இருந்து கதவுச் சந்தில் மெல்லிய ஒலி வந்துகொண்டேயிருந்தது. மங்காசுரி அவர் முகத்தை நிமிர்ந்து பார்க்க மூன்று பகல்களும் மூன்று இரவுகளும் ஆயின.

அது நடந்த பிறகு மேகாஸ் அறைக்குள்ளிருந்து வெளியே வருவதேயில்லை. மூன்று வேளை உணவும் தேநீர்க் குவளைகளும் அம்மா மூலம் அறைக்குள் போய்ப் போய் வந்தன. மகனோடு சேர்ந்து அம்மாவும் அந்த அறைக்குள் வெகுநேரம் இருந்தார். இருவரும் அவ்வப்போது சிரிக்கும் சத்தம் கேட்கும். அவர் இருக்கும் போது மட்டும் பாட்டுச் சத்தம் கேட்பதில்லை. குமராசுரர் கணினிச் செலவுக் கணக்குப் பார்த்துக்கொண்டிருந்தார். கணினி மேஜை உட்பட எல்லாம் சேர்ந்து ஐம்பதாயிரத்திற்குப் பக்கமாக வந்திருந்தது. இவ்வளவு செலவழித்து என்ன பயன் கிடைக்கிறது என யோசித்துப் பார்த்தார். ஒன்றும் புரிபடவில்லை. கணினி யால் என்ன பயன் என்று அவர் அவ்வப்போது கேட்டார். மனதுக்குள் கேட்டுக்கொண்டிருந்த அந்தக் கேள்வி அவரையும் அறியாமல் வாய் வழியாக வீட்டுக்குள் தானாகவே கேட்கத் தொடங்கிவிட்டது.

கழிமுகம்

வாயை எத்தனை கட்டுப்படுத்தினாலும் எல்லாவற்றையும் தள்ளிக்கொண்டு கேள்வி வெளியே வந்து விழுந்தது. தனியாக அவர் மொட்டை மாடியில் உலவும் போது அந்தக் கேள்வி. மூவரும் சேர்ந்து சாப்பிடும்போது அந்தக் கேள்வி. வரவேற்பறையில் உட்கார்ந்து தொலைக்காட்சி பார்க்கும்போது அந்தக் கேள்வி. முதலில் மௌனமாக இருந்த மகன், கேள்வி வீடு முழுக்கவும் பரவிச் சுவர்களிலும் எதிரொலித்த பின்னொரு நாளில் மென்மையாகச் சொன்னான். 'அப்பா நீ கம்ப்யூட்டர்ல டைப் பண்ணக் கத்துக்கப்பா.' அதற்குப் பிறகு எப்போது கணினியைப் பற்றிய பேச்சு வந்தாலும் அவன் அதைச் சொல்வான். அவர் மேலே பேசமாட்டார். மேகாஸின் அந்த ஆலோசனை அவருடைய கேள்வியைப் படிப்படியாகத் தூக்கிக்கொண்டு போய் வெளியே போட்டுவிட்டது.

சில நாட்களில் மேகாஸ் கணினியில் இருந்து வெளியே வந்து தொலைக்காட்சிக்கு முன் உட்கார்ந்து இடைவிடாமல் அலைவரிசைகளை மாற்றியபடியே இருந்தான். சீக்கிரத்தில் பதின்மூன்றாம் வகுப்புத் தேர்வு முடிவுகள் வெளியாகி அவன் கல்லூரியில் சேர்ந்துவிட்டால் பரவாயில்லை என்று இருவருமே நினைக்கும்படி ஆயிற்று. குமராசுரரும் மங்காசுரியும் தங்களுக்கு ஏற்ற மாதிரி வைத்திருக்கும் வீட்டின் ஒவ்வொரு அம்சத்திலும் மேகாஸ் குறுக்கிடுவதைத் தடுக்கவும் முடியவில்லை; ஏற்றுக் கொள்ளவும் இயலவில்லை. அவனுக்கேற்ற வகையில் வீட்டை மாற்ற அவன் முயன்றுகொண்டிருந்தான். எப்போதும் வீடு முழுக்கக் கலைந்து கிடப்பதான உணர்வு குமராசுரருக்கு மட்டுமல்ல, மங்காசுரிக்கும் வந்தது. இருவரும் எப்போதும் எரிச்சலோடுதான் வீட்டுக்குள் இருந்தார்கள். நாள் முழுக்க மங்காசுரி வீட்டை ஒழுங்குபடுத்திக்கொண்டே இருந்தார். ஒன்றைச் சரியாக்கிவிட்டு வந்தால் இன்னொன்று கலைந்து கிடக்கும். முதலில் இருந்து மறுபடியும் தொடங்குவார். மறுபடியும் முதலில் இருந்து... மறுபடியும் முதலில் இருந்து... எத்தனை மறுபடியும்கள்...

திடுமென ஒருநாள் தனக்குப் புதுச்செல்பேசி ஒன்று வேண்டும் எனக் கேட்டான். கணினி விஷயத்தில் ஏமாந்த மாதிரி இதில் இருந்துவிடக் கூடாது என்பதில் உறுதியாக இருந்தார் குமராசுரர். ஓராண்டுக்கு முன்னால் வீட்டில் தொலைபேசி இருந்தது. அரசாங்க நிறுவனத் தொலைபேசி. அதுவல்லாமல் குமராசுரரிடம் ஒரு செல்பேசி இருந்தது. தொலைபேசி பல நாட்கள் பழுதாகிக் கிடக்கும். அரசாங்க அலுவலகத்திற்குச் சென்று பதிய வேண்டும். ஒரு வாரம் ஆனால்கூட ஆட்கள் வரமாட்டார்கள். அலுவலகத்திற்கு நேரில் போனால் உதவிச்

செயற்பொறியாளர், துணைச் செயற்பொறியாளர், இணைச் செயற்பொறியாளர், கூடுதல் செயற்பொறியாளர், தலைமைச் செயற்பொறியாளர் எனப் பல நிலை அதிகாரிகளையும் பார்க்க நேரும். அதையும் ஒரே நாளில் செய்துவிட முடியாது. ஒருவர் இருந்தால் இன்னொருவர் இருக்க மாட்டார். அவரைப் பார்க்கத் தனியாக ஒருநாள் போக வேண்டும். ஒவ்வொருவரும் ஒவ்வொரு மாதிரி. கடுப்புப் பொறியாளர், எரிப்புப் பொறியாளர், சிடுப்புப் பொறியாளர், தடுப்புப் பொறியாளர், முடுக்குப் பொறியாளர் என ஒவ்வொருவருக்கும் குமராசுரர் பெயர் வைத்திருந்தார். அவர்களிடம் எப்படி அலைந்து பார்த்தாலும் தொலைபேசி சரியாக ஒருமாதம் ஆகும்.

இந்தத் தொந்தரவு வேண்டாம் என்று தொலைபேசி இணைப்பைத் துண்டிக்கும்படி எழுதிக் கொடுத்துவிட்டு மனைவிக்கு ஒரு செல்பேசி வாங்கிக் கொடுத்தார். அவருடையதை விட மனைவியுடையது கொஞ்சம் மேம்பட்ட வடிவம். 'நான் வீட்டில்தானே இருக்கிறேன், பழையதை இங்கே போட்டுவிட்டுப் புதியதை நீங்கள் வைத்துக்கொள்ளுங்கள்' என்று மனைவி சொன்னார். அவர் மறுத்துவிட்டார். 'உனக்கென வாங்கியதை நீயே வைத்துக்கொள்' என்றார். மனைவிக்கும் புதுச்செல்பேசி என்பதில் மகிழ்ச்சி. குமராசுரர் பெருந்தன்மையோடு வேண்டாம் என்று சொன்னதற்கு இரண்டு காரணங்கள். சில ஆண்டுகளாக உபயோகித்ததில் பழைய செல்பேசி பழகியிருந்தது ஒன்று. புதுசெல்பேசியைக் கையாளப் பழக வேண்டுமே என்னும் தயக்கம் இன்னொன்று.

அம்மாவின் செல்பேசி எப்போதும் சும்மா கிடக்கும் என்பதால் அதை எடுத்துக் கையாண்டு கொண்டிருந்தான் மேகாஸ். அதில் ஒரு வசதியும் இருக்கவில்லை. இரண்டே இரண்டு சின்ன விளையாட்டுகள் இருந்தன. அவை குட்டிக் குழந்தைகளுக்கு ஏற்றவை. அப்பாவின் செல்பேசியோ அதைவிடவும் பழையது. ஒரு வசதியுமே இல்லாதது. 'என்னப்பா ஒன்னுமே இல்ல' என்றான் அவன். அவர் சொன்னார், 'என்ன வேணும்? யாருக்காச்சும் பேசனும்னா கூப்பிடனும். யாராச்சும் கூப்பிட்டாப் பேசனும். இவ்வளவுதானே. இது ரண்டும் இதுல இருக்குதில்ல?' அவன் அவரை அண்ணாந்து பார்த்தான். அவர் முகத்தில் இருந்த வெகுளித்தனத்தைப் பார்த்துப் பரிதாபப்பட்டானோ என்னவோ. மேலே ஏதும் பேசவில்லை.

அவன் மௌனம் சாமான்யமானதல்ல. ஓரிரு நாளில் தனக்குப் புதுச்செல்பேசி வேண்டும் என நச்சரிக்கத் தொடங்கினான். வீட்டில் இரண்டு இருக்கும்போது புதிதாக ஒன்று எதற்கு?

அவனுக்கு யார் பேசப் போகிறார்கள்? அவனை மாதிரியே வெட்டியாக இருக்கும் நண்பன் எவனாவது அழைப்பான். அவ்வளவுதானே. பெண்களோடு பழக்கம் வைத்திருக்கும் பையன்கள் சிலர் காதில் ஒயரை மாட்டிக்கொண்டு குசுகுசுவெனத் தமக்கே கேட்காத குரலில் பேருந்தில் பேசுவதைப் பார்த்திருக்கிறார். அருகிலேயே அமர்ந்திருந்தாலும் என்ன பேசுகிறார்கள் என்பதை ஒருபோதும் அறிய முடிந்ததில்லை. உதட்டசைவு மட்டும் தெரியும். அதைக் கொண்டு சொற்களைப் படிக்கும் வித்தை அவருக்குக் கைவரவில்லை. உதட்டசைவை உள்வாங்கிக் கொண்டு சேர்த்துவிடும் அளவுக்குத் தொழில்நுட்பம் பெருகிவிட்டது போலும் என நினைத்துக்கொள்வார்.

அவருக்கு ஏதேனும் அழைப்பு வந்தால் மொட்டை மாடியில் நின்று கத்திப் பதில் பேசுவார். ரொம்ப தூரத்தில் இருந்து அழைப்பவர்களுக்கு மெதுவாகப் பேசினால் எப்படிக் கேட்கும் என்று நினைப்பு. மட்டுமல்ல, கிராமத்தில் ஒருவருக்கு ஒருவர் பேசிக் கொள்ளும்போது ஐம்பதடி நூறடி தூரம்கூட இருக்கும். குரல் ஓங்கிப் பேசினால்தான் எதிராளிக்குக் கேட்கும். ஒவ்வொரு முறை அவர் பேசும் போதும் மங்காசுரி எரிச்சல் பட்டு 'மெதுவாப் பேசுனா என்ன? நீங்க பேசறது இந்த ஊருக்கே கேக்குது. காட்டான்னு காட்டாதீங்க' என்று திட்டுவார். ஆனால் அவரால் ஒருபோதும் குரலைக் குறைக்க முடிந்ததில்லை. இந்தக் குசுகுசுப் பேச்சு கேட்க வேண்டுமானால் இன்னும் நிறையப் பணம் போட்டுச் செல்பேசி வாங்க வேண்டும் போல. இந்தக் காதல் கண்ணராவிகளில் ஈடுபடும் பையன்களும் பெண்களும் குசுகுசுவென்று விடிய விடியக்கூடப் பேசுவார்களாம்.

சிலர் இரு கைகளிலும் செல்பேசியைப் பிடித்துக்கொண்டு இரண்டு பெருவிரல்களாலும் வேக வேகமாக எதையோ தட்டச்சிட்டுக் கொண்டேயிருப்பார்கள். அப்போதுதான் பிறந்த எலிக்குஞ்சுகள் போலப் பெருவிரல்கள் நெளிவதை அவர் ஆச்சர்யத்துடன் பார்த்தபடியே இருப்பார். என்ன செய்வான்கள்? தெரிந்த பெண் எவளுக்காவது செய்தியை அனுப்பிப் பதில் பெற்று . . . பதிலுக்குப் பதில் அனுப்பி . . . இப்படித்தானே போகும்? அப்படி என்ன பேசுவார்கள்? நாட்டுப் பொருளாதாரப் பிரச்சினையைத் தீர்க்க ஆலோசனை செய்வார்களா? தன் மனைவியிடம் பேசுவதற்கே ஐந்து நிமிடத்திற்கு மேல் அவருக்கு விஷயம் இருப்பதில்லை. கனகாசுரர் சொல்வார், 'இந்தச் செல்போன மட்டும் இந்தக் காலத்துப் பசங்ககிட்ட இருந்து புடுங்கிட்டமுன்னு வெச்சிக்க... வாய் கோணிப் போயித் தார் ரோட்டுல தூக்கிப் போட்ட குப்பப் புழுவாட்டம் துடிச்சுச் செத்திருவானுங்க.'

மேகாஸ் படித்த பள்ளிக்கூடம் பையன்களுக்கானதுதான். அங்கேயே பெண்களுக்கான பள்ளிக்கூடங்கள் தனியாக இருந்தன. பெருமதிலைத் தாண்டி எந்தப் பெண்ணையும் அவன் பார்த்திருக்க வாய்ப்பே இல்லை. பள்ளியில் வேலை செய்யும் ஆசிரியர்கள், அலுவலர்கள், சமையலர்கள், கூட்டித் துடைப்பவர்கள் என எவரும் பெண்கள் அல்ல. மாதத்திற்கு ஒருமுறை பார்க்க வரும் பெற்றோர்களில் இருக்கும் பெண்களைத்தான் பார்க்க முடியும். தன் வயதுப் பெண்கள் எந்த உருவத்தில் இருப்பார்கள் என்பதையே இரண்டாண்டுகளுக்குப் பிறகுதான் அவன் கண்டான். அப்படியிருக்க இவனுக்கு யாருடனும் பழக்கம் ஏற்பட்டிருக்க வாய்ப்பு ஏதுமில்லை. அப்புறம் எதற்குச் செல்பேசி வேண்டும் என்பதில் இத்தனை தீவிரமாக இருக்கிறான்?

அவரிடம் ஒருநாள் மேகாஸ் சொன்னான், 'பேசறதுக்கு மட்டும் இல்லப்பா செல்போனு. அதுல இப்பப் பாட்டுக் கேக்கலாம், படம் பாக்கலாம், போட்டோ எடுக்கலாம். இருந்த எடத்துல இருந்தே இன்னொருத்தருக்கு இதையெல்லாம் அனுப்பலாம். உங்க ஆபீஸுக்கு வர்ற லெட்டர், ஆடர் எல்லாத்தயும் ஒரே நிமிசத்துல அனுப்பி வெச்சரலாம். இன்னம் என்னென்னெமோ இருக்குதப்பா. பேங்குக்கே போகாத இதிலயே எல்லாத்தையும் பண்ணிக்கலாம். அதுக்கு நீ வெச்சிருக்கற போனு ஆகாது. இது செல்போனுக் கண்டுபுடிச்சப்ப சந்தையில உட்ட முதல் போனுப்பா.'

'என்னென்னவோ இருந்துட்டுப் போவுது. நமக்கெதுக்கு? படம் பாக்கனும்னா டிவி இருக்குது. போட்டோ எடுக்கனும்னா கேமரா இருக்குது. அப்பறம் இதுல எதுக்கு அதெல்லாம்?' என்று அப்பாவியாகக் கேட்டார்.

அவன் சொன்னான், 'இப்ப மளிகக் கடைக்குப் போறீங்க. உப்பு புளி மொளகா ஒரு கடையில வாங்கிக்கிட்டு காய்கறி இன்னொரு கடையில வாங்கிக்கிட்டு பாத்திரம் பண்டம் வாங்கனும்னா அதுக்கு இன்னொரு கடைக்குப் போவேனுமில்லயா? இதெல்லாம் அந்தக் காலம். இப்ப அப்படியா . . . சூப்பர் மார்க்கெட்டுன்னு ஒன்னு வந்திருச்சுதானே. பெரிய பெரிய சிட்டியில எல்லாம் மால்னு பெரிசா இருக்கும். அங்க போனா என்ன வேண்ணாலும் அங்கயே வாங்கிட்டு வந்தரலாம். அது மாதிரிதாம்பா இதும். எல்லாம் ஒன்னுலயே கெடச்சிரும். ஒன்னொன்னுக்கும் ஒன்னொன்னு வெச்சிக்க வேண்டியதில்ல.'

அவன் வாதத்திற்குப் பதில் பேச முடியவில்லை. ஆனாலும் வாங்கித் தருவதில்லை என்பதில் உறுதியாக இருந்தார். அவன் பல பக்கமிருந்தும் அவரை நோக்கிக் கல்லெறிந்து கொண்டேயிருந்தான்.

கல்லூரியில் சேர்ந்த பிறகு எப்படியும் அவனுக்குப் பேசி வாங்கிக் கொடுத்துத்தானே ஆக வேண்டும். அதை இப்போதே வாங்கிக் கொடுத்துவிட்டால் அதைப் பயன்படுத்திப் பழகிக்கொள்ள முடியும் என்றான். சில கல்லூரிகளில் செல்பேசியே பயன்படுத்த முடியாதே, அப்படியான ஒன்றில் சேர்ந்துவிட்டால் என்ன செய்ய முடியும் என்றார். அவன் தெளிவாகவும் தீவிரமாகவும் சொன்னான், 'செல்போன் கூடாதுன்னு சொல்ற காலேஜ்ல நான் சேரவே மாட்டேன்.' அதற்கு மேல் அவனிடம் பேசுவதற்கு முடியவில்லை. 'படிக்கற பையனுக்குச் செல்போனு எதுக்கு?' என்று மட்டும் சொல்லி நிறுத்திக்கொண்டார். மனைவியும் சொன்னார், 'ஒத்தைக்கு ஒரு பையன வெச்சிருக்கறம். பேசக்கூட முடியாத காலேஜ்லயா கொண்டு போயிச் சேக்கப் போறீங்க? அந்தப் பள்ளிக்கொடத்துல சேந்து ரண்டு வருசம் பட்டது போதாதா? பையங்கிட்டப் பேசாத என்னால இருக்க முடியாது. அவனுக்கு அவன் கேக்கறத வாங்கிக் குடுத்துருங்க.'

ஆனாலும் செல்பேசியில் அதிகப் பணத்தைச் செலவழிக்க அவருக்கு மனமில்லை. அரசுக் கல்லூரி கிடைக்குமோ கிடைக்காதோ. அதிலேயே கல்லூரிக் கட்டணம், விடுதிக் கட்டணம் எனக் கணிசமாக வரும். தனியார் கல்லூரிதான் என்றால் எல்லாம் இருமடங்கு கூடும். அதற்குப் பணத்தைத் தயாராக வைத்திருக்க வேண்டும். இந்தச் சூழலில் செல்பேசியில் நிறையப் பணத்தைப் போட்டுவிடக் கூடாது. அதை அவனிடம் சொன்னார். அவன் ஒத்துக்கொண்டான். மிகக் குறைவான விலையிலான செல்பேசியைத்தான் வாங்கப் போவதாகச் சொன்னான். அவர்கள் ஊரிலேயே செல்பேசிக் கடை ஒன்றுக்குப் போய் அவன் கேட்கும் வசதிகள் எல்லாம் இருக்கும் செல்பேசி ஒன்றை வாங்கிக்கொண்டான். மூவாயிரத்துக்குள் மூடி உட்பட எல்லாம் முடிந்துவிட்டதும் மகிழ்ந்தார்.

அந்தப் பேசியை இரவு பகலாக நோண்டிக்கொண்டு கிடந்தான். மங்காசுரிதான் நினைவுபடுத்திச் சாப்பிட வைக்க வேண்டும். தூக்கம்? அதுவாக வரும்போது தன்னையறியாமல் தூங்குவதுதான். வெகுநேரம் முகத்தைக் கடுகடுப்புடன் வைத்திருப்பான். திடுமெனச் சிரிப்பான், சிரிப்பான், அப்படிச் சிரிப்பான். ஒன்றுக்கும் காரணம் தெரியாது. செல்பேசியுடன் இணைத்த கேட்புக் கருவி எந்நேரமும் அவன் காதில் இருந்தது. சிலசமயம் அதைக் காதில் மாட்டிக்கொண்டு ஆடுவது போல உடலை அசைத்துக்கொண்டிருந்தான். விரல்களைச் சொடக்குப் போட்டபடி வீடு முழுக்கவும் வளைய வந்தான். தூங்கும்போதும் அதைக் கழற்றுவதில்லை. எந்நேரம் தூங்குகிறான் என்பதே அவனுக்குத் தெரியவில்லை.

நள்ளிரவில் தூக்கம் கலைந்து எழுந்த அவர் அவனைப் பார்த்தார். காதில் மாட்டியிருக்கும் கருவியை மெல்லக் கழற்றி மடித்துப் படுக்கைக்குக் கீழே வைத்தார். காலையில் எழும்போது இரவு மாட்டிய கருவியைக் காதிலிருந்து எப்போது கழற்றினோம் என்பதைப் பற்றி அவனுக்கு யோசனையே இல்லை. தானே எப்போதோ கழற்றி வைத்துவிட்டுத் தூங்கியதாக நினைத்துக் கொள்கிறான் போலும். 'ராத்திரி காதுல மாட்டிக்கிட்டு அப்படியே தூங்கிட்ட' என்று அவனுக்கு உணர்த்துவது போல ஓரிரு முறை சொன்னார். அது ஒரு செய்தியே அல்ல என்பது போல 'ம்' எனக் கேட்டுக்கொண்டான். 'நாந்தான் ராத்திரி எந்திரிச்சப்பப் பாத்துக் கழட்டி மடிச்சு வெச்சன்' என்று மேலும் உணர்த்தினார். அதற்கும் 'ம்' தான். இப்படி இரண்டு மூன்று முறை அவர் சொன்ன பிறகு அவருக்குக் கேட்கும்படி மங்காசுரியிடம் அவன் சொல்லிக்கொண்டிருந்தான், 'அப்பாவுக்கு என்னம்மா பிரச்சின? ராத்திரி தூக்கத்துல எந்திரிச்சுக் கண்ட வேலையும் செஞ்சிக்கிட்டிருக்கறாரு.'

அதன் பிறகு உணர்த்திப் பிரயோஜனமில்லை என்று முடிவெடுத்தார். என்றாலும் அவரால் கழற்றி வைக்கும் வழக்கத்தை விட முடியவில்லை. ஸ்விட்ச் போட்டது போல அவருக்கு விழிப்பு வரும். உடனே இருட்டிலும் பார்வை அவனை நோக்கித்தான் போகும். தினசரி அவன் காதிலிருந்து கழட்டி வைக்கும் வேலையும் அவருடையதாயிற்று. இருகாதிலும் இருந்து கிளம்பும் ஒயர்கள் வயிற்றுக்கடியிலும் கைகளிலும் மாட்டிச் சிக்குண்டு கிடக்கும். அவனை மெல்ல அசைத்துப் புரட்டி ஒயரைச் சேகரித்து எடுப்பதற்குள் பெரும்பாடாகும். ஓரிரவில் அப்படிக் காதிலிருந்து கழற்றும்போது வேகமாக இழுத்துவிட்டார். விழித்து முறைத்துப் பார்த்தான். 'என்னப்பா' என்றுவிட்டு மீண்டும் தூங்கிப் போனான். காலையில் எழுந்து எதுவும் சொல்வானோ எனக் கொஞ்சம் பயந்திருந்தார். ஆனால் அதுவும் அவனுக்கு நினைவில்லை.

அது மட்டுமல்ல, செல்பேசியில் எதைஎதையோ புகைப்படம் பிடித்துக் கணினியில் போடுவான். மங்காசுரியைத் தினமும் பத்துப் படம் எடுப்பான். அவருக்குப் பெருமகிழ்ச்சி. அம்மாவின் படத்தைக் கணினியில் முகப்புப் படமாகவும் வைத்துவிடுவான். எந்த நேரம் வேண்டுமானாலும் அவன் படம் பிடிப்பான் என்பதால் நாள் முழுதும் மங்காசுரி திருத்தமாகப் புடவை கட்டி, முகத்திற்கு மாப் பூசி, சடை பின்னிப் பூ வைத்து முழு அலங்காரத்துடன் இருந்தார். அவன் 'அம்மா' என்று ஒரு குரல் விட்டால் அது எதற்கென்று அவருக்குத் தெரியும். கன்றின் அழைப்பர்த்தம் பசுவுக்குப் புரியும். உடனே போய்ப்

படத்திற்கு நிற்க ஆரம்பித்துவிடுவார். மங்காசுரியின் அலங்காரம் குமராசுரருக்குப் பிடித்திருந்தது என்றபோதும் தினமும் கலையாத சிலை போலக் குடும்பஸ்திரி இருக்க முடியுமா?

'எப்பப் பாரு கலியாணத்துக்குப் போறவளாட்டம் அலங்காரம்' என்று முணுமுணுத்தார். 'கலியாணப் பொண்ணாட்டம்' என்று சொல்லத்தான் நினைத்தார். அது கொஞ்சம் அதிகமாக இருக்கும் என்று தோன்றியதால் இப்படிச் சொன்னார். அதைக் கேட்டும் கேட்காமல் மங்காசுரி இருந்துகொண்டார். அவரது படங்கள் தினம் ஒன்றாகக் கணினித் திரையை நிறைத்தன. பெரும்பாலும் வெட்கச் சிரிப்புடனும் பெருமையுடனும் பொலியும் முகம். அப்புறம் உற்சாகத்திற்குக் குறைவு ஏது? இவை எல்லாம் முதல் ஒருமாதத்தில் நடந்தவை. அடுத்துக் கல்லூரிக்குப் போய்ச் சேர்வது பற்றிய எண்ணமே அவனுக்கு இருக்கிற மாதிரி தெரியவில்லை.

9

பதின்மூன்றாம் வகுப்பில் எவ்வளவு மதிப்பெண் வரும் என்பதை அவன் ஒருவாறாகத் தெரிவித்தால் அதற்கு எந்தெந்தக் கல்லூரிகள் கிடைக்கும் என்பதைப் பார்த்து எதில் சேரலாம் என முன்கூட்டி முடிவெடுத்துக் கொள்ளலாம் என நினைத்தார் குமராசுரர். அதை அவனிடம் சொன்னார். அவன் ஒருநாள் முழுக்க மௌனம் காத்தான். இப்போதுதான் ஒரு சிறையில் இருந்து வெளியே வந்திருக்கிறோம், இன்னொரு சிறைக்குப் போவதற்கு அதற்குள் அவசரப்பட வேண்டாம் என நினைத்தான் போலும். அவரும் அவனைக் கட்டாயப்படுத்தவில்லை. ஓரிரு நாள் யோசித்த பிறகு மெதுவாகச் சொல்லட்டும் என விட்டுவிட்டார்.

நான்கைந்து நாட்களுக்குப் பிறகு அவன் வாய் திறந்தான். நண்பர்களுடன் கலந்து பேசியிருப்பான். பொறியியல் கல்லூரிக்கான கலந்தாய்வில் முதலிடம் அரசு கல்லூரிகளுக்குத்தான். ஆயிரத்திற்குத் தொள்ளாயிரத்துத் தொண்ணூற்றைந்துக்கு மேல் மதிப்பெண் இருந்தால் அக்கல்லூரிகளைக் குறி வைக்கலாம். மேகாஸ் தனக்கு அத்தனை மதிப்பெண் வராது என்பதில் திடமாக இருந்தான். இரண்டாம் நிலைக் கல்லூரிகளில் தனியார் கல்லூரிகளுக்கான மதிப்பெண் ஆயிரத்திற்குத் தொள்ளாயிரத்து ஐம்பதுக்கு மேல் இருந்தால் போதும். அதில் தனக்குக் கிடைக்கும் என்றான். அந்த வகைப்பாட்டில் ஐம்பது கல்லூரிகள் இருந்தன. அவற்றில் ஐந்தாறு கல்லூரிகளை முடிவு செய்து வைத்துக்கொண்டால் அப்புறம் யோசித்துக்கொள்ளலாம்.

அவர்கள் ஊருக்கு மேற்கே இருந்த பெருநகரில் இரண்டு கல்லூரிகள் மிகவும் நன்றாக இருக்கும் எனக் குமராசுரரின் நண்பர்கள் சொன்னார்கள். மேகாஸ் விசாரித்த வகையிலும் அந்த இரண்டு கல்லூரிகளைப் பற்றி நன்றாகவே தகவல் வந்தது.

எல்லோரும் சொன்ன ஒரே பதில் 'அதுல சேந்துட்டா பட்டம் வாங்கறமோ இல்லையோ கையில வேலயோட வெளியில வரலாம்.' பதின்மூன்றாம் வகுப்புத் தேர்வு எழுதியிருக்கும் பிள்ளைகளின் பெற்றோர் கோடை விடுமுறையில் 'கல்லூரிச் சுற்றுலா' செல்வது அசுராபுரியில் வழக்கம். பெரிய அட்டவணை தயாரித்து வைத்துக்கொண்டு நூற்றுக்கும் மேற்பட்ட கல்லூரி களைச் சென்று பார்த்துக் கோடையை இனிமையாக்கிக் கொள்வார்கள். அதற்கெனவே அரசர் சிறப்புப் பேருந்துகளை ஏற்பாடு செய்திருந்தார். 'சிறப்புப் பேருந்து' என அறிவிப்புப் பலகை ஜொலிக்க ஓட்டை உடைசல்களான வண்டிகள் கூடுதல் கட்டணத்துடன் எங்கெங்கும் இயங்கி வந்தன.

அவற்றுக்குப் போட்டியாகத் தனியார் பேருந்துகள் விதவிதமான சலுகைகளை அறிவித்திருந்தார்கள். தங்கள் பேருந்தில் பயணம் செய்பவர்களுக்கு இலவசக் கூப்பன்களைக் கொடுத்தார்கள். பயணப் பொருட்கள் வாங்கப் பத்துச் சதவீதக் கழிவு, இன்னொரு பயணம் செல்ல இருபது சதவீதக் கழிவு, பயணம் செய்யும்போது இலவசத் தண்ணீர்ப் பாக்கெட், பயணத்தின் இடையில் கழிப்பறை செல்ல அவசரம் என்றால் எந்த இடமாக இருப்பினும் உடனே நிறுத்தம் – இப்படி எத்தனை எத்தனையோ சலுகைகள். இந்தச் சலுகைகளுக்காகவே ஒருமுறை பயணம் போய்வரலாம் என்று ஆசை தோன்றும். பெருநகரத்துக்குச் சென்று அந்தக் கல்லூரிகளை நேரில் பார்க்கலாம் என முடிவெடுத்துச் சுற்றுலாப் பயணம் தொடங்கினார்கள் குமராசுரரும் மேகாஸுரும். மேகாஸுக்கு ரயிலில் போகத்தான் பிரியம். இதுவரைக்கும் அவன் ரயில் ஏறியதில்லை. ஏன், குமராசுரரே ரயில் ஏறியதில்லை. மங்காசுரிக்கும் அந்தச் சுற்றுலாவில் பங்கேற்க விருப்பம்தான். ஆனால் செலவு அதிகமாகும் எனச் சொல்லிக் குமராசுரர் மறுத்துவிட்டார். சமாதானமாக 'அவன் சேரும்போது நீயும் வரலாம்' என்று சொல்லி வைத்தார்.

முதல் கல்லூரி பெருநகரத்திற்கு வெளியே அமைந்திருந்தது. ரயில் நிலையத்தில் இறங்கியதும் கையைப் பிடித்து இழுத்து உள்ளே அழுத்தி அமர்த்தி ஒருவர் மடியில் ஒருவர் உட்கார்ந்து பயணம் செய்யும் கார்கள் இருந்தன. அவற்றில் ஒன்றினால் பிடிக்கப்பட்டு அந்தக் கல்லூரிக்குப் போய் இறங்கினார்கள். வானளாவிய கட்டிடங்கள் என்பதன் பொருள் புரிந்தது. அண்ணாந்து பார்த்தால் வெயில் பட்டுக் கண் கூசுகிறதே தவிரக் கட்டிட உச்சியைக் காண முடியவில்லை. கல்லூரி இருநூறு முந்நூறு காணிப் பரப்பளவில் விரிந்து கிடந்தது. பெருநகரத்துக்கு அருகில் இத்தனை பெரிய கல்லூரியை உருவாக்குவது என்றால் சாதாரணமல்ல. இவர்கள் போய்ச் சேர்ந்தபோது முதலாமாண்டு

தவிர மற்ற மாணவர்களுக்கு வகுப்புகள் நடந்துகொண்டிருந்தன. கோடையில்கூட விடுமுறை இல்லாமல் கல்லூரி நடப்பது பெற்றோர்களுக்குப் பெருமகிழ்ச்சி கொடுத்தது.

கல்லூரி அலுவலகத்தின் ஒருபகுதி புதிதாகப் பார்க்க வருபவர்களுக்கு ஆலோசனை வழங்கும் மையமாகச் செயல் பட்டது. பெற்றோருக்கான ஆலோசனைப் பகுதிக்குக் குமராசுரர் போனார். அக்கல்லூரியில் இருக்கும் வசதிகள் பற்றி எவ்வளவோ சொன்னார்கள். வகுப்பறை, ஆய்வகம், விடுதி, உணவு எல்லாம் காட்சியாகவே காட்டப்பட்டன. கடைசியாகச் சொன்ன ஒன்று, ‘இங்கே பையன்களுக்கும் பெண்களுக்கும் இலவசக் கடிவாளம் வழங்குகிறோம். ஆகவே ஒழுக்கக் கேடு நடப்பதற்கே வாய்ப்பில்லை. வேலை, வேலையைத் தவிர வேறில்லை என்னும் தாரக மந்திரம் கொண்ட கல்லூரி இது. அந்நோக்கத்தை நிறைவேற்ற முதலில் ஒழுக்கம் அவசியம். ஆகவேதான் கடிவாள ஏற்பாடு’ என்பதுதான். மாணவருக்கான ஆலோசனைப் பகுதியில் மேகாஸிடம் சொன்னார்கள், ‘இங்கே இருக்கும் கட்டுப்பாடுகள் எதுவும் எங்கள் நலனுக்கு அல்ல, உங்கள் நலனுக்குத்தான். கடிவாளக் குதிரையின் பார்வை நேர்கோட்டில் இருப்பதால் இலக்கை நோக்கித் தடங்கல் இல்லாமல் ஓட முடிகிறது. நீங்களும் இலக்கை நோக்கி வேகமாக முன்னேற வேண்டும். படிப்பு முடியும் முன்னரே கையில் வேலை வேண்டும் அல்லவா?’

ஆலோசனை முடிந்த பிறகு கல்லூரியைச் சுற்றிப் பார்க்கத் திறந்த வாகனத்தில் அழைத்துச் சென்றார்கள். போகும் வழியெங்கும் ‘வேலை, வேலையைத் தவிர வேறில்லை’ எனச் சுவர்களில் எழுதப்பட்டிருந்தன. முதலில் அழைத்துக்கொண்டு போனது கடிவாளம் தயாரிக்கும் பகுதி.

‘இலவசமாக வழங்குகிறோம் என்பதற்காகத் தரமல்லாதவற்றை நாங்கள் ஒருபோதும் கொடுக்க மாட்டோம். தரம் ஒன்றுதான் எங்கள் தாரக மந்திரம். இதை அணிந்துகொண்டால் நேர்கொண்ட பார்வை கிடைக்கும். ‘வேலை, வேலையைத் தவிர வேறில்லை’ என்னும் நேர்கொண்ட பார்வை. அக்கம் பக்கம் பார்வை ஒருபோதும் போகாது. சிறுசந்து, துளி ஓட்டை இருக்காது. பார்வை அலைவதை நிறுத்திவிட்டால் மனம் அமைதியாக இருக்கும். மனம் அமைதியானால் உடல் ஒத்துழைக்கும். உடல் ஒத்துழைத்தால் படிக்கலாம். படித்தால் வேலை பெறலாம். ஆகவேதான் நாங்களே தனிப் பிரிவு வைத்துக் கடிவாளங்களைத் தயாரிக்கிறோம். இதன் தரத்தை நீங்கள் பரிசோதித்துப் பார்க்கலாம். ஐந்து ஆண்டுப் படிப்புக்கும் இது எந்தப் பங்கமும் இல்லாமல் பயன்படும். அசந்தர்ப்பமாகத் தொலைந்து போய்விட்டால்

இரண்டு முறை மீண்டும் இலவசமாக வழங்குகிறோம். இதில் பல வண்ணங்கள் இருக்கின்றன. பல வடிவங்கள் இருக்கின்றன. எல்லாவற்றையும் பார்த்து நீங்கள் தேர்ந்தெடுத்துக் கொள்ளலாம். பெண்களுக்கென்று மென்மையான இரும்பில் நளினமாகச் செய்கிறோம். பார்த்தாலே இது பெண்களுக்கானது என்பது தெளிவாகத் தெரியும். செருப்பைப் போல. தேர்வு உங்கள் உரிமை. கடிவாளம் போட்டுக்கொள்ள வேண்டும் என்பதை மட்டுமே நாங்கள் வலியுறுத்துகிறோம்.'

அங்கே நுழைவாயிலிலேயே ஒருவர் எல்லோருக்கும் இடைவிடாமல் விளக்கிக் கொண்டிருந்தார். அவர் அந்தக் கல்லூரியின் இயந்திரப் பிரிவுப் படிப்பின் துறைத்தலைவர் என்றார்கள். இயந்திரப் பிரிவு ஆசிரியர்களுக்கு வகுப்பு இல்லாத நேரங்களில் இந்த வேலையாம்.

பெரிய அரங்கில் கடிவாளக் குவியல். இதுவரைக்கும் குதிரைகளின் முகத்தில் மட்டுமே பார்த்திருந்த அழுக்கடைந்த கனத்த கடிவாளங்கள் அல்ல இவை. விதவிதமான வண்ணங்கள். அடிப்படை வண்ணக் கடிவாளங்கள் ஒருபுறம் குவிந்து கிடந்தன. பெற்றோர் பார்வை அந்தப் பக்கமே மொய்த்திருந்தது. இன்னொருபுறம் அந்திவானம் காட்டும் ஜாலம் போல எங்கிருந்து உருவானது என்றே தெரியாத நவீனக் கலவை வண்ணக் கடிவாளங்கள். கண்ணையும் காதையும் பாதிக்காமல் தலைப்புறமிருந்து இலகுவாக மாட்டிக்கொள்ள ஏதுவான வடிவமைப்புகள். பார்க்கும் யாருக்கும் சட்டென ஒன்றை எடுத்து மாட்டிப் பார்க்க ஆசை வரத்தான் செய்யும். பையன்களுடன் வந்திருந்த அப்பாக்களும் அம்மாக்களும் எடுத்து எடுத்துத் தங்களுக்கு மாட்டி மாட்டிப் பார்த்துக்கொண்டனர். கடிவாளம் கொடுக்கும் நேர் கொண்ட பார்வையை எல்லோராலும் பெற முடிந்தது. அக்கம் பக்கம் எதுவுமே தெரியவில்லை என்று புளகாங்கிதம் அடைந்தார்கள். அரங்கின் எல்லாப்புறமும் இருந்த கண்ணாடிச் சுவர்களில் கடிவாளம் மாட்டிய பின்னான அழகு துலங்கித் தெரிந்தது. ஒருசிலர் குதிரை போலக் குதித்துப் பார்த்துச் சிரித்து மகிழ்ந்தார்கள்.

தங்கள் பையன்களையும் எடுத்து மாட்டிப் பார்க்க ஊக்கப்படுத்தினர். விரும்பாத பையன்களுக்குத் தாங்களே எடுத்து மாட்டிச் சுவருக்கு அருகே இழுத்துப் போய்ப் பார்த்து அழகை ரசித்தனர். சில பையன்கள் தாங்களாகவே வண்ணக் கடிவாளங்களை எடுத்து அணிந்து அழகு பார்த்தார்கள். பெற்றோர் இது நன்றாக இருக்கிறது, அது நன்றாக இருக்கிறது என்று சொல்லிக்கொண்டிருந்தார்கள். கடிவாள மகிமைகளை

விளக்கிக் கொண்டிருந்தோரிடம் சிலர் 'காதை மறைத்துச் சத்தத்தை வடித்துத் தருகிறது, கண்ணைக் கூர்மைப்படுத்திச் செலுத்துகிறது, வாயை ஒன்றும் செய்யவில்லையே' என்று கேட்டனர். அதற்கு விளக்குநர்கள் 'இப்போது இரண்டு ஆண்டுகளாகத்தான் பெற்றோர் இப்படிக் கேட்கின்றனர். இதை நிர்வாகம் கணக்கிலெடுத்து ஆராய்ந்துகொண்டிருக்கிறது. கடிவாளத்தோடே வாய்மூடியையும் இணைத்துவிடலாமா, இல்லை, தனியாகச் செய்து அதையும் இலவசமாக வழங்கலாமா என்று இன்னும் முடிவெடுக்கவில்லை. இந்தக் கல்வியாண்டின் நடுவிலேயே வாய்மூடி கிடைக்கக்கூடும்' என்று சொன்னார்கள்.

விதவிதமான சந்தேகங்கள். மார்பில் சட்டைக்கு மேலே பெருவடம் புரள, காதுகளில் அகலக் கடுக்கன்கள் ஒளிர, கை விரல்களிலும் கால் விரல்களிலும் பட்டை பட்டையான மோதிரங்களை அணிந்திருந்த ஒருவர் தலையை வானத்திற்கு நிமிர்த்திக்கொண்டு கேட்டார், 'வெள்ளியில, தங்கத்துல கடிவாளம் கெடைக்குமா?' விற்பனைப் பிரதிநிதியாகிய பேராசிரியர் மென்மையாகச் சொன்னார், 'சாதாரணப் பிளாஸ்டிக் கடிவாளமும் இருக்குது. தகரக் கடிவாளம், இரும்புக் கடிவாளம் அதிகமா இருக்குது. இதுகளத்தான் நெறையப் பேரு கேக்கறாங்க. உங்கள மாதிரி இருக்கற சில பேரு வெள்ளியிலயும் தங்கத்துலயும் கேக்கறாங்க. அவங்களுக்கு ஆர்டர் எடுத்துக்கிட்டு ஒருவாரத்துல செஞ்சு குடுத்திருவம். அந்த ஒருவாரம் வரைக்கும் போட்டுக்க ஒரு தகரக் கடிவாளம் இலவசமாத் தந்திருவம் சார்.'

'தங்கக் கடிவாளம் ஹாஸ்டல்ல திருட்டுப் போயிருச்சுனா?' என்று ஒருவர் எச்சரிக்கையாகக் கேட்டார். 'சார், ஹாஸ்டல்ல ஃபுல் புரடக்‌ஷன் இருபத்து நாலு மணி நேரத்துக்கும் உண்டு சார். உள்ள நொழையும்போதே கடிவாளத்த செக்யூரிட்டி ரூம் லாக்கர்ல வெச்சர்லாம் சார். அடுத்த நாள் காலேஜ்க்குப் போகும் போது எடுத்துக்கலாம். லாக்கருக்கு ஒரு சின்னத் தொகை மட்டுந்தான் கட்டணமா வசூலிக்கறம் சார்.' பேராசிரியரின் விளக்கம் திருப்தியாக இருந்தது.

'இந்தப் பசங்கள நம்ப முடியாதே. கொண்டுக்கிட்டுப் போயி வித்துப்புட்டா?' ஒருவர் சந்தேகத்தோடு கேட்டார். 'ஆமா சார். நீங்க சொல்றது சரிதான் சார். என்ன கட்டுப்பாடா வெச்சிருந்தாலும் சில பசங்க தேவபானமான மதுவுக்கு அடிமை ஆயிடறாங்க. அவுங்க கையில காசில்லாதப்பத் தங்கக் கடிவாளத்த அடகு வெச்சோ வித்தோ குடிக்கப் போயிருவாங்க. அதுக்கும் ஏற்பாடு பண்ணி வெச்சிருக்கறம். இந்த நகரத்துல இருக்கற அடகுக் கடைகளும் நகைக் கடைகளும் நம்ம கல்லூரியோட

தொடர்பு வெச்சிருக்கறாங்க. பொருளு கடைக்கு வந்தொடன நமக்குத் தகவல் தெரிவிச்சிருவாங்க. தடுத்திரலாம். நாங்க பசங்கள எல்லாம் எலின்னுதான் சொல்லுவோம். எலிங்கள எப்படி நடத்தனுமோ அப்படித்தான் நடத்துவோம். எலிங்க என்ன செய்யும்? ஒரு பொந்த அடச்சா இன்னொரு பொந்த உருவாக்கும். அடைக்க அடைக்க அது பொந்து நோண்டிக்கிட்டே இருக்கும். அதுக்காக நாம அடைக்கறத நிறுத்தீர முடியுமா? எலிங்க நோண்டட்டும். நாம அடைப்போம். பெற்றோரான நீங்களும் எங்களோட கை கோத்தீங்கன்னா பொந்த அடைக்கறது இன்னம் சுலபம். ஒரு கை ஓசை தருமா? உங்க கையையும் தாராளமா நீட்டுங்க. இரு கையும் இணைஞ்சா எல்லாத்தயும் அடச்சிரலாம். அதனாலதான் பெற்றோர நாங்க அவ்வளவு மதிக்கறம். கையக் குடுக்கறதுன்னா அடிக்கடி காலேஜ்க்கு வரணுமோன்னு நெனச்சுப் பயந்தராதீங்க. கட்டணங்களச் சரியான நேரத்துல கட்டிட்டாப் போதும். அதுதான் நீங்க குடுக்கற கை. அது போதும். பேராசிரியரின் விளக்கத்தைக் கேட்டுப் பெற்றோருக்கு உற்சாகம்.

இதையெல்லாம் கேட்கக் கேட்கக் கடிவாளத்தின் மீது காதல் பெருகிற்று. குமராசுரருக்கு ஆவல் தாங்க முடியவில்லை. குவியல் குவியலாகக் கிடந்த கடிவாளங்களில் சிலவற்றை எடுத்து அணிந்து பார்த்தார். ஒவ்வொன்றை அணியும் போதும் அவர் முகத்தில் பெருமிதம் உருவாயிற்று. இப்படியான கல்லூரியில் படிக்கக் கொடுத்து வைத்திருக்க வேண்டும். நமக்குத்தான் அந்த வாய்ப்பு கிடைக்கவில்லை, பையனுக்காகவது கிடைத்திருக்கிறதே என்னும் சமாதானத்தோடு வகைக்கு நன்னான்கு எடுத்துப் போட்டுப் போட்டுப் பார்த்தார். இலவசமாக எடுத்துப் போட்டுப் பார்க்க அனுமதி கொடுத்திருக்கிறார்கள். அதைப் பயன்படுத்திக் கொள்வதில் என்ன தயக்கம்?

பார்வையைத் துல்லியமாக்கி ஒரே நேர்கோட்டில் காட்டியது கடிவாளம். அக்கம் பக்கம் பார்ப்பதால்தான் பிரச்சினை. வெகுசுலபமாக இந்தக் கடிவாளம் தேவையற்ற பார்வைகளைத் தடுத்துவிடுகிறது. உள்ளே மட்டுமல்லாது வெளியிலும் ஒவ்வொருவரும் கடிவாளத்தோடே நடமாடினால் ஒரு பிரச்சினையும் வராது. அவரைப் போன்றவர்களின் மன ஓட்டத்தை உணர்ந்துகொண்டவர் போலப் பேராசிரியர் ஒருவர் சத்தமாகச் சொன்னார், 'கல்லூரியின் இந்தத் திட்டத்தை அரசாங்கம் பெரிதும் போற்றுகின்றது. இதைப் பொதுவெளியிலும் அமல்படுத்தலாமா என்று யோசித்து வருகிறது. நேர் கொண்ட பார்வை இல்லாமல் அக்கம் பக்கம் பார்வை ஓடும் காரணத்தால் தான் சமூகத்தில் பல பிரச்சினைகள் வருகின்றன. போராட்டம்,

போராட்டத்தால் அன்றாட வாழ்க்கைப் பாதிப்பு என எத்தனை பிரச்சினைகள். அவற்றைத் தடுக்க இலவசக் கடிவாளம் வழங்குவது பற்றி அரசாங்கம் யோசித்து வருகிறது. அப்படிப்பட்ட முன்னோடித் திட்டம் இது.'

குமராசுரர் பெரும் பரவசத்தோடு கடிவாளங்களை அணிந்துகொண்டு நடந்து பார்த்தார். அழகுப் போட்டி நடை. உண்மையில் வித்தியாசமான தலை கொண்ட மிருகம் ஒன்று நடந்து வருவது போலவே இருந்தது. மேகாஸின் முன்னால் நின்று 'எப்படிய்யா இருக்குது? இப்படியே ஒரு போட்டோ எடேன்' என்றார். புகைப்படம், தற்படம் எனக் கடிவாளக் கிடங்கு முழுக்கவும் நடக்கும் களேபரத்தைப் பார்த்த அவருக்கும் அந்த ஆசை தோன்றிற்று. மேகாஸ் முகத்தில் அருவருப்பும் கோபமும் சேர்ந்து 'வாப்பா, போலாம்' என்று அவரை இழுத்தான்.

ஒன்றைக்கூட அவன் அணிந்து பார்க்கவில்லை என்பதும் அவருக்குத் தெரியவில்லை. கடிவாளத்தில் மயங்கிக் கிடந்த அவரால் அத்தனை எளிதில் அங்கிருந்து கிளம்பவும் முடியவில்லை. கடிவாளம் போடாத அவன் முகம் அழகை இழந்தது போலத் தோன்றிற்று. கைகளில் ஐந்தாறை எடுத்தோடி வந்து அவனிடம் நீட்டிச் 'சும்மாதான. ரண்டு மூனு எடுத்துப் போட்டுப் பாருப்பா. இதப் போட்டா உம்மூஞ்சி எப்படி இருக்கும் தெரியுமா?' என்றார் பரவசத்துடன். 'பிய்யச் சும்மா குடுத்தா அதையும் தின்னுருவியா?' என்றான் அவன் சத்தமாக. அது சாதாரணச் சத்தமல்ல, பெருங்கத்தல். ஒரு நிமிடம் எல்லோரும் பேச்சடங்க அங்கே அமைதி நிலவியது.

கத்தல் வந்த திசையில் எல்லோர் பார்வையும் இருந்தது. என்ன நடந்தது என்பதோ அவன் என்ன வார்த்தை சொன்னான் என்பதோ யாருக்கும் புரியவில்லை. எல்லாம் ஒருநிமிடம்தான். மீண்டும் அங்கே சந்தைக்கடை இரைச்சலும் கண்ணாடி பார்த்தலும் தொடங்கி இயல்பாயிற்று. கல்லூரி நிர்வாகம் நிறுத்தியிருந்த பாதுகாவலர்கள் மேகாஸையும் குமராசுரரையும் 'வெளிய வாங்க' என்று இழுத்து வெளியே கொண்டு வந்தார்கள். அவர்களிடம் எதுவும் கேட்கவில்லை. திறந்த வண்டியில் அழைத்துக்கொண்டு வெளியே போகும்போது ஏற்கனவே கல்லூரியில் படித்துக்கொண்டிருக்கும் மாணவர் கூட்டம் அங்கும் இங்கும் போய்க்கொண்டிருந்ததைப் பார்க்க முடிந்தது. பெண்கள் தங்கள் உடைக்குத் தக்கபடி பொருத்தமான நிறத்தில் கடிவாளங்களை அணிந்திருந்தார்கள். பையன்கள் அப்படி ஒன்றும் பெரிய அலட்டல் இல்லாமல் அவசரமாகப் புறப்படும்போது கைக்குக் கிடைத்த ஒன்றை ஏதோ ஒரு நிறத்தில் போட்டுக் கொண்டிருந்தார்கள். அவர்களில் சிலரின் தீட்டிய

பார்வை மேகாஸின் மேல் விழுந்தது. அதில் பரிதாபம் தெரிந்தது. சில பார்வைகளில் வரவேற்கும் குறும்பு தெரிந்தது. சிலவற்றில் அவன்மீது வன்மம் இருப்பது போலத் தோன்றியது.

நுழைவாயிலுக்கு வெளியே கொண்டு வந்து இருவரையும் தூக்கி எறியாத குறையாக இறக்கிவிட்டுப் போனார்கள். இருவரும் எதுவும் பேசவில்லை. கடிவாள மயக்கத்திலிருந்து குமராசுரர் இன்னும் விடுபடவில்லை. ஏன் மேகாஸ் இப்படிக் கோபப்பட்டான், எதற்குக் கத்தினான் என்பதொன்றும் புரியவில்லை என்றாலும் அவனுக்கு இந்தக் கல்லூரி பிடிக்கவில்லை என்பது மட்டும் தெளிவாகப் புரிந்தது. இப்பேர்ப்பட்ட கல்லூரியே பிடிக்கவில்லை என்றால் என்ன செய்வது? அணிந்துகொள்ளத் தினமொரு கடிவாளம் கேட்டாலும் அவர் வாங்கிக் கொடுக்கத் தயாராக இருந்தார். ஆனால் இந்த முசுடுப்பயல் ஒத்துவர மாட்டான் போலிருக்கிறதே. அவருக்குக் கவலை கூடியது. அத்துடன் பெருநகரத்தில் எங்கே தங்குவது என்றும் அவர் யோசித்தார். உறவினர்கள் வீடுகள் சில இருக்கின்றன, அங்கே போய்த் தங்கினால் விடுதிச் செலவு, உணவுச் செலவு எல்லாம் மிஞ்சும். மகன் என்ன சொல்கிறானோ தெரியவில்லையே. அவனிடம் மெல்லக் கேட்டார். 'ஊருக்குப் போயரலாம்' என்றான். இன்னும் நான்கைந்து நாள் தங்கிப் பத்துக் கல்லூரிகளையாவது பார்த்தால் தானே முடிவெடுக்க இயலும்?

அவன் ஒத்துக்கொள்ளவே இல்லை. 'உடனே ஊருக்குப் போகலாம்' என்று ஒற்றைக் காலில் நின்றான். ஏன் அவனுக்குக் கடிவாளம் பிடிக்கவில்லை என்பது அவருக்குப் புரியவில்லை. கடிவாளம்தான் பிரச்சினை என்றால் இதை விட்டுவிடலாம், மற்ற கல்லூரிகள் எல்லாம் இப்படி இருக்காது, கடிவாளம் இல்லாத கல்லூரிகளும் நிறைய இருக்கும், அவற்றையும் பார்ப்போம், ஒன்றைப் பார்த்துவிட்டு எல்லாமும் இப்படித்தான் இருக்கும் என முடிவெடுக்கக் கூடாது என்று எவ்வளவோ சொல்லிப் பார்த்தார். 'நான் இந்த ஊரில் இருக்கும் எந்தக் கல்லூரியிலும் படிக்க மாட்டேன்' என்று பிடிவாதமாகச் சொல்லிவிட்டான். இது மாதிரியான கல்லூரிகளில் படித்தவர்கள்தான் உலகு தழுவிய நிறுவன இருக்கைகளில் அமர முடிகிறது, கையில் லட்சம் லட்சமாகச் சம்பாதிக்க முடிகிறது என்றெல்லாம் சொல்லிப் பார்த்தார். அவருடைய சொற்களுக்கு அவனிடம் எந்த மதிப்பும் இல்லை. வேறு வழியில்லாமல் வண்டி பிடித்து ஊர் வந்து சேர்ந்தார்கள்.

ஏன் ஒரே நாளில் திரும்ப வந்தார்கள் என மங்காசுரி கேட்டார். 'போம்மா' என ஒற்றை வரியில் பதில் சொன்னான் மேகாஸ். குமராசுரர் விவரமாகச் சொன்னார். 'பொண்ணுங்கெல்லாம்

போட்டிருக்கற துணிக்குப் பொருத்தமாக் கடிவாளத்தையும் போட்டுக்கறாங்களா?' என்று ஆர்வமாகக் கேட்டார் மங்காசுரி. 'இலவசமாத்தான குடுத்தாங்க, ஒன்னு எடுத்துக்கிட்டு வந்திருந்தா நானும் போட்டுப் பாத்திருப்பனே. நல்லா இருந்தாக் கலியாணங் காட்சிக்குப் போட்டுக்கிட்டுப் போனா நல்லாருக்குமில்ல' என்றார். தண்ணீர் குடிக்கச் சமையலறைக்குப் போயிருந்த மேகாஸ் அம்மா சொன்னதைக் கேட்டுக் கோபத்தோடு ஏதோ பாத்திரத்தைப் போட்டு உடைத்தான். அதன்பின் மங்காசுரியும் எதுவும் பேசவில்லை. அவன் அறைக்குள் போய்க் கணினிக்கு முன் உட்கார்ந்ததும் இருவரும் மொட்டைமாடிக்குப் போனார்கள்.

அவனுக்குத் தெரியாமல் ஏதும் பேச வேண்டும் என்றால் இதுதான் வழக்கம். அந்தக் கல்லூரியின் சிறப்புகளை எல்லாம் சொல்லி அதைப் போய் மறுக்கிறானே என்று வருத்தப்பட்டார். அங்கே ஆயிரக்கணக்கில் பையன்களும் பெற்றோர்களும் தினமும் வந்து பார்த்துப் போகிறார்கள். வரும் பையன்கள் எல்லோரும் இப்படியா இருக்கிறார்கள்? சிலர் எத்தனையோ ஆவலாகக் கடிவாளத்தை எடுத்து அணிந்துகொண்டார்கள். சிலர் விரும்பாவிட்டாலும் வேண்டா வெறுப்பாகவேனும் போட்டுப் பார்த்தார்கள். சிலர் பெற்றோர் சொன்ன சொல்லுக்கு மதிப்புக் கொடுக்க வேண்டும் என்று கடிவாளத்தைச் சூடினார்கள். இவனோ எந்த வகையிலும் சேராதவனாக இருக்கிறான். பிடித்ததையேதான் செய்வேன் என்றால் இந்த உலகத்தில் வாழ முடியுமா? பிடிக்காததையும் தேவை கருதிச் செய்துதான் ஆக வேண்டும். இதை எப்படி இவனுக்குப் புரிய வைப்பது?

மங்காசுரிக்கும் பெருங்கவலை வந்து சூழ்ந்தது. 'முதன்முதலாகக் கல்லூரியைப் பார்க்கப் போகும்போது மேற்குத் திசையையா தேர்ந்தெடுப்பார்கள்? பொழுது விழுந்து எல்லாம் இருளாகப் போகும் திசை. அந்தத் திசைக்குப் போயிருக்கக் கூடாது. திசைதான் பிரச்சினை' என மங்காசுரி தீவிரமாக நினைத்தார். என்றாலும் குமராசுரர் சொல்லச் சொல்ல மகன் நிலை அவருக்கும் புரிந்தது. மருத்துவப் படிப்புக்குப் போக மறுத்துவிட்டான். சரி என்று விட்டாயிற்று. அவன் விருப்பப் படியான பள்ளியில் படித்தான். சரி என விட்டாயிற்று. அவனுக்கு விருப்பமான பாடத்தைப் படித்தான். சரி என விட்டாயிற்று. அவனுக்கு விருப்பமான பொறியியல்தான் படிப்பேன் என்றான். சரி என விட்டாயிற்று. இப்போது நல்ல கல்லூரியில் சேர மாட்டேன் என முரண்டு பிடித்தால் என்ன செய்வது?

படிப்புக் காலமான இந்த ஐந்து வருசத்தை ஒரே ஓட்டத்தில் கடந்துவிடலாம். பள்ளியில் படித்தான். பிடிக்காத பள்ளிதான்.

இரண்டு வருசம் நொடி போல ஓடிப் போகவில்லையா? அங்கே படித்த இரண்டு வருடங்களும் பார்க்கும் போதெல்லாம் அழுகைதான். அழுகுரலுக்குள் மூழ்கிக் கிடந்தாலும் இப்போது நினைத்துப் பார்த்தால் அவை எல்லாம் என்னவோ கனவு போல இருக்கின்றன. அது மாதிரி பல்லைக் கடித்துக்கொண்டு ஐந்து வருடங்களை ஓட்டிவிட்டால், கையில் ஒரு வேலையோடு வந்துவிட்டால் எல்லாக் கஷ்டங்களும் மறைந்துபோகும். அரசுப் பணியில் நாற்காலி தேய்த்துப் பெறும் சம்பளத்தை வைத்துக் கொண்டு ஒவ்வொன்றையும் எண்ணி எண்ணிச் செய்ய வேண்டியிருக்கிறது. இவன் லட்சம் லட்சமாகச் சம்பாதிக்கும் ஒரு வேலைக்குப் போய்விட்டால் பணம் பற்றிய பிரச்சினை இல்லாமல் இருக்கலாம் என்றால் ஒத்துழைக்க மறுக்கிறானே. ஏன் இப்படி இருக்கிறான்?

இருவரும் வெகுநேரம் பேசியும் அமைதியாக இருந்தும் ஒரு முடிவுக்கு வந்தார்கள். ஒற்றைக்கு ஒரே பையன். ஒரு குழந்தை கிடைக்காதா என்று எத்தனையோ வேண்டுதல் வைத்துப் பிறந்த குழந்தை. அதனால் சிறுசிலிருந்தே செல்லம் அதிகம். அவனுடைய பாட்டனும் பாட்டியும் இருந்தபோது அவர்களிடமும் செல்லம் அதிகம். அவர்கள் அவன்மீது துரும்பு பட விடமாட்டார்கள். அவன் எது செய்தாலும் அவர்களுக்கு ஆனந்தம்தான். ஒருபோதும் அவன் விருப்பத்திற்கு எதிராக யாரும் நடக்கவில்லை. இந்தச் செல்லம்தான் அவனைக் கெடுத்திருக்கிறது. இனிமேல் என்ன செய்து அவனை மாற்ற முடியும்?

இந்த எண்ணம் வந்துவிட்டால் உடனே மங்காசுரி பையன் பக்கம் சாய்ந்துவிடுவார். மங்காசுரி சொன்னார், 'நமக்குப் பையந்தாங்க முக்கியம். அவனுக்கு எங்க விருப்பமோ என்ன விருப்பமோ அதப் படிக்கட்டும். இந்த உலகத்துல அவனுக்குன்னு ஒரு வேலையும் சம்பளமும் கெடைக்காதயா போயிருது? சொந்த வீடு இருக்குது. அதுக்கு மேல அவனுக்கு என்ன முடியுதோ அதச் சம்பாதிக்கட்டும். என்ன நாலு பேரு கேக்கையில எம் பையன் இங்க வேல செய்யறான், இவ்வளவு சம்பாரிக்கறான் அப்படீன்னு கெவுரவமாச் சொல்லிக்க முடியாது. அது போனாப் போவுது. நாலு எடத்துக்கு வெளிய போனாத்தான நாலு பேரு கேப்பாங்க. ஊட்டோட இருந்து நம்ம காலத்தக் கழிச்சிரலாம்.'

மனைவியின் பேச்சுக்கு அவரிடம் மறுபேச்சில்லை.

10

இரண்டு நாள் கழித்து மேகாஸே இன்னொரு நகரத்தில் இருக்கும் கல்லூரியை அவன் நண்பர்கள் நல்ல கல்லூரி என்று சொல்வதாகவும் அதைப் போய்ப் பார்த்து வரலாம் என்றும் சொன்னான். சரி, அவனுக்குக் கல்லூரியில் சேர்ந்து படிக்க வேண்டும் என்னும் எண்ணமிருக்கிறது, அதுவே போதும் என்று குமராசுரருக்குத் தோன்றியது. அந்த நகர் அவர்கள் ஊரின் கிழக்குத் திசையிலிருந்தது. கிழக்குத் திசை மிகவும் நல்லது. பொழுது உதித்து விடியலைக் கொண்டுவரும் திசை கிழக்கு. இந்தக் கல்லூரி நன்றாக அமைந்துவிடும் எனச் சொல்லி மங்காசுரி ஆரத்தி எடுத்து வீரத்திலகம் இட்டு அனுப்பினார். இப்போது ஒரே இலக்கு அந்தக் கல்லூரி மட்டும்தான்.

இந்தக் கல்லூரியும் நகரத்திற்கு வெளியில்தான் இருந்தது. எப்போதோ ஒரு பேருந்துதான் அந்த வழியாகப் போகும் போல. அங்கே போவதற்கான பேருந்தைத் தேடி நிலையம் முழுவதும் அலைந்தார்கள். அப்போது ‘மகாப்புகழ் காலேஜப் பாக்க வந்தவங்க யாராச்சும் இருந்தா வாங்க வாங்க. வெளிய காலேஜ் பஸ் நிக்குது. அதுல இலவசமாப் போலாம்’ என்று ஓராள் வந்து சத்தமாக அழைத்தார். அவரிடம் விவரமாகக் கேட்டுக் கல்லூரிப் பேருந்தைப் பிடித்தார்கள். வரிசையாக ஐந்தாறு பேருந்துகள் நின்றன. ஆட்கள் வந்து சேரச் சேர ஒவ்வொன்றாகக் கல்லூரிச் சுற்றுலாவிற்குக் கிளம்பும் போலும். இந்தக் கல்லூரியிலும் வரவேற்பும் ஆலோசனைகளும் இருந்தன. நவீனத் தொழில்நுட்பத்தை மிகச் சிறப்பாகப் பயன்படுத்தி வந்தவர்களைக் கவர முயன்றார்கள். ஒரு மணி நேரத்திற்கு ஒருமுறை தொடங்கும் திரைக்காட்சிகள். காத்திருக்க வைத்து ஒவ்வொரு குழுவாக உள்ளே

அனுப்பினார்கள். காத்திருக்கும் போது சூடான சமோசாவும் தேநீரும் கொடுத்தார்கள்.

உள்ளே போனதும் ஐந்து நட்சத்திர அந்தஸ்து கொண்ட திரையரங்கமாக அது இருந்தது. மிக பிரம்மாண்டமான திரையில் கல்லூரிக் காட்சிகள் விரிந்தன. ஏராளமான இருக்கைகள் கிடந்தன. வந்தோர் திரைப்படம் பார்க்கும் ஆவலோடு உட்கார்ந்து பார்த்தார்கள். ஒவ்வொருவருக்கும் நொறுக்குத் தீனிப் பண்டங்களும் பழச்சாறுகளும் கொடுத்தார்கள். அவற்றைச் சாப்பிட்டுக்கொண்டே கல்லூரியின் சிறப்புகளைப் பார்த்தார்கள். காட்சிகள் ஓட ஓடத் தின்பண்டங்களும் வந்தபடியே இருந்தன. கல்லூரியின் முதன்மைக் கட்டிடம் வழவழப்பான பளிங்குக் கற்களால் ஆன காட்சி மின்னலெனத் திரையில் தோன்றி ஓடியது. அங்கே பணம் கட்டுதல், விசாரணை, ஆலோசனை என எதுவாக இருப்பினும் ஓரிரு நொடிகளில் நடக்கும் காட்சிகள்.

பின்னர் கல்லூரிக் கட்டிடங்கள். ஒவ்வொரு துறையின் ஆசிரியர் அறைகள், ஆய்வகங்கள், எங்கும் நிறைந்திருக்கும் கணினிகள், நவீன வசதிகள் கொண்ட வகுப்பறைகள், அங்கே உயரக் கூரையில் பொருத்தப்பட்டிருக்கும் புகைப்படக் கருவிகள், பளபளக்கும் கழிப்பறைகள், விடுதி வசதிகள், உணவு வகைகள் என அழகான குரலின் திருத்தமான உச்சரிப்புடன் காட்சிகள் ஓடிக்கொண்டேயிருந்தன. இந்தக் கல்லூரி கிடைத்தால் தேர்ந்தெடுத்து விடலாம் என மேகாஸுக்கும் தோன்றியது. அவன் முகப் பொலிவை இருளிலேயே கண்டு பரவசப்பட்டார் குமராசுரர். இது முடிவாகிவிடும் எனத் தோன்றியது.

அதற்கடுத்த காட்சிகள் வந்தன. இந்தக் கல்லூரி எத்தனை நவீனமாகச் செயல்படுகிறது என்பதை விளக்கும் உச்சகட்டம். அசுர உருவில் தயாரிக்கப்பட்ட இயந்திரங்களைக் கல்லூரி வேலைகளுக்குப் பயன்படுத்துவதால் மிக விரைவில் எல்லா வேலைகளும் நடந்து முடிகின்றன என்பதை விளக்கினார்கள். இயந்திர அசுரர்கள் விடுதிகளில் பாத்திரங்களைத் துலக்கினார்கள். சாலைகளைச் சுத்தப்படுத்தினார்கள். அது மட்டுமல்ல, கல்லூரியின் ஒழுக்கத்திற்குமே இயந்திர அசுரர்கள்தான் பொறுப்பு. உயிருள்ள அசுரர்கள் என்றால் அவர்களுக்கு உணர்ச்சிகள் இருக்கும். சிலவற்றைக் கண்டுகொள்வார்கள். சிலவற்றைக் கண்டு கொள்ளாமல் விட்டுவிடுவார்கள். சிலர் காசுகளைப் பெற்றுக் கொண்டு விதிகளை மீறுவார்கள். அவர்கள் சரியாக வேலை செய்கிறார்களா எனக் கண்காணிக்க மேலும் ஆட்களை நியமிக்க வேண்டும். இயந்திர அசுரர்கள் உணர்ச்சியற்றவை. ஆகவே

எந்த வேலை என்றாலும் கொடுக்கப்பட்ட அறிவுறுத்தல்களைப் பின்பற்றி நடப்பார்கள்.

அசுரர்களைப் போல உடை தரித்துக்கொண்டு அவை கல்லூரிக்குள் உலவும் காட்சிகள் திரையில் வந்தன. அழகழகான இயந்திரங்கள். அசுரர்களிலேயே அழகான மாடல்களைக் கொண்டு வடிவமைத்தவை. சாந்தமும் எப்போதும் புன்னகையும் தவழும் வடிவுமுகம். ஓர் இயந்திர அசுரன் பார்வையாளர்களை நோக்கிக் கும்பிடு போட்டுத் தன்னை அறிமுகப்படுத்திக் கொண்டபோது அதன் வசீகரத்திற்கு ஆட்பட்டு எல்லோரும் கரகோஷம் செய்தனர். மாணவர்களின் கூட்டம் அங்கும் இங்கும் போகும் காட்சிகள். இடையிடையே இயந்திர அசுரர்கள். ஒரு மாணவன் தனக்கு முன்னால் செல்லும் மாணவியிடம் பேசுவதற் காக அவளை அழைக்கிறான். உடனே ஓர் இயந்திரம் வேகமாக நடந்து போய் அந்த மாணவனை ஓங்கி அறை விடுகிறது. கன்னத்தில் பதிந்த ரத்தத் தடங்களுடன் அந்த மாணவன் அதிர்ந்து ஓடுகிறான்.

இன்னொரு காட்சி. கூட்டமாக நடந்து செல்லும்போது ஒரு மாணவன் மாணவி ஒருத்தியை நோட்டம் விடுகிறான். அங்கே ஓர் இயந்திரம் ஓடி வருகிறது. அதைக் கண்டதும் பயந்து அலறி அந்த மாணவன் ஓடுகிறான். அவனை விடாமல் இயந்திரம் துரத்துகிறது. சாலைகளில் வளைந்தோடுகிறான். பக்கச் சுவர்களை ஏறிக் குதித்து ஓடுகிறான். மரங்களுக்குள் புகுந்து ஓடுகிறான். கட்டிட நீள முன்றில்களுக்குள் ஓடுகிறான். இயந்திர அசுரனும் சளைக்காமல் ஓடிக் கழிப்பறைக்குள் அவனைப் பிடித்துவிடுகிறது. அவன் ஓட ஓட இயந்திர அசுரன் துரத்தத் துரத்தப் பார்ப்பவர்கள் குலுங்கிச் சிரித்தார்கள். தேர்ந்த திரைப்பட இயக்குநர் ஒருவரால் நேர்த்தியாக எடுக்கப்பட்ட நகைச்சுவைக் காட்சி போலவே இருந்தது.

அடுத்து விடுதிக் காட்சிகள். கழுவும் இடத்தில் இயந்திர அசுரன் ஒன்று நிற்கிறது. உண்டு விட்டு வந்து மாணவன் ஒருவன் தட்டைச் சும்மா நீரில் அலசி வைத்துவிட்டுப் போகிறான். அவன் சட்டைக் காலரைப் பற்றி இழுக்கும் அசுரன், தட்டை மாணவன் கையில் கொடுத்துச் சோப்புப் போட்டுத் துலக்க வைக்கிறது. சாப்பிடும் மாணவர்களின் தட்டுக்கள் அண்மைக் காட்சியாய் வருகின்றன. பார்த்ததும் எச்சிலூறச் செய்யும் விதவிதமான உணவு வகைகள். உண்டு முடித்துக் கழுவப் போகும்போதும் தட்டுக்கள் மீதான அண்மைக் காட்சி. துளியும் வீணாக்காமல் வழித்துச் சாப்பிட்ட தட்டுக்கள். கழுவி வைத்தவை போலவே தோன்றுகின்றன. இடையில் ஒரு மாணவன் சரியாகச்

சாப்பிடாமல் பாதிச் சோற்றோடு தட்டைக் கொண்டு போய் வீசுகிறான். அங்கே இயந்திர அசுரன் ஒன்று ஓடிவருகிறது. வீசிய தட்டிலிருந்த சோற்றை அள்ளி அவன் கன்னத்தின் இருபுறமும் பிடித்து அழுத்தி வாயைப் பிளந்து திணிக்கிறது. அது சோற்றைத் திணிக்க அவன் விழுங்க முடியாமல் விழி பிதுங்கித் தவிக்கப் பார்வையாளர்களுக்கு மறுபடியும் ஒரு நகைச்சுவைக் காட்சி.

அசுரிகள் போன்று வடிவமைக்கப்பட்ட இயந்திரங்களும் உண்டு. மாணவி ஒருத்தி தன் தலைமயிரை விரித்துப் போட்டபடி கையில் இரண்டு புத்தகங்களுடன் ஒயிலாக நடந்து செல்கிறாள். அவளைத் தடுத்து நிறுத்தும் இயந்திர அசுரி சட்டென அவள் மயிரைப் பற்றி இழுத்து ஒடுக்கிச் சடை பின்னி விட்டுப் பிறகு அனுப்புகிறது. மேலங்கி பறக்க நடந்துசெல்லும் மாணவி ஒருத்தியின் பின்னால் வரும் இயந்திரம் மேலங்கியைச் சட்டென உருவிச் சரியாக மடித்து அவள் இருதோள்களிலும் பாந்தமாகப் போட்டு ஊசி குத்திவிட்டு அனுப்புகிறது. இந்தக் காட்சிகளில் பார்வையாளர்கள் மத்தியிலிருந்து சீழ்க்கை ஒலி பறக்கிறது. படம் முடிந்து பாதிப் பார்வையாளர்கள் மகிழ்ச்சியுடனும் பாதிப் பார்வையாளர்கள் சோகத்துடனும் வெளியே வந்தார்கள். கிசுகிசுக் குரலில் அங்கங்கே விவாதங்களும் சிறுசண்டைகளும் உருவாவதைப் பார்க்க முடிந்தது.

மேகாஸ் 'வாப்பா போலாம்' என்று அவர் கையைப் பிடித்துக் கூட்டத்திற்கு வெளியே அழைத்து வந்தான். தயாராக இருந்த பேருந்து ஒன்றில் ஏறிவிட்டான். உடனே ஊருக்குத் தான். வீடு வந்து சேரும்வரை ஒரு வார்த்தை பேசவில்லை. அவனுக்குப் பிடிக்கவில்லை எனத் தெரிந்தது. எல்லாவற்றிலும் ஒழுங்கைப் பின்பற்றிக் கொண்டால் இயந்திர அசுரன் என்ன செய்துவிடுவான்? ஒழுங்கையும் ஒழுக்கத்தையும் நிலைநாட்டத் தானே இயந்திர அசுரன்கள்? அது ஏன் இந்தப் பையனுக்குப் பிடிக்கவில்லை? சரி எப்படியோ அவனே முடிவெடுக்கட்டும். அவன் கூப்பிடும் இடத்திற்கு உடன் போய் வந்தால் போதும். மங்காசுரி கேட்டதற்கு உதட்டைப் பிதுக்கிக் காட்டினார். மகன் என்ன நினைத்தாலும் சரி, படத்தில் கடைசியாக வந்த இயந்திரக் காட்சிகளை நினைக்க நினைக்கச் சிரிப்பாக வந்தது அவருக்கு. நாளைக்குக் கனகாசுரரிடம் இந்தக் காட்சியை விவரிக்க வேண்டும் என நினைத்தார்.

11

மறுபடியும் இரண்டு நாள் கழிந்து இன்னொரு நகரத்திற்குப் போய்வரலாம் என மேகாஸ் சொன்னான். பரவாயில்லை, மகன் சோர்ந்து போகவில்லை, தொடர்ந்து தேடல் இருக்கிறது எனக் குமராசுரர் சந்தோசப்பட்டார். அந்த நகரம் அவர்கள் ஊருக்கு வடக்கில் இருந்தது. அங்கே முப்பத்தைந்து கல்லூரிகள் இருப்பதாக இணையப் பட்டியல் காட்டியது. அவற்றில் முன்னணிக் கல்லூரிகள் என ஐந்தைத் தேர்ந்தெடுத்திருந்தான் மேகாஸ். ஐந்தின் பெயரையும் தனித்தனியாக எழுதி அவர்கள் குலதெய்வம் மேகாசுரன் முன்னால் வைத்துத் திருவுளச் சீட்டு எடுத்தார்கள்.

அவர்கள் தெருவில் இன்னொரு வீட்டில் பெண் குழந்தை இருந்தது. திருவுளச் சீட்டு எடுத்துக் கொடுக்க அந்தக் குழந்தையை அனுப்பும்படி கேட்டபோது அதன் பாட்டி சொன்னார், 'நல்லது நடந்தாக் கொழந்தயப் பாராட்டுவீங்க. நல்லது நடக்கலீனா கொழந்தயத் திட்டுவீங்க. நீங்களே எடுத்துக்கங்க.' பாட்டியைச் சமாதானப்படுத்திக் குழந்தையை அழைத்து வருவது பெரும்பாடாகப் போயிற்று. 'கொழந்தயக் கொற சொல்ல வாய் வரும்ங்களா? பாக்கறதுக்கு எது பொருத்தம்னு கேக்கறம், அவ்வளவுதான். கொழந்த எடுத்துக் குடுக்கறதுங்கறது எங்க கொலதெய்வமே குடுக்கற வரம்' என்று என்னென்னவோ சொல்லித்தான் மங்காசுரி அழைத்து வந்தார். குழந்தைக்குக் குச்சி மிட்டாய், ஐஸ்கிரீம் எல்லாம் கொடுத்து நயமாகப் பேசிச் சீட்டு ஒன்றை எடுத்துக் கொடுக்கச் சொன்னார்கள். அக்குழந்தை எடுத்துக் கொடுத்த சீட்டில் இருந்த கல்லூரியைப் பார்ப்பது என முடிவெடுத்துக் கிளம்பினார்கள்.

இந்த நகரம் அத்தனை பெரிதல்ல. தேர்ந்தெடுத்த கல்லூரியும் நகரத்திலிருந்து வெகு தொலைவில்

இல்லை. பேருந்து நிலையத்தில் இருந்து நடந்துபோகும் தூரம்தான். நகரத்துக்கு உள்ளே இருந்ததால் பெரிய நிலப்பரப்பு இல்லை. குறைவான நிலத்தில் இருந்தாலும் கட்டிடங்கள் எல்லாம் உயர்ந்தவை. ஒவ்வொரு கட்டிடமும் பதினைந்து அடுக்குகளைக் கொண்டதாக இருந்தது. எல்லாவற்றிலும் மின்தூக்கி இருந்தது. கல்லூரிக்குள் விருப்பப்படி சுற்றி வர முடிந்தது. அதற்குப் பின் மாணவர்களுக்குத் தனியாகவும் பெற்றோருக்குத் தனியாகவும் ஆலோசனைக் கூட்டம் இருந்தது. குமராசுரர் பதினைந்தாவது மாடிக்குப் போனார். அங்கே வரவேற்பறையில் பலர் உட்கார்ந்திருந்தனர். தனித்தனி அறைகள் இருந்தன. ஒவ்வொரு அறையிலும் ஒவ்வொரு ஆலோசகர். வரிசைப்படி அழைத்தார்கள்.

குமராசுரர் முறை வந்தபோது ஓர் அறைக்குள் அவர் அழைத்துச் செல்லப்பட்டார். சகல வசதிகளும் கொண்ட நவீன அறை. கல்லூரிக்கு வரும் விருந்தினர்கள் தங்குவதற்கென அமைக்கப்பட்டிருந்த தளம் அது. அந்த அறையில் கல்லூரியில் பணியாற்றும் ஆசிரியர் ஒருவர் இருந்தார். ஆசிரியர்கள் எல்லோரும் ஆலோசகர்கள். கல்லூரிச் சிறப்பைச் சுருக்கமாகச் சொன்னார். கல்லூரியின் உரிமையாளர் ஒருகாலத்தில் எருமைப்பண்ணை வைத்திருந்தாராம். ஒன்றல்ல, இரண்டல்ல. ஆயிரம் எருமைகளாம். ஆகவே பெருங்கூட்டத்தை வைத்துப் பராமரிப்பதில் நல்ல அனுபவம் கொண்டவராம். அதில் கிடைத்த வருமானத்தை முதலீடாக்கி இந்தக் கல்லூரியைத் தொடங்கினாராம். அதன் பின் அவர் விரிவாகச் சொன்ன விஷயம் இதுதான்.

இந்தக் கல்லூரியைப் பொருத்தவரைக்கும் நன்றாகப் படிக்கும் மாணவர்களுக்குக் கொடுக்கும் அதே முக்கியத்துவத்தைச் சுமாராகப் படிக்கும் மாணவர்களுக்கும் கொடுப்பதுதான் சிறப்பு. பள்ளியில் நன்றாகப் படித்து மதிப்பெண் வாங்கிய மாணவன் கல்லூரிக்கு வந்ததும் திசை மாறிப் போய்விடுவதுண்டு. அதையும் கவனத்தில் கொள்வது இக்கல்லூரியின் வழக்கம். இந்த வயது மாணவர்களைப் புத்தி சொல்லி, அறிவுறுத்தி, பெற்றோரை அழைத்து வரச் செய்து, ஒறுப்புக் கட்டணம் விதித்து எல்லாம் சரிசெய்ய முடியாது. ஒவ்வொரு நொடியும் மனம் அலைபாய்ந்து கொண்டே இருக்கும் வயது. ஆகவே ஏதாவது காரணத்தை முன்வைத்து ஒவ்வொரு மாணவனுக்கும் தினமும் இரண்டு அடி முதல் நான்கு அடி வரைக்கும் கொடுப்பது வழக்கமாம்.

கல்லூரி ஆசிரியர்களைத் தேர்ந்தெடுப்பதில் இங்கே கையாளப்படும் முறையே வித்தியாசமானதாம். உடல் வலு

கொண்டவர்களே ஆசிரியர்களாக வர இயலுமாம். அதைப் பரிசோதிக்க வைக்கப்படும் சோதனையை அவர் சொன்னார். கைக்கு ஒரு எருமையாக இரண்டு கையிலும் இரண்டு எருமைகளைக் கயிற்றைப் பிடித்து இழுத்துக்கொண்டு ஆயிரம் மீட்டர் தூரம் களைப்பில்லாமல் நடக்க வேண்டுமாம். அதில் முதலில் வரும் நபருக்கே வேலை வழங்கப்படுமாம். கல்லூரிக்குப் பின்னால் இருக்கும் எருமைப் பண்ணையில் முறை வைத்துத் தினமும் ஐந்தைந்து பேர் அதிகாலை முதல் இரவு வரை கட்டுத்தறிச் சுத்தம், எருமைப் பராமரிப்பு ஆகியவற்றைக் கவனித்துக்கொள்ள வேண்டுமாம். இத்தகைய ஆசிரியர்கள் இருப்பதால் அவர்களை மீறி மாணவர்களால் ஏதும் செய்ய முடியாதாம். அடி வாங்கும்போது அடக்க ஒடுக்கமாக இருக்க வேண்டுமாம். இல்லாவிட்டால் கயிற்றால் கட்டி வெளுத்து வாங்குவார்களாம்.

அடிப்பதற்கான பிரம்பு ஒன்றை மாதிரிக்கு எடுத்துக் காட்டினார். மூன்றடி நீளம் கொண்ட வழவழப்பான மூங்கில் பிரம்பு. அவர் திருப்பித் திருப்பிக் காட்டும்போது கொம்பேறி மூக்கன் பாம்பின் உடல் புரளுகையில் தோன்றும் மினுங்கல் போலப் பளீரிட்டது. சில வருசங்களுக்கு முன் கல்லூரியைப் பற்றிப் பரபரப்பான செய்திகள் ஊடகங்களில் வெளியாயிற்றாம். அப்போது கல்லூரி முழுக்கவும் வேப்ப மரங்கள் இருந்தனவாம். அடிப்பதற்கு வேப்ப மிளாறுகளையே பயன்படுத்தினார்களாம். கணுக்களும் சொரசொரப்பும் கொண்ட வேப்ப மிளாறில் மாணவர்களை அடிப்பதால் அவர்களுக்குக் காயம் படுகிறது என்றும் ரத்தக்கோடுகள் விழுந்து தழும்பாகி விடுவதால் அவர்களுக்கு எதிர்காலத்தில் பிரச்சினை ஏற்படுகிறது என்றும் குறிப்பாகப் பெண்களுக்குத் திருமணம் ஆவதில் சிக்கல் வருகிறது எனவும் புகார்கள். அதன் பிறகு நிர்வாகம் உள்காயம், பொய்க்காயம் ஏற்படுத்தும் வகையிலான வழுக்கிச் செல்லும் தன்மையுடைய மலைப் பிரம்புகளை மட்டுமே இனிப் பயன்படுத்துவோம் என்று அறிவித்ததாம்.

அதற்காகப் பெரிய நிறுவனங்களிடம் ஒப்பந்தம் போட்டு வெளிநாடுகளில் இருந்து பிரம்புகள் இறக்குமதி செய்யப்படுகின்றனவாம். பிரம்புகளைத் தொட்டுப் பார்த்து அதன் வழவழப்பைச் சோதித்துக்கொள்ளலாம் என்று சொல்லி அங்கே அடுக்கி வைக்கப்பட்டிருந்த இன்னும் சில பிரம்புகளையும் எடுத்து நீட்டினார். ஒரு முனையில் கையை வைத்து மறுமுனை வரைக்கும் உருவிப் பார்த்தார் குமராசுரர். இப்படி உருவிப் பார்த்துவிட்டு அருவியின் மேல் மிதந்து குதிப்பது போலிருக்கிறது என்று பெற்றோர் ஒருவர் புகழ்ந்து சொன்னாராம். அவருடைய

புகைப்படத்துடன் அவர் சொன்ன வாசகத்தையும் போட்டு அச்சிடப்பட்ட அட்டை ஒன்றைக் கொடுத்தார் அவர். 'குளிர்ச்சியின் மென்மை' என்றொருவர் சொன்ன அட்டை. 'பூனை உடலைத் தொடுவது போன்ற உணர்வு' என்றொருவர் சொன்ன அட்டை. இப்படிச் சில அட்டைகளைக் கொடுத்த அவ்வாசிரியர் குமராசுரரின் காதுக்கு அருகில் வந்து 'புணர்ச்சிப் பரவசம் தருகிறது என்று ஒருவர் சொன்னார். அதை அச்சிட முடியாத நிலை' என்று இளித்தபடியே சொன்னார். குமராசுரரும் வேறு வழியில்லாமல் வெட்கத்தோடு இளித்தபடி இன்னொரு முறை பிரம்பைத் தடவி உருவிப் பார்த்தார்.

இப்போது இந்தப் பிரம்புகளைப் பார்த்து ஊடகங்கள் எல்லாம் பாராட்டுகின்றனவாம். சமீபத்தில் பத்திரிகை ஒன்றில் இங்கு பயன்படுத்தப்படும் மலைப் பிரம்புகளைப் பற்றி அட்டைப்படக் கட்டுரை ஒன்றே வெளிவந்ததாம். படங்களுடன் விரிவாக எழுதப்பட்டிருந்த அக்கட்டுரையைப் பெருந்திரையில் போட்டுக் காட்டிய ஆலோசகர், ஐந்தாண்டு முடிந்து பையன் உங்களிடம் வந்து சேரும்போது சிறு தழும்புகூட இல்லாமல் பார்த்துக்கொள்வது எங்கள் கடமை என்றார். இந்த நடைமுறை இருப்பதால் அந்தந்தப் பருவத்திலேயே எல்லாப் பாடத்திலும் மாணவர்கள் தேர்ச்சி பெற்றுவிடுகிறார்கள். கடந்த பத்து ஆண்டுகளாக இந்தக் கல்லூரி நூற்றுக்கு நூறு சதவீதம் தேர்ச்சி என்னும் சாதனையைப் படைத்து வருகிறது. இதை முறியடிக்க எத்தனையோ கல்லூரிகள் முயன்றும் இதே மாதிரியான போலிப் பிரம்புகளைக் காட்டி நாங்களும் அதே பிரம்பைத்தான் பயன்படுத்துகிறோம் என்று சொல்லிச் சதி செய்து பார்த்தும்கூட ஒன்றும் முடியவில்லையாம். எங்கள் தரத்தை யாராலும் கொடுக்க முடியாது என்ற அந்த ஆசிரியர் இப்படி முடித்தார், 'அடியாத மாடு படியாது.'

மகனுக்கு இந்தக் கல்லூரி ஒத்துவராது என்று குமராசுரரே முடிவெடுத்து விட்டார். மற்ற பெற்றோரிடம் விசாரித்தபோது இந்த நகரத்தில் இருக்கும் பிற கல்லூரிகளுமே இப்படியானவைதான் என்றார்கள். ஒன்றுக்கு ஒன்று போட்டி போட்டுக்கொண்டு 'நூறு சதவீதத் தேர்ச்சி' என்னும் இலக்கை நோக்கிப் போவார்களாம். 'இங்க சேத்துட்டாப் பையன் தேறுவானா மாட்டானான்னு நாம கவலப்பட வேண்டிய அவசியமே இல்ல' என்றார் ஒருவர். 'பையன் முடிச்சிட்டு வருவான்னு நம்பிக்கையா இருக்கலாம்' என்றார் இன்னொருவர். 'பையன் திரும்பி வருவான்னு நம்பிக்கை வெச்சிருக்கறாங்க, அது போதும்' எனக் குமராசுரர் நினைத்தார்.

மாணவர்களுக்கான ஆலோசனைக் கூட்டத்தில் என்ன சொன்னார்கள் என அவருக்குத் தெரியவில்லை. மேகாஸுரும்

அதைப் பற்றி ஏதும் பேசவில்லை. நாங்கள் அடிப்பது உண்மையான அடி அல்ல, பொய்யடிதான்; உண்மையான அடி என்றால் இப்படி இருக்கும், பொய்யடி இப்படித்தான் இருக்கும் என்று சொல்லிச் செய்முறை விளக்கம் காட்டியிருப்பார்கள். இந்தப் பொய்யடியும்கூட உங்கள் நன்மைக்காகத்தான் என்றிருப்பார்கள். இருவரும் மௌனமாகவே வீடு வந்து சேர்ந்தார்கள். எந்தக் கல்லூரியுமே இவனுக்கு ஒத்து வராது என்றுதான் தோன்றியது. பேசாமல் இலக்கியம், வரலாறு மாதிரியான ஒரு பாடத்தில் சேர்த்துவிட்டால் என்ன என்று நினைத்தார். வீட்டிலிருந்து தினமும் போய் வருகிற மாதிரி அருகிருக்கும் அரசாங்கக் கலைக் கல்லூரி ஒன்றில் சேர்த்தால் நல்லது. இதை நல்ல சந்தர்ப்பம் பார்த்து அவனிடம் சொல்ல வேண்டும். மருத்துவராகவில்லை, கடைசியாகப் பொறியாளராகவும் முடியவில்லை என்று மங்காசுரி வருத்தப்படுவார். ஆனால் தேறி விடுவார். அனுபவம்தானே ஆசான்.

12

அவருடைய எண்ணம் பலிக்கவில்லை. அடுத்த இரண்டு நாள் கழித்து அவர்கள் ஊருக்குத் தெற்கே இருந்த நகரத்துக் கல்லூரி ஒன்றைப் பார்க்கப் போகலாம் என்றான் மேகாஸ். இப்போது திருவுளச் சீட்டு இல்லை. எந்தக் கல்லூரி என்னும் குழப்பம் இல்லை. ஒரே ஒரு கல்லூரி. அதைப் பற்றித் தம் அலுவலக உணவகத்தில் நண்பர்களிடம் பேசிப் பார்த்தார். அவர்களில் எவருக்கும் அந்தக் கல்லூரியைப் பற்றி நல்ல அபிப்ராயம் இல்லை. அவர்கள் பிள்ளைகளோ அவர்களின் உறவினர் பிள்ளைகளோ தெரிந்தவர்களின் பிள்ளைகளோ யாருமே அக்கல்லூரியில் படித்திருக்கவில்லை. எந்தக் கல்லூரியைச் சொன்னாலும் 'அங்க இந்தப் பையன் படிச்சான்' என்று யாரையாவது ஒருவரைச் சுட்டிப் பேசுவார்கள். ஆனால் இந்தக் கல்லூரியைப் பற்றி அப்படிப் பேச்சே இல்லை. அதேசமயம் கல்லூரிக்கு அவர்களிடம் நல்ல பெயரும் இல்லை. ஒருவர் சொன்னார், 'அது ரொம்பக் கச்சடாவான காலேஜ்ன்னு சொல்லுவாங்கப்பா.' இன்னொரு நண்பர் உடனடியாகத் தன் செல்பேசி வழியாக இணையத்தில் பார்த்துத் தேர்ச்சி விகிதத்தில் பின் தங்கிய கல்லூரி என்றார்.

மங்காசுரிக்கு வேறொரு கவலை. எமனுக்குரிய தெற்குத் திசையில் இருக்கும் கல்லூரி என்பதால் அவருக்குத் திருப்தியில்லை. எந்தப் பக்கமிருந்தும் நல்ல பெயர் வாங்காத கல்லூரியைப் போய்ப் பார்த்து என்னவாகப் போகிறது, அப்புறம் இப்படி யான கல்லூரி ஒன்றைத் தேர்ந்தெடுத்து விடுவானோ என்றெல்லாம் யோசித்தார். குமராசுரரை உடன் வர வேண்டாம் எனவும் தான் மட்டுமே போய்ப் பார்த்துவிட்டு வருவதாகவும் அதுவே போதும், தனக்குப் பிடித்திருந்தால் அப்புறம் இருவரையுமே அழைத்துச் சென்று காட்டுகிறேன் என்றும் மேகாஸ் சொன்னான். மங்காசுரிக்கு அதில் உடன்பாடில்லை.

மகன் தனியாக அத்தனை தொலைவு போய்ப் பழக்கமில்லாதவன். முழு இரவுப் பயணத் தூரம். குமராசுரர் பார்த்து வந்தால் அந்த இடத்தைப் பற்றிக் கொஞ்சம் விரிவாகச் சொல்வார். ஆகவே அப்பாவுடன்தான் போக வேண்டும் என முடிவாகச் சொல்லி விட்டார். பார்க்கும் முன்னரே ஒருவரிடம் இருந்தும் நல்ல வார்த்தை வராத கல்லூரிக்குப் போய்த்தான் ஆக வேண்டுமா என யோசித்தார். இறுதியில் 'எது நம் கையில் இருக்கிறது, விதி அழைத்துச் செல்கிற போக்கில் போய்க்கொண்டு இருக்க வேண்டியதுதான்' என்று மகனுடன் போக முடிவு செய்தார்.

வழக்கம் போலவே நகரத்துக்கு வெளியில் இருந்தது கல்லூரி. இருப்பினும் கல்லூரியைச் சுற்றிலும் ஒரு நகரம் உருவாகியிருப்பது தெரிந்தது. முதலாவது விஷயம், கல்லூரி விடுதியில் தங்கிப் பயில வேண்டும் என்பது இங்கே கட்டாயமில்லை. வெளியே வீடு எடுத்துத் தங்கிப் படிக்கலாம். இரண்டாவது, மாணவர்களில் பாதிக்கு மேல் அயல்தேசத்தைச் சேர்ந்தவர்கள். அதனால் கட்டுப்பாடுகள் ஏதுமில்லாத கல்லூரியாக இருந்தது. பேருந்து நிலையத்திற்கு வந்து அழைத்துச் செல்லக் கல்லூரிப் பேருந்துகள் ஏதுமில்லை. உள்ளே போனதும் ஆலோசனை, சுற்றிக் காட்டல் ஏதுமில்லை. நம் விருப்பம் போல எங்கும் போய்ச் சுற்றிப் பார்த்து விட்டு வரலாம். உள்ளேயே அங்கங்கே உணவகங்கள் இருந்தன. மாணவர்கள் குழுவாகவும் ஜோடிகளாகவும் உட்கார்ந்து சந்தோசமாகப் பேசிக்கொண்டிருந்தனர். ஆண்கள் சிரித்தார்கள், பெண்களும் சிரித்தார்கள். ஒரு கல்லூரிக்குள் சிரிப்புச் சத்தம், அதுவும் பெண்களின் சிரிப்புச் சத்தம். அவர்கள் அணிந்திருந்தவை ஆடைகள் போலவே இல்லை. சிலர் உள்ளாடை பாதி தெரிய விட்டு பேண்ட் போட்டிருந்தனர். சிலர் அணிந்திருந்த பேண்ட்டின் தொடைப் பகுதியிலிருந்து நான்கைந்து கிழிசல்கள். பிச்சைக்காரர்களாவது தைத்துப் போட்டிருப்பார்கள். இங்கே கிழிசலில் தேமல் போல தோல் நிறம் தெரிந்தது. ஒரே வகையான ஆடையே இல்லை. ஒவ்வொருவரும் ஒவ்வொரு விதமான ஆடை. 'என்னய்யா இது? கிழிசல மாட்டிக்கிட்டுத் திரியறாங்க?' என்றார் அவர். மகன் அசரவில்லை. 'அதெல்லாம் இப்ப பேஷன்ப்பா' என்று சிரித்தான்.

ஒருத்தி கையை நீட்டிக்கொண்டு பையன் ஒருவனைத் துரத்திப் போய்ப் படாரென்று அடித்தாள். அவன் வலிப்பது போல நடித்துப் புரண்டான். அப்புறம் அவர்களுக்கிடையே கலகலவென்று சிரிப்பு. இதென்ன, திரைப்படக் காட்சி போல இருக்கிறது என்று குமராசுரர் நினைத்தார். ஆணைப் பெண் தொட்டுப் பேசுவதும் பெண்ணை ஆண் தொட்டுப் பேசுவதும் தாராளக் காட்சியாக அங்கே காணக் கிடைத்தது. குமராசுரருக்குக்

கூச்சமாக இருந்தது. உணவகங்களில் பெண் ஆணுக்கு ஊட்டுவதும் ஆண் பெண்ணுக்கு ஊட்டுவதுமான காட்சிகள், கை கோத்து நடக்கும் காட்சிகள், தோள் மேல் சாய்ந்தபடி நடக்கும் காட்சிகள் என அவரைப் பதற வைக்கும் காட்சிகள் ஏராளம். அவரைப் போல இல்லை மேகாஸ். ஒவ்வொரு இடத்தையும் சூழலையும் காட்சியையும் ஆர்வத்துடனும் மகிழ்ச்சியுடனும் கண்டு நடந்தான். மேகாஸின் முகத்தில் உற்சாகம் களை கட்டுவதாகத் தெரிந்தது. இந்தக் கல்லூரியைத் தேர்வு செய்துவிடுவான் என்று தெரிந்து கவலை கொண்டார்.

கல்லூரியை விட்டுவர மனசேயில்லாமல் உள்ளேயே சுற்றிக் கொண்டிருந்தான். கல்லூரிக்குள் இருந்த உணவகம் எதிலும் சாப்பாடு கிடையாது. எல்லாம் அவருக்கு வாயில் நுழையாத உணவுப் பெயர்கள். சோறு இல்லாமல் ஒருவேளையும் சாப்பிட்டுப் பழகாதவர் அவர். அசுரர்களுக்கு மறுக்கப்பட்ட அமுதமே கிடைத்து உண்டாலும் கடைசியாகக் கேட்பார், 'கொஞ்சம் சோறு கெடைக்குமா?' அப்பேர்ப்பட்டவர் சோற்றுக்கு அலைகிற மாதிரி நிலைமை ஏற்பட்டுவிட்டது. கல்லூரிக்கு வெளியே போனால் நிறைய உணவகங்கள் இருப்பதாகவும் முழுச்சாப்பாடு போடுவார்கள் எனவும் சொன்னார்கள். மேகாஸ் அங்கே வர மறுத்துவிட்டான். அவர் மட்டும் போனார்.

வெளியே இருந்த உணவகங்கள் எல்லாம் கிராமத்துச் சாயலுடன் வெகு சாதாரணமாக இருந்தன. அவற்றில் கொஞ்சமும் கூச்சமோ தயக்கமோ இல்லாமல் அயல் தேசத்து மாணவர்கள் பலர் உட்கார்ந்து சாப்பிட்டுக் கொண்டிருந்தார்கள். அயலவர்களுக்குப் பிடிக்கிற சோறு இங்கேயிருக்கும் மூடர்களுக்குப் பிடிக்காமல் போவது ஏன் என்று யோசித்தபடியே ஓலை வேய்ந்த கொட்டகை ஒன்றில் இருந்த உணவகத்தை நாடிப் போனார் அவர். அங்கே விசாரித்ததில் பல தகவல்கள் தெரிந்தன. கல்லூரி இருந்த இடம் ஒருகாலத்தில் விவசாய நிலம் எனவும் கிராமத்து மக்கள் கொஞ்சம் கொஞ்சமாக நிலம் முழுவதையும் விற்றுவிட்டுக் கல்லூரியில் பேருந்து ஓட்டுநர்களாவும் விடுதியில் சமையல் செய்பவர்களாகவும் மேஜை துடைப்பவர்களாகவும் தோட்டக்காரர்களாகவும் எனப் பலவகை வேலைகளைச் செய்துகொண்டிருந்தார்கள் எனவும் தெரிந்தது. கிராமத்து மக்களில் யார் வந்து வேலை கேட்டாலும் உடனே கிடைத்துவிடுமாம். அந்த மக்களுக்கு மட்டும் அப்படியொரு சலுகை. விவசாயத்தை மறந்து ஊரே மாறிவிட்டதாம்.

அயல் தேச மாணவர்கள் பலர் இருப்பதால் சுத்தத்திற்கு மிகவும் முக்கியத்துவம் உண்டு. ஆண் பெண் பழகுவதில் எந்தக்

கட்டுப்பாடும் கிடையாது. அதனால் குப்பைத் தொட்டிகளில் நிறைய உறைகள் கிடப்பது சர்வசாதாரணம். நகரத்து மருத்துவமனைகளில் கலைப்பினால் வளர்ந்த மருத்துவர்கள் நிறையப் பேர். அப்புறம் எங்கிருந்து வருகிறது என்று தெரியாத வகையில் கஞ்சாவும் போதை மாத்திரைகளும் ஏராளமாகப் புழங்குகின்றன. முன்னிரவு நேரத்தில் கல்லூரிக்குச் செல்லும் வழியெங்கும் மது போதையிலும் கஞ்சாப் போதையிலும் மயங்கி விழுந்து கிடப்பவர்களைப் பார்க்கலாம். உணவக உரிமையாளர் சொன்னார், 'இதுவெல்லாம் படிக்கவா வருதுங்க? படிப்பத் தவிர எல்லாம் நடக்கற எடம் இது.' அங்கே சாப்பிட்டுக் கொண்டிருந்த இன்னொருவர் சொன்னார், 'எப்படி இருந்த ஊர் இது. இந்தக் காலேஜ் வந்து எல்லாம் போச்சு.'

கல்லூரியின் உரிமையாளர் இதே ஊரைச் சேர்ந்தவர். எப்படியோ அயல் தேசத்தில் போய்ப் படித்துவிட்டு வந்தார். அங்கே இருப்பது போல ஒரு கல்லூரியை இங்கே உருவாக்க வேண்டும் என நினைத்து இதைக் கட்டினார். ஒருவர் சொன்னார், 'அவன் இங்க கோமணம் கட்டிக்கிட்டுத் திரிஞ்ச பையன். போய்ப் படிச்சிட்டு வந்து நல்லது செய்யலாமுன்னு நெனச்சான். அவனுக்குத் தெரிஞ்ச நாட்டுல இருந்தெல்லாம் ஆளுகளப் புடிச்சாந்தான். அது கடசீல இப்பிடி ஆயிப் போச்சு. அவல நெனச்சுக்கிட்டு ஒரல இடிச்சாச்சு.' குமராசுரருக்குப் பயமாக இருந்தது. உள்நாட்டுப் பையன்களும் அங்கங்கே தென்பட்டனர். ஓரிரு பையன்களிடம் விசாரித்தார். அவர்களின் ஒரே வாக்கியம், 'அருமையான காலேஜ்' என்பதுதான். பையன்கள் அப்படித்தானே சொல்வார்கள்? இந்த முறையும் திரும்பும்போது மேகாஸ் எதையும் பேசவில்லை.

செல்பேசியிலிருந்து கேட்புக் கருவியைக் காதில் மாட்டிக் கொண்டு கண்களை மூடியபடி தலையைத் தலையை ஆட்டினான். அவன் முகத்தில் திருப்தியும் சந்தோசமும் சேர்ந்திருக்கக் கண்டார். பக்கத்தில் ஓர் ஆள் இருப்பதையே அவன் கருதவில்லை. அப்படி என்ன பாட்டைத்தான் கேட்கிறான், அந்தக் கருவியை காதில் வைத்தால் அது எப்படிக் கேட்கும் என்று அவருக்குத் தெரிய வில்லை. அவன் அசைவு ஒவ்வொன்றும் அவருக்கு எரிச்சல் கொடுத்தது. வழியில் உணவகம் ஒன்றில் பேருந்து நின்றபோதும் அவன் இறங்கவில்லை. அவருக்குக் கொஞ்சம் கோபம் வந்து விட்டது. 'எப்பப் பாரு, இதக் காதுல மாட்டிக்கிட்டே இரு. கீழ எறங்கி வா. ஒன்னுக்குக் கீது போயிட்டு ஒரு டீ குடிச்சிட்டு வரலாம்' என்று வேகமாகச் சொன்னார். அதில் அவனுக்குக் கட்டளை இருந்தது. மறுப்பு ஏதும் சொல்லாமல் அவர் சொன்னபடி கேட்டான். தேநீரை ரசித்து உறிஞ்சுகிற மாதிரி

தெரிந்தது. மகன் உம்மென்று இருந்தால் கஷ்டமாக இருக்கிறது. பளீரென்று சந்தோசத்தோடு இருந்தால் பயமாக இருக்கிறது. என்ன இது?

பேருந்து மீண்டும் கிளம்பியதும் கேட்புக் கருவியைக் காதில் மாட்டிக்கொள்ள ஆரம்பித்தான். 'என்ன இது செவிடனாட்டம் எடுத்து மாட்டிக்கற? கொஞ்ச நேரம் சும்மா வர முடியாதா?' என்றார். அவன் கோபப்படவில்லை. அவரைப் பார்த்துச் சிரித்து 'என்னதான் அதுல இருக்குதுன்னு கொஞ்சம் கேட்டுப் பாக்கறயாப்பா? ஹெட்செட்ட உங்காதுல மாட்டட்டுமா?' என்றான் ஆவலோடு. அவன் தன்னைக் கேலி செய்கிறானோ என்று சந்தேகமாக இருந்தது. எனினும் 'சரி' என்றார். செல்பேசியில் ஏதோ பாடல் ஒன்றைப் போட்டு கருவியின் ஒரு பகுதியைத் தன் காதில் மாட்டிக்கொண்டு இன்னொரு பகுதியை அவரது காதில் திணித்தான். ஏதோ ஈ ஒன்று காதில் நுழைவதைப் போல அசௌகரியமாக உணர்ந்தார். ஒருபக்கக் காது அடைத்துக்கொண்டது போலவும் இருந்தது. அவன் செல்பேசியில் பாட்டை ஓட விட்டான். சட்டெனக் காதுக்குள் இசை புகுந்தது. ஒருகணம் அதிர்ந்து உடல் குலுங்கியது. யாரோ ஒருவர் அவருக்காகவே ரகசியமாக, அவரது காதுக்குள் மட்டுமே வந்து பாடுவதாக உணர்ந்தார். இன்னொரு காதுக்குள் சிறுசத்தம்கூட விழவில்லை. பேருந்துக்குள் சுற்றிச் சுற்றிப் பார்த்தார். அவர் காதுக்குள் பாயும் பாட்டு வேறு எவருக்கும் கேட்பதாகத் தெரியவில்லை. எல்லோரையும் பார்த்து முடித்துச் சற்றே நிதானமாகச் சில நொடிகள் ஆயின. அவருடைய ஒரு காதுக்குள் மட்டும் இனிமையாகப் பாட்டு ஓடியது. இன்னொரு காதும் அறியாமல் பாட்டைக் கேட்க முடிகிறது. தனக்கே தனக்கான பாட்டு. அவருக்குப் பயமாகவும் இருந்தது.

அதுவும் அவர் மிகவும் விரும்பும் பழைய திரைப்படப் பாடல் அது. இந்தப் பாடலைக் கூடவா இவன் கேட்கிறான்? இவனுக்கும் இது பிடிக்குமா? இல்லை, நான் இதைத்தான் விரும்புவேன் என்று நினைத்து இதைத் தேடி எடுத்துப் போட்டிருக் கிறானா? ஆனால் ஒருபக்கக் காதில் அவனும் மாட்டிக்கொண்டு தலையைத் தலையை ஆட்டுகிறான். அப்படியானால் அவனுக்கும் பிடித்திருக்கிறது என்றுதான் அர்த்தம். அவரைப் பார்த்தான். அதிர்ச்சியும் பிரமிப்பும் கலந்த அவர் முகத்தைப் பார்த்துச் சிரித்தபடி தன் காதில் இருந்ததைக் கழற்றி அவருடைய இன்னொரு காதிலும் மாட்டினான். அதை மாட்டியதும் வெளிச்சத்தம் முற்றிலுமாக அடைபட்டுப் பாடல் மட்டுமே கேட்டது. ஒரு காதில் இசை மட்டும் விழ இன்னொரு காதில் குரலும் இசையும் கலந்து விழுந்தது. இத்தனை துல்லியமாக

அவர் பாடலைக் கேட்டதில்லை. தன்னையறியாமல் கண்களை மூடிக்கொண்டார்.

அந்தப் பாடல் முடிந்ததும் திடுக்கென விழித்தார். இப்படிக் கிறங்கிவிட்டோமே என்று வெட்கப்பட்டு அவனைப் பார்க்காமல் தலையைக் குனிந்துகொண்டார். இன்னொரு பாடலை ஒலிக்க விடுவானோ என்று பயந்து காதில் இருந்தவற்றைக் கழற்றி அவனிடம் நீட்டினார். இதெல்லாம் பெரிய விஷயமில்லை என்பது போலவும் இதிலெல்லாம் தனக்கு ஆர்வமில்லை என்பது போலவும் முகத்தை வைத்துக்கொண்டார். அவன் எந்தச் சலனமும் இல்லாமல் மீண்டும் காதுகளில் மாட்டிக் கண்களை மூடிக்கொண்டான்.

அவருக்கு மறுபடியும் யோசனைகள் ஓடின. செல்பேசியைக் காதில் மாட்டிக்கொண்டு இறகைப் போல மாறி அவன் கிறங்கிப் பறப்பதைப் பார்த்தால் இந்தக் கல்லூரியில்தான் சேர்வான் என நினைத்தார். இதிலேயே சேர்ந்துகொள்கிறேன் என்று சொல்லிவிட்டானானால் என்ன செய்வது என்று அவருக்குக் கவலையாக இருந்தது. ஊருக்கு அருகில் வரும்போது 'என்னய்யா முடிவு செஞ்சிருக்கற?' என்றார். 'பாக்கலாம்பா' என்று பிடி கொடுக்காமல் பதில் சொன்னான். ஆனால் அவன் முடிவெடுத்து விட்டான் என்பதை உணர்ந்துகொண்டார். அன்றைக்கு இரவு மனைவியிடம் கல்லூரியைப் பற்றிய விஷயங்களை எல்லாம் விவரித்துவிட்டுத் தன் பயத்தையும் சொன்னார். 'அங்க சேத்தா அப்பறம் பையன் நம்ம பையனில்ல பாத்துக்க. என்ன ஆவான் ஏதாவான்னு ஒன்னும் சொல்ல முடியாது. அப்பிடி இருக்குது நெலம' என்றார்.

மங்காசுரிக்கு என்ன சொல்வதென்று தெரியவில்லை. தன் மகனைக் குழந்தை என்று நினைத்தார். அவன் பெண்களிடம் பேசுவான் என்று கேட்கவே அவருக்கு ஆச்சர்யமாக இருந்தது. போதாக்குறைக்கு அந்தக் கல்லூரியில் சில பெண்களிடம் பேசி அவன் சிரித்தபடி விசாரித்ததாகக் குமராசுரர் சொல்லியிருந்தார். 'நீங்க தூரத்துல இருந்து பாத்திருப்பீங்க, நம்ம பையனாட்டம் தெரிஞ்சிருக்கும்' என்றார் அவர். 'ஆமா உம் பையன் வாயில வெரல வெய்யி. அவனுக்குக் கடிக்கத் தெரியாது பாரு' என்றார் குமராசுரர். சாராயம், புகை, கஞ்சா ஆகியவற்றின் பெயர்கூட அவனுக்குத் தெரியாது என்றும் அப்படியே தெரிந்திருந்தாலும் அவற்றை அவன் தொட்டுக்கூடப் பார்க்க மாட்டான் என்றும் நினைத்தார் மங்காசுரி. அவன் முகம் பால் வடிகிறது. எந்தச் சூழ்நிலையிலும் அவன் தன் பையனாகவே இருப்பான் என்னும் நம்பிக்கை அவருக்கு இருந்தது.

இவ்வளவு வெகுளியாகத் தன் மனைவி இருக்கிறாரே என்று வருந்திய குமராசுரர் வெளியுலகத்தைப் பார்க்காமல் வீட்டுக்குள்ளே அடைந்து கிடப்பதால் மனைவிக்கு எதுவும் தெரியவில்லை எனத் தீர்மானித்து இளவயதுப் பையன்களின் மனநிலையையும் அவர்களைச் சூழல் எப்படி மாற்றும் என்பதையும் விலாவாரியாக எடுத்துச் சொன்னார். அவர் சொல்லச் சொல்ல மங்காசுரிக்கும் பயம் பிடித்துக்கொண்டது. இன்னொன்றையும் சொன்னார், 'எப்படியோ திரும்பி வரும்போது அவன் ஒருத்தனா வர மாட்டான். எவளயாச்சும் புடிச்சிக்கிட்டுத்தான் வருவான் பாத்துக்க.'

அப்போதுதான் பையனுக்குத் திருமண வயது வந்துவிட்டது என்பதையே மங்காசுரி உணர்ந்தார். கணவர் சொல்வதைப் போல அப்படி ஏதாவது செய்துவிடுவானோ? அவருடைய கௌரவம், மதிப்பு, அந்தஸ்து எல்லாமும் மகனிடம்தான் இருக்கிறது. அவன் எப்படிக் கல்யாணம் செய்துகொள்ளப் போகிறான் என்பதில்தான் இருக்கிறது. எல்லாவற்றையும் கெடுத்துவிடுவானோ? சொந்தக்காரர்கள், ஊர்க்காரர்கள் முன்னால் தலைக்குனிவு ஏற்படும். எங்கே போனாலும் நான்கு பேர் கைகாட்டிப் பேசுவார்கள், கை கொட்டிச் சிரிப்பார்கள். 'பையனப் படிக்க வெக்கறம் படிக்க வெக்கறம்னு எங்கெங்கயோ அனுப்புனா. இப்பக் கொலம் எனம் தெரியாத எவளையோ இழுத்துக்கிட்டு ஓடிட்டான்' என்று குசுகுசுப்பார்கள். கணவர் கொடுத்த மருந்து நன்றாகவே வேலை செய்தது.

13

மேகாஸிடம் பேசும்போது மங்காசுரி கேட்டார், ‘அந்தக் காலேஜ் பசங்கெல்லாம் குடிப்பாங்களாமே கண்ணு.’ அதற்கு அவன் சொன்னான், ‘இப்ப யாரும்மா குடிக்காத இருக்கறா?’ இப்படிக் கேட்டால் என்ன அர்த்தம்? இவனுக்கும் குடியைப் பற்றித் தெரிந்திருக்கிறது. குடித்திருக்கவும் கூடும். மங்காசுரியின் முகம் சுருங்கிப் போனதைப் பார்த்ததும் சுதாரித்து அவன் சொன்னான், ‘என்னய மாதிரி இதெல்லாம் தெரியாதயும் தெரிஞ் சாலும் வேண்டான்னும் இருக்கறவங்க கொஞ்சம் பேருதாம்மா.’ பையன் இதுநாள் வரைக்கும் வீடுண்டு பள்ளிக்கூடமுண்டு என்று இருந்தவன். எங்கேனும் போனால்தானே இதையெல்லாம் தெரிந்துகொள்ள முடியும்? அவன் எதுவும் அறியாத பச்சைப் பசும் பாலகன்.

ஆனாலும் அவருக்கு இன்னும் சந்தேகம் தீரவில்லை. ‘ஏப்பா இந்தக் கஞ்சா இன்னம் என்னென்னமோ சொல்றாங்களே, அதெல்லாம் அங்க நெறைய இருக்குமாமே?’ அவன் ஒன்றும் பேச வில்லை. கொஞ்ச நேரம் இருந்து பிறகு சொன்னான், ‘அப்பா அவரும் கொழும்பி உன்னயும் கொழப்பி உட்டுட்டாரா. எல்லாமும் எல்லா எடத்துலயும் இருக்கும்மா. ஆனா எல்லாரும் எல்லாத்திலயும் போவ மாட்டாங்க. நம்ம தெருவுல நம்ம அப்பா மாதிரி பொறுப்பா இருக்கறவங்கதான நெறையக் குடியிருக்கறாங்க. அந்த நாலாவது வீட்டுல ஒரு குடிகாரரு இருக்கறாரு. தெனமும் குடிச்சுட்டு வீதிக்கு முன்னால உழுந்து கெடப்பாரு. போற வர்ற எல்லாருத்துக்கும் அவர நல்லாத் தெரியும். யார்கிட்டயாச்சும் அப்பா பேரச் சொல்லி நம்ம தெருப் பேரக் கேட்டுப் பாரு. ஒருத்தருக்கும் தெரியாது. அந்தக் குடிகாரரச் சொல்லிக் கேளு. எல்லாருத்துக்கும் தெரியும். நம்ம தெருவுக்கே

குடிகாரத் தெருவுன்னுதான் பேரும்மா. ஒரே ஒருத்தர வெச்சுப் பேரு வந்திருச்சு. அதுக்காவத் தெருவுல இருக்கற எல்லாரும் குடிகாரன்னு சொல்ல முடியுமாம்மா?'

மங்காசுரி வாயைத் திறந்தபடி கேட்டுக்கொண்டிருந்தார்.

'ஒவ்வொரு எடத்துலயும் இப்பிடித்தாம்மா. நான் படிச்ச பள்ளிக்கூடத்துல பத்துப் பேரு பெரிய மார்க் வாங்கி டாக்டருக்குப் படிக்கப் போவாங்க. அத வெச்சு அவுங்க விளம்பரம் பண்ணுவாங்க. நம்மூர்லயே நூறு எடத்துல வெளம்பரத் தட்டி வெச்சிருக்கறாங்க. அதுல எல்லாம் பாரு, பத்து மூஞ்சிகளோட படம் இருக்கும். அந்தப் பத்து மூஞ்சிக அங்கதான் படிச்சாங்களான்னுகூட நமக்குத் தெரியாது. ஆனா அங்க படிச்சா டாக்டராகலாம்னு நாம நம்பறம்.'

மங்காசுரி வாயைத் திறந்தபடி கேட்டுக்கொண்டிருந்தார். இதுதான் சந்தர்ப்பம் என்று மேகாஸுக்குத் தோன்றியது.

'நாங்க ரண்டாயிரம் பேரு அந்தப் பள்ளிக்கூடத்துல படிச்சம். மிச்சம் ஆயிரத்துத் தொள்ளாயிரத்துத் தொண்ணூறு பேரப் பத்தி ஆருக்காச்சும் தெரீமா? அது மாதிரிதாம்மா. அந்தக் காலேஜ்ல எவனோ பத்துப் பேரு தண்ணியடிப்பான். எவனோ பத்துப் பேரு பொண்ணுங்களோட சுத்துவான். எவனோ பத்துப் பேரு கஞ்சாப் போடுவான். எவனோ பத்துப் பேரு ஹாஸ்டல்ல சீட்டாடிக்கிட்டுக் கெடப்பான். ஆனா அந்தக் காலேஜ்ல ஆயிரக்கணக்குல படிக்கறாங்க. பத்துப் பத்துப் பேரப் பாத்தே நாம பயந்தமுன்னா ஆவுமாம்மா?'

மங்காசுரி வாயைத் திறந்தபடி கேட்டுக்கொண்டிருந்தார். இன்னும் கொஞ்சம் சொல்லலாம் என்று அவனுக்கு உற்சாகம் கூடிற்று.

'பசங்கன்னா தப்புச் செய்வாங்கன்னு ஏம்மா நெனக்கறாங்க? தப்புச் செய்யறதெல்லாம் யாரு? பெரியவங்கதான். முப்பது வயசுக்கு மேல இருக்கற ஒருத்தன் செய்யற தப்புக்களையும் முப்பது வயசுக்குக் கீழ இருக்கற ஒருத்தன் செய்யற தப்புக்களையும் எண்ணிக் கணக்குப் போட்டுப் பாத்தா ஆருது அதிகமா இருக்கும்? லஞ்சம் வாங்கறவன், மோசடி பண்றவன், ஏமாத்தறவன், பொறுக்கித் திங்கறவன், கூட்டிக் குடுக்கறவன் எல்லாம் ஆரு? முப்பது வயசுக்கு மேல ஆனவனுங்கதான். முப்பது வயசுக்குக் கீழ இருக்கறவன் ஒருத்தன் ஏமாத்துனான்னா அதுக்குக் காரணம் முப்பது வயசுக்கு மேல ஆனவங்கதான். நான் ஒரு பொண்ண ஏமாத்தறன்னு வெச்சிக்க, எதனால ஏமாத்துவன்? எங்க அம்மா ஒத்துக்க மாட்டாங்க, எங்கப்பா ஒத்துக்க மாட்டாங்க, எங்க

சொந்தக்காரங்க ஒத்துக்க மாட்டாங்க, எங்க ஊரு ஒத்துக்காது அப்படீன்னுதான். இவுங்கெல்லாம் ஆரு? முப்பது வயசுக்கு மேல ஆன ஆளுங்கதானம்மா... ஆனா எந்தத் தப்பும் செய்யாத சின்னப் பசங்களப் பாத்துத் தப்பு செஞ்சிருவான், செஞ்சிருவான்னு சொல்லிக்கிட்டே இருக்கறது சரியாம்மா?'

மங்காசுரி வாயைத் திறந்தபடி கேட்டுக்கொண்டிருந்தார். பாவம் அம்மா என்று தோன்றியதால் மேகாஸ் இப்படி முடித்தான்.

'எம் பிரண்டோட அண்ணன் ஒருத்தரு அங்கதான் படிச்சாரு. இப்ப வெளிநாட்டுல நல்ல வேலையில இருக்கறாரு. அவருகிட்டக்கூட நான் ஸ்கைப் மூலமாப் பேசுனன். ஆர்வமாப் படிக்கற பசங்களுக்கு அது நல்ல காலேஜ்ன்னு சொல்றாரு. நம்மள மாதிரி நல்ல குடும்பத்துல இருந்து போறவங்களுக்கெல்லாம் அது நல்லாத்தான் இருக்கும்மா. அதனால பயப்படாத.'

தன் மகன் இவ்வளவு பேசுவான் என்பதை மங்காசுரி எதிர்பார்க்கவே இல்லை. அந்தப் பேச்சுக்குப் பிறகு அவருக்கு மகன் மேல் பெருநம்பிக்கை தோன்றிற்று. அவன் செய்வதெல்லாம் சரியாகவே இருக்கும் என்று நினைத்தார். குமராசுரரிடம் அந்தப் பேச்சைப் பற்றிச் சொன்னபோது அவர் 'எப்படியோ உன்னோட ஏமாளித்தனத்த வெச்சுக்கிட்டு நாலு வார்த்த பேசி ஏமாத்திட்டான். ஆனா என்னய எப்பவும் ஏமாத்த முடியாது பாத்துக்க' என்றார்.

'எப்பவும் பையன் மேல உங்களுக்குச் சந்தேகந்தான். அவனுக்கெல்லாம் நம்பளவிட அறிவு நெறையா இருக்குது' என்றார் மங்காசுரி. 'உன்னய விடன்னு சொல்லு. என்னய ஏன் சேத்துக்கற?' என்றார்.

அத்துடன் பேச்சு முடிந்தது. அப்போது மகன் பக்கம் சாய்ந்த மனைவியை அதற்குப் பின் தன் பக்கம் திருப்ப அவரால் முடியவேயில்லை. மொட்டை மாடிப் பேச்சுக்களில் ஒருபோதும் ஒத்த கருத்து வருவதேயில்லை. மனைவி முழுக்க மகன் குரலில் பேசுகிறார் எனத் தெரிந்ததும் மொட்டை மாடிப் பேச்சையே அவர் தவிர்க்க ஆரம்பித்தார்.

14

அந்தக் கல்லூரியில்தான் சேர்வது என்று அவன் தீர்மானித்துவிட்டான். அதில் சேருமளவுக்குத் தனக்கு மதிப்பெண் வருமா என்று மட்டும் சந்தேகம் இருந்தது. மதிப்பெண் வந்து கலந்தாய்வில் இடம் கிடைக்கவில்லை என்றாலும் கல்லூரி நிர்வாகத்திடம் பேசி இடம் வாங்கிவிடலாம். அப்படி நிர்வாக ஒதுக்கீட்டில் சேரக் கொஞ்சம் பணம் அதிகம் செலவாகும். ஆனாலும் அப்படியே சேர்வது என முடிவு செய்திருந்தான். அதற்காக அம்மாவிடம் சொல்லிக் கொஞ்சம் பணம் ஏற்பாடு செய்து அவனே போய் முன்பணம் கட்டிவிட்டு வந்தான். அரசு ஒதுக்கீட்டிலேயே இடம் கிடைத்தாலும் முன்பணத்தைக் கட்டணத்தில் கழித்துக் கொள்ளலாம் என்றும் விவரம் சொன்னான். அப்போதிருந்து குமராசுரர் அவனுக்கு நல்ல மதிப்பெண் வராது, என முடிவு செய்து நிர்வாக ஒதுக்கீட்டில் சேர்த்துப் படிக்க வைப்பதென்றால் மொத்தமாக எவ்வளவு செலவாகும் என்று கணக்குப் போடுவதும் பணத்திற்கு என்ன செய்வது எனக் குழம்புவதுமாக இருந்தார்.

சேமிப்பு எவ்வளவு இருக்கிறது, அலுவலகத்தில் எந்தெந்த வகையில் கடன் வாங்கலாம், வங்கியில் கல்விக் கடன் கிடைக்குமா என்றெல்லாம் யோசித்துக் கிடந்தார். அரசு ஒதுக்கீட்டில் ஆகும் செலவைவிட நிர்வாக ஒதுக்கீட்டில் பத்து லட்சம் கூடுதலாகச் செலவாகும் எனத் தெரிந்தது. அத்தனை தொகையைச் செலவழித்தால் பெரும் சிரமப்பட நேரும் என அவருக்குப் புரிந்தது. மங்காசுரிக்குப் புரியவில்லை. 'ஒத்தைக்கு ஒருத்தன் இருக்கறான். அவனுக்குச் செய்யாத ஆருக்குச் செய்யப்போறம்? கடன ஒடன வாங்கிச் செய்ய வேண்டியதுதான்' என்றார் மங்காசுரி. நல்ல மதிப்பெண்ணில் அவன்

தேர்ச்சி பெற வேண்டும் என அவர் தம் குலதெய்வத்துக்கு வேண்டுதல் வைத்தார். கல்லூரி முடிவானதும் மேகாஸ் மிகவும் உற்சாகமாக இருந்தான். தொலைக்காட்சி, இணையம், செல்பேசி தவிர அவனுக்கு எப்படியோ ஒன்றிரண்டு நண்பர்களும் ஊரில் கிடைத்தனர். அவர்களுடன் தினமும் மாலை ஒரு மணி நேரம் கழித்தான். அம்மாவிடம் ஏதேதோ செய்து தரச் சொல்லிச் சாப்பிட்டான். அவனைப் போலக் குமராசுரரால் இருக்க இயலவில்லை.

இதுநாள்வரை அவர் தானுண்டு தன் வேலையுண்டு என்று இருந்தவர். தேவையில்லாமல் யாரிடமும் பேசியவரல்ல. இப்போது அவருக்கு யாரைப் பார்த்தாலும் பேசத் தோன்றிற்று. அதுவும் தன் வயதில் இருக்கும் எல்லோருடனும் பேச விரும்பினார். சின்ன வாய்ப்புக் கிடைத்தாலும் அதைப் பயன்படுத்திப் பேசத் தொடங்கினார். பேச்சு எப்படியோ தொடங்கினாலும் இப்படித்தான் முடியும். ‘பையனக் காலேஜ்ல சேத்தோனும். அந்தக் காலேஜ்லதான் சேருவங்கறான்.’ எதிரில் இருப்பவர் அவரது அனுபவத்திற்கு ஏற்பவோ பாவனைக்கு ஏற்பவோ கருத்துச் சொல்வார். பெரும்பாலும் அந்தக் கல்லூரியைப் பற்றி எதிராகவே இருக்கும். மகனிடம் இன்னும் ஒன்றிரண்டு கல்லூரிகளைப் போய்ப் பார்த்து வரலாம் என ஜாடைமாடையாகச் சொல்லிப் பார்த்தார். அவன் பெறப் போகும் மதிப்பெண்ணுக்கு ஏற்ற மாதிரி இன்னும் சில கல்லூரிகள் அவனுக்குப் பிடித்திருக்ககூடும் அல்லவா? அவன் அசைவதாகத் தெரியவில்லை. உச்சிக்கொம்பைப் பிடித்துக்கொண்டு விடமாட்டேன் என்கிறான்.

சரி, பண ஏற்பாட்டில் தயாராக இருக்க வேண்டும் என்று தீர்மானித்து யோசித்துக் கொண்டிருந்தபோது அவருடைய இன்னொரு நண்பர் நினைவுக்கு வந்தார். தேனாசுரர் சிறிய தொழிலதிபர். பள்ளிப் படிப்போடு நின்றுவிட்டுப் பக்கத்து நகரத்திற்குப் போய் இரும்புப் பட்டறை வேலையில் சேர்ந்தார். கொஞ்சம் கொஞ்சமாகக் குட்டிக்கரணம் போட்டுப் போட்டு முன்னேறித் தனியாகப் பட்டறை போட்டு இப்போது லட்சக்கணக்கில் புரளும் வகையில் தொழிலை உயர்த்திவிட்டார். இருவரும் ஒரே ஊர். ஒரே தெரு. ஒரே குலம். ஓடிப் பிடித்து விளையாடித் திரிந்த பால்யம். தொடக்கப் பள்ளியில் ஒன்றாகப் படித்தார்கள். உயர்நிலைப் பள்ளிக்குப் போனதும் தேனாசுரர் எட்டாம் வகுப்போடு நிற்கும்படி ஆயிற்று. அவரிடம் அவ்வப்போது செல்பேசியில் பேசுவது குமராசுரர் வழக்கம். அவருக்கும் எப்போதாவது குமராசுரரிடம் பேசத் தோன்றும். இருவரும் செல்பேசியில் பேசிக்கொள்வது ஒரு போர் போல இருக்கும்.

நண்பருக்குப் பேசலாம் என்று தோன்றியதும் உடனே பேசிவிட மாட்டார் குமராசுரர். பேசலாமா வேண்டாமா என மனதுக்குள் ஓடும். அதைக் கடக்க அரைநாள்கூட ஆகிவிடும். வேண்டாம், அப்புறம் பேசலாம் என்று முடிவெடுப்பதே பெரும்பாலும் நடக்கும். 'பேசலாம்' எனத் தீர்மானித்து விட்டால் எந்த நேரத்தில் பேசலாம் என யோசிப்பார். அவர் வேலையில் முசுவாக இருக்கும் நேரத்தில் பேசினால் ஓரிரு நிமிடத்தில் முடிந்துவிடும். ஓய்வாக இருக்கும் நேரம் என்றால் பேச்சு சீக்கிரம் முடியாது. குமராசுரர் அழைப்பு விடுத்தால் சீக்கிரம் பேசி முடித்துவிடப் பரபரப்பார். ஆனால் தேனாசுரர் நிதானமாகப் பேசிக் கொண்டேயிருப்பார். அதுவே தேனாசுரர் அழைப்பு விடுத்தால் ஓரிரு நிமிடத்தில் பேசி முடித்துக்கொள்ளப் பரபரப்பார்.

அவர் பட்டறைக்குப் போகும்போது பூனை குறுக்கே வந்தது, நாய் ஓடியது, சாப்பாட்டில் மனைவி நேற்று உப்பு அதிகமாகப் போட்டுவிட்டது, பெருமூச்சு அதிகமாக வருவது, உடலில் வாயுத் தொல்லை என்று பேச்சு போய்க்கொண்டே இருக்கும். முடிப்பதற்கு இடைவெளியே கொடுக்க மாட்டார். தொடர்ந்து பேசுதல், சொற்களைச் சங்கிலி போலக் கோத்துவிடுதல், சரி அல்லது ஆமாம் மட்டும் சொல்லும்படி கேள்விகளைக் கேட்டல் இப்படிப் பேச்சைத் துண்டிக்க இயலாத வகையில் நீளும். சிலசமயம் செல்பேசியில் காசு தீர்ந்து தானாகவே அழைப்பு துண்டிக்கப்படும். பேசி முடித்த பிறகு 'காசு முழுக்கத்தையும் காலி பண்ணிட்டான். மனுசன் இப்பிடியா கஞ்சப் பிசினாறியா இருப்பான்? அவங் காசுன்னா இரும்பு; மத்தவன் காசுன்னாக் கரும்பு' என்று மங்காசுரியிடம் புலம்பித் தீர்ப்பார். இது மனதிலிருக்க எப்போதாவது தேனாசுரர் அழைத்தால் பேச்சு வெகுநேரம் நீட்டி அவர் காசைக் காலி பண்ணிவிட வேண்டும் என நினைத்துப் பேசுவார் குமராசுரர். ஆனால் குமராசுரர் செல்பேசிப் பேச்சுக்கலை நிபுணர் அல்ல. எப்படி நீட்டினாலும் அவருக்கு வார்த்தைகள் தீர்ந்து போகும். ஒவ்வொரு முறையும் தேனாசுரரிடம் தோற்றுத்தான் போவார்.

இந்தப் பிரச்சினையைத் தீர்க்க ஒரு கம்பெனிக்காரன் உள்ளே நுழைந்தான். ஒருமுறை தேனாசுரர் அவராக விடுத்த அழைப்பில் வெகுநேரம் பேசினார். குமராசுரருக்கோ ஆச்சரியம் தாங்க முடியவில்லை. இன்னொரு முறை குமராசுரர் அழைப்பு விடுத்தபோது 'நீ வை. நான் கூப்படறன்' என்று சொல்லித் துண்டித்துவிட்டுப் பின் அவரே அழைத்தார். வெகுநேரம் பேசினார். எதனால் இந்த மாற்றம்? மங்காசுரியிடம் சொல்லி 'இந்த உலகத்துல என்ன நடக்குதுன்னே தெரீல. அவனே போன்

பண்றான். அவனே வெகுநேரம் பேசறான். நான் கூப்பிட்டாலும் கட் பண்ணிட்டு அவனே கூப்பிட்டுப் பேசறான். அவங்கிட்டப் பேச இப்ப ஒரு பைசா செலவில்ல. எப்படி இது?' என்று வியந்தார்.

கேட்டுக்கொண்டிருந்த மேகாஸ் சொன்னான், 'அவரு நெட்கார்டு போட்டிருப்பாரு. இப்ப நெட்கார்டு போட்டுட்டாப் பேசறதுக்கு ப்ரீ. நீகூட அப்படிப் போட்டுக்கலாம். எப்பப் பேசுனாலும் யாருகிட்டப் பேசுனாலும் பேசிக்கிட்டே இருக்கலாம். இந்த அசுரலோகமே அழியற வரைக்கும் பேசிக் கிட்டே இருக்கலாம். போட்டுத் தர்ட்டுமா?' அவருக்கு அவன் சொன்னதில் இலவசமாகப் பேசலாம் என்பது மட்டும் புரிந்தது. ஆனாலும் அதைக் கொஞ்சம் யோசித்துத்தான் மாற வேண்டும் என்றிருந்தார். எவனாவது தான் நஷ்டப்பட்டு நமக்கு இலவசமாக ஒன்றைத் தருவானா? அதில் ஏதோ சூது இருக்கிறது. விவரம் தெரிந்த ஆளிடம் விசாரித்துக்கொண்டு அப்புறம் மாறிக்கொள்ளலாம் என யோசித்ததால் மேகாஸிடம் ஏதும் சொல்லாமல் இருந்தார்.

தேனாசுரரை நேரில் பார்த்துப் பேசி மேகாஸ் கல்லூரி நிர்வாக ஒதுக்கீட்டில் சேரும்படி நேர்ந்தால், அப்போது தேவைப்பட்டால் கொஞ்சம் உதவ வேண்டும் எனக் கேட்டுக்கொள்ளலாம் என்பது குமராசுரர் எண்ணம். அதன்படி ஒருநாள் தேனாசுரரிடம் 'வரலாமா' எனச் செல்பேசியில் கேட்டுக்கொண்டு அவரிருக்கும் ஊருக்குப் போனார். நண்பரை நாடிப் போகும்போது இளவயது நினைவுகள் பீரிட்டுக் கொண்டு வந்தன. 'அது ஒரு காலம்' என்று அடிக்கடி வாய்விட்டுச் சொல்லிக்கொண்டார்.

குமராசுரர் இருபதாம் வயதில் அரசுப் போட்டித் தேர்வு எழுதி வேலைக்குத் தேர்வானார். வேலைக்கான ஆணை வருவதற்குள்ளாகவே அவருக்குப் பெண் கொடுக்கப் பலபேர் போட்டியிட்டனர். நிரந்தர வேலையும் மாதத்தின் கடைசிநாளில் ஊதிய உத்தரவாதமும் உள்ள அரசு ஊழியருக்குப் பெண் கிடைப்பதில் பிரச்சினையே இல்லை. வேலைக்கான ஆணையை எதிர்பார்த்துக் காத்திருந்த நாட்களில் குமராசுரருக்கு உண்பதும் உறங்குவதுமே வேலை. அவர் நினைத்த நேரத்திற்கு எழுந்திருப்பார். எழுந்ததும் கையில் சொம்புத்தண்ணியை எடுத்துக் கொடுக்க யாராவது நிற்பார்கள்.

அவருக்குத் தம்பிகள் இருவர். ஒருவன் அவர் படுக்கைப் பக்கம் நின்றால் இன்னொருவன் குளியலறைப் பக்கம் நிற்பான். துண்டை எடுத்துக் கொடுப்பது, உணவுத் தட்டைக் கொண்டு வந்து தருவது, வேண்டுவதைக் கேட்டுப் பரிமாறுவது, உடைகளைத்

துவைத்தும் தேய்த்தும் தருவது என்று எல்லா வேலைகளையும் மாறிமாறிச் செய்தார்கள். அவர் பல்லை அவரே தேய்ப்பதும் அவர் காலைக்கடனை அவரே கழிப்பதும் கழித்த பின் தன் கையால் தானே கழுவிக்கொள்வதும் அதே போலத் தன் கையால் தானே எடுத்துத் தானே சாப்பிட்டுக்கொள்வதும் தவிர வேறெதுவும் அவர் செய்ய வேண்டியிருக்கவில்லை. சாப்பிட்ட பிறகு கை கழுவ நீரோடு ஒருவர் நிற்பார். கை துடைக்கத் துணியோடு ஒருவர் நிற்பார். அப்பாவின் ஆணை அப்படி. 'நம்ம பரம்பரையில மொதமொதலா ஒருத்தரு ராசாங்க சேவுகத்துக்குப் போறாரு. ராசாங்க சேவுகம் நம்ம தரித்திரத்தயெல்லாம் தொடச்சிரும். அவர ராசாவாட்டம் கவனிச்சுக்கோனும்' என்னும் வாசகத்தை அப்பா பேராசுரர் தினசரி எத்தனை முறை சொல்வார் என்று தெரியாது.

பேராசுரரின் வாசகம் ஊர் முழுக்கவும் பரவி 'ராசாவோட அப்பா நடந்து வர்றாரு' என்று கேலி செய்வார்கள். அது அவருக்குப் பெருமிதத்தையே கொடுத்தது. இன்னும் கொஞ்சம் தலையை நிமிர்த்திக்கொண்டு அண்ணாந்து நடந்தார். குமராசுரரை 'அவன்' என்றும் 'வாடா', 'போடா' என 'டா' போட்டும் அழைத்துக் கொண்டிருந்தவர்கள் எல்லோரும் 'அவர்' என்று மரியாதையோடு அழைத்தனர். குமராசுரன், குமராசுரர் ஆனதும் அப்போதுதான். இதையெல்லாம் முதலில் சந்தோசமாகவும் தனக்கு இந்திரப் பதமே கிடைத்துவிட்டது என்னும் கர்வத்தோடும் அனுபவித்துக் கொண்டிருந்த குமராசுரர் அந்த மாயையில் இருந்து விடுபடத் தேனாசுரர்தான் உதவினார்.

வெளியூரில் கஷ்டப்பட்டுக் கொண்டிருந்த தேனாசுரர் ஊருக்கு வந்திருந்தபோது குமராசுரரை வந்து பார்த்து வேலை கிடைத்திருப்பதற்கு வாழ்த்துச் சொல்லிய கையோடு 'என்னடா ஒடம்பு இப்பிடிப் பெருத்துப் போச்சு? இன்னங் கொஞ்சம் நாளுப் போனா எருமக் கெடாயாட்டாம் அசையவே காசு கேப்பியாட்டம் இருக்குது. அப்பறம் எந்தப் பொண்ணும் உன்னயக் கட்டிக்காது பாத்துக்க. நீ கட்டிக்கக் கைய நீட்டுனாலும் உன் வவுத்தத்தான் கட்டிக்கோனும்' என்று அவர் நிலையை உடைத்துப் பேசினார். அதற்குப் பின் விழித்துக்கொண்ட குமராசுரர் தன் வேலைகளைத் தானே செய்துகொள்வதும் ஊரில் இருந்த பள்ளி விளையாட்டுத் திடலுக்குப் போய்ப் பையன்களுடன் விளையாடுவதுமாகத் தம் போக்கை மாற்றிக்கொண்டார்.

வீட்டில் யாராவது உதவிக்கு வந்தால் ஒரு பார்வை அல்லது ஒரு சொல்லில் விரட்டினார். தம்பியர் அடிமைத் தளையிலிருந்து விடுபட்டு மிகவும் சந்தோசமானார்கள். குமராசுரருக்கும்

இன்னொரு சந்தோசம் கிடைத்தது. வேலை கிடைக்கும் முன் கரிக்கோல் போலிருந்த அவர் குறி வேலை கிடைத்த பின் கொஞ்சம் கொஞ்சமாகப் பொன்னிறமாக மாறி ஜொலிக்க ஆரம்பித்தது. குளியலின் போது ஒவ்வொரு நாளும் அதன் நிறம் மாறலை அளவிட்டுப் பார்த்துப் பார்த்துச் சந்தோசம் அடைந்தார். ஆனால் அந்தச் சந்தோசத்தை யாரிடமும் பகிர்ந்துகொள்ள முடியவில்லை. இந்தத் தகவல் எப்படியோ பேராசுரருக்குத் தெரிந்திருந்தது.

ஆகவே பேராசுரருக்கு இன்னொரு கடமை வந்துவிட்டது. விடிவதற்குள்ளாகவே வீட்டுக்கு முன்னால் வந்து திருமண முகவர்களும் பெண்களின் பெற்றோர்களும் நின்றிருப்பார்கள். நல்ல நாளாக இருந்தால்தான் அவர் இந்த விஷயத்தைப் பேசுவார் என்பதால் புதன்கிழமைகளிலும் முகூர்த்த நாட்களிலும் வீட்டு வாசல் தொடங்கித் தெருமூலை வரைக்கும் வரிசை கட்டிக் கூட்டம் நிற்கும். ஊரில் இருக்கும் ஒவ்வொருவரும் குமராசுரருக்கு அரசாங்க வேலை கிடைத்த தகவலை அதிசயமானதாக எல்லோரிடமும் சொல்லத் திருமண வயதில் பெண் வைத்திருக்கும் உறவினர்கள் எப்படியாவது குமராசுரரை மாப்பிள்ளையாக்கிக் கொள்ள வேண்டும் என்னும் எண்ணத்தில் விருந்தாளிகளாக இந்த ஊருக்கு வந்து கூடாரம் போட்டார்கள்.

இப்படி ஊரில் கூட்டம் சேர்ந்ததால் அந்தத் தெருவில் பெட்டிக்கடை போட்டிருந்த ஒருவருக்கு நல்ல வியாபாரம் ஆயிற்று. அவர் நகரத்துக்குப் போய்ப் பொருட்களை வாங்கி வந்து குவித்தார். வெளியூர்க்காரர்கள் 'இந்த ஊரில் சாப்பாடு கிடைக்குமா?' எனக் கேட்டனர். பெட்டிக்கடைக்காரர் தயிர்ச்சோறும் தக்காளிச்சோறும் செய்து பொட்டலம் போட்டு விற்கத் தொடங்கினார். அந்த ஊரில் முதன்முதலாகச் சோற்று விற்பனை இப்படித்தான் தொடங்கியது. பின்னர் பெட்டிக்கடையை விரிவாக்கி வீட்டின் முன்பகுதியில் உட்கார இடம் உண்டாக்கி உணவகமாக மாறிற்று. பெட்டிக்கடைக்காரர் சந்ததியினர் அனைவரும் இப்போதும் குமராசுரர் மேல் விசுவாசத்துடன் இருந்தார்கள்.

வந்திருக்கும் ஒவ்வொருவரையும் விசாரிப்பதும் பதில் சொல்வதும் ஜாதகப் பலன்கள் பற்றிப் பேசுவதும் எனப் பேராசுரரின் காலை கழியும். அப்போது அவர் தோரணையும் உடுத்தும் முறைகளும் பெரிதும் மாற்றம் பெற்றன. நல்ல வசதியும் சொத்தும் கொண்ட பெண்ணாக இருக்க வேண்டும் என்பது அவரது எண்ணம். வந்திருப்பவர்கள் தோற்றத்தைப் பார்த்துச் சிலரிடம் வெகுநேரம் பேசுவதும் சிலரை உடனடியாக

விரட்டுவதும் என அவருடைய நேர்காணல் வைபவம் நடக்கும். எப்படியாவது பெண்ணை இங்கே கட்டிக் கொடுத்துவிட வேண்டும் என்னும் எண்ணத்தில் சிலர் கெஞ்சுவதைப் பார்த்தால் பரிதாபமாக இருக்கும். அப்போது ஊரில் இளைஞர்களிடமும் பெற்றோரிடமும் பெரிய விழிப்புணர்ச்சியே உண்டாயிற்று.

எப்படியாவது படித்து அரசாங்க வேலை ஒன்றைப் பெற்றுவிட வேண்டும் என்பதும் அதன் வழியாக நல்ல வசதியும் அழகும் கொண்ட பெண்ணைத் திருமணம் செய்துகொள்ள வேண்டும் என்பதும் இளைஞர்களின் கனவாகவும் வைராக்கியமாகவும் ஆயிற்று. பெற்றோர்கள் 'எப்படியாச்சும் படிச்சு அரசாங்க வேலைக்குப் போயிரு ராசா' என்று தம் குழந்தைகளிடம் கொஞ்சினர். படிப்பை விட்டுவிட்டு ஊரில் கிடைத்த வேலைகளைச் செய்துகொண்டிருந்த இளவட்டங்களைப் பார்த்துப் 'படிக்க வளைஞ்சிருந்தா இப்படிக் கஷ்டப்பட வேண்டாமில்ல' என்று பெரியவர்கள் சொன்னார்கள். கல்வி விழிப்புணர்வுக்கும் குமராசுரர் காரணமாக இருந்தார் என்று சொன்னால் அது மிகையாகாது.

குமராசுரர் வெளியே வரும்போதும் உள்ளே போகும்போதும் பெற்றோர்களின் கவனம் முழுவதும் அவர் மேலேயே இருக்கும். பார்வைகள் ஈக்களாய் மொய்க்க நடமாடுவது வெட்கமாய் இருக்கும். அவர் கொஞ்சம் அசந்தால் குண்டுக்கட்டாகப் பிடித்துத் தூக்கிப் போய்விடப் பலர் தயாராக இருந்தார்கள். பெரிய அண்டரண்டாப் பட்சியை விட்டு அவரைக் கொத்தி எடுத்துப் போய்விடலாம் எனவும் திட்டமிட்டவர்கள் உண்டு. பெண்ணுக்கு நகை போடுவது குறித்துப் பேராசுரரிடம் பலரும் ரகசியம் பேசினார்கள். பையன் கை விரல்கள் அனைத்துக்கும் மோதிரம் போடுவதாகச் சொன்னவர்கள் உண்டு. பையன் சரி என்றால் கால் விரல்களுக்கும் தங்கத்தில் மெட்டி செய்து போடுவதாகச் சிலர் சொன்னதும் நடந்தது.

ஒருவர் ரொம்பவும் தயங்கித் தயங்கிப் பேராசுரரிடம், 'பையனோட அளவு என்னன்னு சொன்னா அதுக்குத் தக்கன மாதிரி தங்கப்பூண் செஞ்சு போட்டறம். சுருங்குன அளவுக்கு இல்ல, விரியற அளவுக்கே செய்யலாம். அத எணைக்கிற அரணாக் கொடியையும் தங்கத்துலயே செஞ்சி தர்றம். என்ன சொல்றீங்க' என்று கேட்டார். பேராசுரருக்குத் தன் மகனிடம் இதை எப்படிச் சொல்வது எனக் குழப்பமாக இருந்தது. யார் மூலமாகவாவது சொல்லலாம் என்றால் அதற்கும் தயக்கம். அது வெளியே பரவினால் கேலிக்குரியதாக மாறிவிடலாம். என்றாலும் இந்தத் தகவலை யாரிடமும் சொல்லாமல்

இருக்க அவரால் முடியவில்லை. இப்படி இப்படி என்று தன் மனைவியிடம் மெல்லச் சொன்னார். மனைவிக்கும் கேட்கப் பெருமையாக இருந்தது. இருவரும் அவ்வப்போது அதைப் பற்றிக் குசுகுசுவென்று பேசிக்கொண்டார்கள். குமராசுரரின் அம்மாவுக்கு இந்த ஏற்பாட்டில் ஒரே ஒரு தயக்கம் இருந்தது. அளவைச் சொல்லிப் பையனுக்குத் திருஷ்டி ஏற்பட்டால் என்ன செய்ய முடியும்? ஆகவே அந்தத் தகவலைத் தங்களுக்குள்ளேயே புதைத்துக் கொண்டார்கள்.

குமராசுரருக்கும் திருமண ஆசை துளிர்த்து நன்றாகவே வளர்ந்தது. இத்தனை பேர் மோதுவதும் வேறேதும் வேலை இல்லாமல் வீட்டில் இருப்பதும் அவருக்குத் திருமண வாழ்வின் கனவுகளை உருவாக்கின. தன் பொன்னிற ரகசியத்தை யாரிடமாவது காட்டிவிட வேண்டும் என்றும் துடித்தார். வீட்டு வாசலில் கூட்டம் நிற்கும் தொந்தரவில் இருந்து தப்பிக்கவாவது சீக்கிரம் திருமணம் நடந்துவிட்டால் நல்லது என்று நினைத்தார். ஆனால் அப்பா எந்த முடிவும் எடுக்காமலிருந்தார். முடிவெடுத்துவிட்டால் தன்னைக் காணத் தினம் வரும் கூட்டம் நின்றுவிடும் என்பதை அப்பா உணர்ந்திருந்ததால் முடிவெடுப்பதை அவர் தள்ளிப் போட்டுக்கொண்டே இருப்பதாகத் தோன்றியது.

ஒருநாள் பகல் பொழுதில் அம்மா சொன்னார், 'இந்த மனசன் உனக்குக் கலியாணம் பண்ணி வெக்க மாட்டாருப்பா. பேராச வந்திருச்சு. பெரிய மனசன் ஆயிட்டாரு. எறங்கி வர மாட்டாரு. அதனால நான் சொல்றதக் கேளுப்பா. உங்க மாமன் நம்மளுக்கு எத்தன செஞ்சிருக்கறாருன்னு உனக்குத் தெரியும். எத்தனையோ உனக்குச் சொல்லீருக்கறன். நான் கலியாணம் ஆகி வந்தப்ப எங்கூட அனுப்பி வெச்ச எருமக் கன்னுக்குட்டியோட வம்சம்தான் இன்னம் நம்ம கட்டுத்தரயில நிக்குது. அதோட கெடாக்கன்னுகளத்தான் நம்ம கொலசாமிக்கு நேந்து எத்தனையோ வெட்டிப் பலி குடுத்திருக்கறம். எனக்குக் கஷ்டமுன்னு போயி நின்னப்பெல்லாம் உள்ளத வழிச்சுக் குடுத்தாங்க. அவுங்களுக்கு நாம என்ன செய்யப் போறம்? ராசாங்க வேல கெடச்சதுக்கப்பறம் நாம எட்டிப் பாப்பமோ மாட்டமோன்னு மனசு மருவிக்கிட்டு இந்தப் பக்கமே வராத இருக்கறாங்க. அவுங்கூட்டுலயும் ஒரு பொண்ணு இருக்குது, செரி, ஒருவார்த்த கேட்டுப் பாக்கலாமின்னு வர்ல பாத்துக்க. வந்தா உங்கொப்பன் ரண்டு கடுஞ்சொல்லுச் சொல்லீருவானோன்னு மருவிக் கெடக்கறாங்க. நாம எத்தன ஒசரம் ஏறி நின்னாலும் கீழ குனிஞ்சு பாக்காத இருக்க முடியுமா? மாமன் மவ மங்காசுரி இருக்க மாத்தான் மவளக் கட்டலாமா கண்ணு? நீ செரின்னு சொல்லு, அப்பறம் நான் பாத்துக்கறன்.'

அம்மாவின் வார்த்தைகள் குமராசுரரின் கண்களைத் திறந்தன. நன்றிக்கடன் செலுத்துவது என முடிவு செய்தார். அப்பாவுக்குத் தெரியாமல் ஒருமுறை அம்மாவுடன் போய் மங்காசுரியைப் பார்த்தார். நான்கைந்து ஆண்டுகளுக்கு முன்னால் பார்த்தபோதிருந்த மங்காசுரி அல்ல அது. பருவம் வரைந்திருந்த ஓவியமாக நின்ற மங்காசுரியைப் பார்த்த பிறகு நன்றிக்கடன் செலுத்துவது மட்டுமல்ல, உயிரையே தியாகமும் செய்வதற்குத் தயாரானார் குமராசுரர். சரியென்று அவர் தலையாட்டியதும் அடுத்த நாள் முதல் அம்மாவின் கை ஓங்கியது. அப்பாவிடம் என்ன பேசினார், எப்படிச் சம்மதிக்க வைத்தார் என்பதொன்றும் இன்றைக்கு வரை குமராசுரருக்குத் தெரியாது. ஆனால் முகத்தில் களையும் சந்தோசமும் இல்லாமலே திருமண நிகழ்ச்சிகளில் அப்பா பங்கெடுத்தார்.

பிந்தைய காலத்தில் 'எம்பேச்சக் கேட்டிருந்தா நெசமே ராசா மாதிரி இருந்திருக்கலாம். தங்கப்பூண் போடறமுன்னு ஒருத்தன் வந்தான் தெரீமா' என்று ரகசியத்தை வெளியாக்கினார் பேராசுரர். மாற்றார் காதுக்குக் கேட்காமல் அவருக்கு மட்டும் கேட்கிற மாதிரி மெல்லக் கிசுகிசுத்தாலும் எப்படியோ ஊரில் பரவிற்று. அதனால் 'பூண்காரன்' என்னும் பட்டப்பெயர் ஒன்றும் குமராசுரருக்கு ஊரில் உண்டாயிற்று. வேலை ஆணை வரும் முன்பே அங்கே இங்கே கடன் வாங்கி மிகத் தாராளமாகத் திருமண வைபவம் நடந்தது. அந்தக் கடனை அடைக்க அடுத்துப் பத்து வருசம் குமராசுரரின் சம்பளம் உதவிற்று. தம்பிகளை அவர் கண்டுகொள்ளவில்லை, பெற்றோருக்கு எதுவும் செய்யவில்லை என்றெல்லாம் அபவாதங்களுக்கு அந்தக் காலத்தில் அவர் ஆளானார்.

இப்படித்தான் இருபத்தொன்றாம் வயதிலேயே குமராசுரருக்குத் திருமணம் ஆயிற்று. குழந்தை பாக்கியத்திற்கு மட்டும் சில வருசங்கள் ஆயின. அவருடைய இருபத்தைந்தாம் வயதில் மேகாஸ் பிறந்தான். அவனைப் பார்க்க வந்த நண்பர் தேனாசுரர் 'ம்... நீ குடுத்து வெச்சவன். காலாகாலத்துல வேல, காலாகாலத்துல கலியாணம், காலாகாலத்துல கொழந்த' என்று பெருமூச்சு விடவும் தவறவில்லை. அவர் பெருமூச்சு அடுத்துப் பார்க்கும் போதெல்லாம் அதிகமாயிற்றே தவிரக் குறையவே இல்லை. பேச்சை முடிக்கும்போது வெளிப்பட்ட பெருமூச்சு, ஒவ்வொரு வாக்கியத்துக்கும் இடையிலானதாகக் குறைந்து ஒவ்வொரு சொல்லுக்குமானதாக மாறியது. அதற்குப் பிறகு சொற்களைவிடப் பெருமூச்சே அதிகமாயிற்று. அதிலும் வெப்பம் கூடிக் கூடி அவர் மூக்கையே சுட்டுவிடும் போலப் பெருமூச்சு வெளியேறிற்று.

தேனாசுரர் கூலி வேலையில் சேர்ந்து கஷ்டப்பட்டுக் கொண்டிருந்த காலம் அது. அவருக்கு யாரும் பெண் கொடுக்கத் தயாராக இல்லை. இரும்பு வேலை என்பதால் அவர் முகம் புகையுண்டும் இறுகியும் போயிற்று. தலைமயிர் பெரிதும் கொட்டி முன் வழுக்கை விழுந்திருந்தது. எவ்விதம் எல்லாமோ முயன்று முப்பத்தைந்தாம் வயதில் திருமணம் செய்தார். அதற்குப் பிறகு அவர் ஊர்ப்பக்கம் வருவதும் குறைந்தது. சொந்தத் தொழிலில் முன்னேற்றமும் ஏற்பட்டது. ஆனாலும் அவரால் குமராசுரருக்குக் கிடைத்த 'காலாகாலத்தை' மறக்க முடியவில்லை. சந்தர்ப்பம் வாய்க்கும் போதெல்லாம் அதை வெளிப்படுத்திக்கொண்டே இருப்பார்.

15

மேகாஸ் பதினொன்றாம் வகுப்பில் இருந்த காலத்தில் அவனை ஒருமுறை பார்த்தார் தேனாசுரர். அன்றைக்கு அவருடைய பேச்சு முழுவதும் அவனைச் சுற்றியே அமைந்தது. 'கொழந்தயாப் பாத்தது. இப்ப என்னமா வளந்து ஆளாயிட்டான்.' 'இன்னம் நாலே நாலு வருசம், அப்பறம் உம்பையன் சம்பாரிக்க ஆரம்பிச்சிருவான். உனக்கென்னப்பா காலாட்டிக்கிட்டுச் சாப்பிடலாம்.' 'அப்பனையும் மவனையும் பாத்தா அண்ணன் தம்பியாட்டமில்ல இருக்குது.' இந்த வார்த்தைகளுக்குப் பின்னால் இருந்த வாசகங்களை அவர் சொல்லாமல் விட்டுவிட்டார். ஆகவே குமராசுரர் பெருமையாகச் சிரித்துக் கேட்டபடி இருந்தார். தேனாசுரர் சொல்லாமல் விட்ட வார்த்தைகள் எவையென்று மங்காசுரிக்குத் தெரிந்திருந்தன. அவை: 'எம் பிள்ளைக இப்பத்தான் கொழந்தைகளா இருக்குதுங்க.' 'இன்னம் பத்து வருசம் ஆனாலும் நான் காலாட்டிக்கிட்டுச் சாப்பிட முடியாது.' 'என்னயும் எம்பிள்ளைகளையும் பாத்தா தாத்தாவான்னு என்னயப் பாத்துக் கேக்கறாங்க.' அதனால் யாராவது வீட்டுக்கு வந்தால் மேகாஸை ஒளித்து வைக்கும் வித்தையை மங்காசுரி பயின்றார்.

உறவினர்கள் வருகையின் போதும் நண்பர்கள் வருகையின் போதும் அவர் பதற்றமாகி மேகாஸைச் சட்டென வெளியே அனுப்பிவிடுவார். 'எங்கம்மா போவட்டும்?' எனக் கோபிப்பான். 'எங்காச்சும் கடப்பக்கம் போயிட்டு வாடா . . . அறியாப் பையனுக்குப் போறதுக்கு எடமா இல்ல?' என்று விரட்டுவார். திடீரென்று யாராவது வந்துவிட்டால் மொட்டை மாடிதான் தஞ்சம். அப்படி மொட்டை மாடிக்கு அனுப்பிய ஒருசமயம் வெயில் தாங்க முடியாமல் அவன் மயக்கம் போட்டுவிட்டான். அதன்பின் அவருக்கு வேறொரு யோசனை வந்தது. நான்கு உயரமான கால்களால் நின்றிருந்த

தண்ணீர்த் தொட்டிக்குக் கீழேயிருந்த சிறுசதுரத்தைச் சுற்றிலும் அட்டை வைத்து அடைத்து அதற்குள் அவ்வப்போது மின்சாரம் ஏற்றிக்கொள்ளும் மின்விசிறி ஒன்றையும் வைத்தார். விருந்தினர் திரும்பிச் செல்லும் வரை அவன் அந்தச் சதுரத்துக்குள் குறுக்கிப் படுத்து உறங்குவான். ‘என்ன இப்பிடிப் பண்ற? பிள்ள புடிக்கறவங்களா வந்திருக்கறாங்க?’ என்று குமராசுரர் திட்டுவார். ‘பிள்ள புடிக்கறவங்க இல்ல. பிள்ளக்கறி திங்கறவங்க. ஒவ்வொரு கண்ணும் அவனக் கொத்தித் திங்கறது உங்களுக்குத் தெரியலயா?’ என்பார் மங்காசுரி.

எப்படி இருந்தாலும் அவருக்கு இருப்பதோ மூன்றே நண்பர்கள். எதுவென்றாலும் அவர்களிடம்தான் பகிர்ந்து கொண்டாக வேண்டும். அவர்களிடம்தான் ஓர் உதவியைக் கேட்டாக வேண்டும். கனகாசுரரிடம் ஒருபைசா பெயராது. இரண்டு பெண்களைக் கட்டிக் கொடுக்க ஆகப் போகும் செலவுகளைப் பட்டியலிட்டுப் புலம்பத் தொடங்கிவிடுவார். அதிகாசுரர் அருகில் இருந்தால் அவரிடம் கேட்கலாம். அவரும் மாதச் சம்பளக்காரர்; வெளியூரில் எங்கோ இருக்கிறார்; அவருக்கு எத்தனை செலவுகளோ? ஆகவே தேனாசுரரைச் சந்திக்கும் திட்டம் போட்டார். அவரது அலுவலகத்தில் சந்தித்து அவருடனே மதிய உணவு உண்டபடியே பேசுவது என ஏற்பாடு.

பெரிய அறை. முழுக்கக் குளிர்சாதன வசதி. அகண்ட மேசைக்கு அந்தப்புறம் உட்கார்ந்திருந்தவர் எழுந்து வந்து அதையொட்டியே இருந்த திரைத் தடுப்பு ஒன்றுக்குள் குமராசுரரைக் கூட்டிப் போனார். அங்கே அழகான நாற்காலிகள். உணவு மேசை. அவற்றையே ஆச்சரியமாய்ப் பார்த்துக்கொண்டிருந்த குமராசுரரைப் பேச்சுக்குத் திருப்பினார் தேனாசுரர். ‘ஊர்ப்பக்கம் போறதுண்டா?’ என அவர் கேட்டார். ‘எங்க போறது? அப்பனும் அம்மாவும் போயிச் சேந்ததுக்கு அப்பறம் அங்க அடிக்கடி போறதில்ல. தம்பீவளோடவும் சுமுகமில்ல. எதாச்சும் சொந்தக்காரங்க கலியாணம் எழவுன்னாப் போறதோட செரி’ என்றார் குமராசுரர்.

‘ஆமாமா, நாம கொஞ்சம் நல்லா இருக்கறமுன்னு தெரிஞ்சாப் போதும், ஊர்ல இருக்கறவனெல்லாம் சொந்தமுன்னு சொல்லிக்கிட்டு வந்திருவான். பிக்கல் பிடுங்கல் தாங்க முடியாது. அதுக்குக் கடன் குடு, இதுக்குப் பணங் குடுன்னு அரிச்சு எடுத்திருவாங்க. நாம எப்பவும் மடியில ஆயரம் ஆயரமாக் கட்டி வெச்சிக்கிட்டேவா இருப்பம்? நமக்கே கைக்கும் வாய்க்கும் செரியா இருக்குது. இதுல பரோபகாரமுன்னு எறங்குனா சீக்கிரம் பரலோகம் போக வேண்டிதுதான். அதான் நானும் ஊருப்பக்கம் போறதேயில்ல’ என்று சொன்னார்.

அவர் பேச்சு குமராசுரருக்கு எங்கோ குத்தியது. தன்னையும் பிக்கல் பிடுங்கல் என்றுதான் நினைப்பாரோ? எல்லா நலங்களையும் பேசி முடித்த பிறகு தயங்கித் தயங்கித் தன் மகன் படிப்பைப் பற்றி அவரிடம் சொன்னார். பணத்தைப் பற்றி ஏதும் பேசவில்லை. அவர் 'ம். காலேஜ்ல போயிப் படிக்கற அளவுக்கு வந்திட்டானா? இப்பத்தான் தொட்டல்ல கெடந்தாப்பல இருக்குது. எம்பையன் இப்பத்தான் மூனாவது போறான். பொண்ணு ஒன்னாவுது' என்று சொல்லிப் பெருமூச்சு விட்டார். அவரது அலுவலகக் குளிர்சாதனத்தின் சக்தியையும் மீறி வெப்பக்காற்று குவிந்து வந்து குமராசுரர் முகத்திலடித்து எரித்தது.

அடுத்த பெருமூச்சையும் விட்டுக்கொண்டே மேலும் சொன்னார், 'படிக்கறதெல்லாம் வீண். படிச்ச பசங்க எங்கிட்டப் பத்துப் பேரு வேல செய்யறான். ஒருத்தனுக்கும் ஒன்னும் தெரியாது. எல்லாரும் இங்க வந்துதான் வேல கத்துக்கறானுங்க. அதே பாரு, ஒரு பைசா செலவில்லாத, கல்லூரிக்குப் போகாத, எதோ பதிமூனு முடிச்சமா, இங்க வந்தமான்னு இருக்கற பசங்க நல்லா வேல கத்துக்கிட்டு முன்னேறிப் போய்க்கிட்டே இருக்கறானுங்க. காச வீணாச் செலவு பண்ணிப் படிச்சு என்ன பிரயோஜனம்? இங்க அனுப்பு. ஒரே வருசத்துல அவனப் பெரிய ஆளாக்கிக் காட்டுறன்.'

'என்ன இருந்தாலும் படிக்காத எப்பிடி?' என்றார் குமராசுரர்.

'நீதான் மாங்கு மாங்குன்னு படிச்ச. இப்ப என்ன கையில வாங்கற? அரசாங்கம் அப்படி என்னத்தத் தூக்கிக் குடுத்தரப் போவுது? எதோ வரவுக்கும் செலவுக்கும் சரியா இருக்கறாப்பல குடும்பத்த ஓட்டிக்கிட்டு இருக்கற. ஒருமாசம் ஒன்னாந் தேதி சம்பளப் பணம் வர்லீன்னாத் தவிச்சுப் போயிருவியே. ஆனா என்னயப் பாரு, படிக்கல, ஆனா பத்துப் பேருக்குச் சம்பளம் குடுத்துக்கிட்டு இருக்கறன். ஒருத்தங்கிட்டக் கையேந்தி நிக்கற பழக்கம் எங்கிட்டக் கெடையாது' எனப் பேசினார் தேனாசுரர்.

இப்போது 'காலாகாலம்' என்னவாயிற்று?

'உம் பையனப் படிக்க வெக்க மாட்டியா?' என்று வாயிருக்காமல் கேட்டும் விட்டார் குமராசுரர்.

'அவனுக்கும் பள்ளிக்கொடப் படிப்புப் போதும். கணக்கு வழக்குப் பாக்கத் தெரிஞ்சாப் போதாதா? அவன் வர்றதுக்குள்ள என் நிறுவனம் இன்னம் பெரிசாயிரும். அப்பறம் அவன் ஒருத்தங்கிட்டக் கையேந்தற வேலைக்கு ஏன் போவோனும்? இத நிர்வாகம் பண்ணிக்கிட்டு இருந்தாப் போதாதா?' என்றார் அவர் சற்றும் அசராமல்.

குமராசுரர் தன்னிடம் கடன் கேட்கத்தான் வந்திருக்கிறார் என்று தீர்மானித்துக் கொண்டு அவர் பேசுவதாகப் பட்டது. இதுநாள் வரைக்கும் இப்படி ஒரு அவமானத்தைக் குமராசுரர் சந்தித்ததில்லை. தொழிலில் இருப்பவர்களுக்கு இது சகஜமாக இருக்கலாம். இவனிடம் போய்க் கேட்க வந்தோமே என்று நொந்து கொண்டார். உணவை வேண்டா வெறுப்பாக உண்டு பணம் பற்றி எதுவுமே பேசாமல் வெளிக் கிளம்பினார். நெடுங்கால நட்பு இது. இன்றோடு முறிந்தது என்று சொல்லிக்கொண்டார். அங்கிருந்து பேருந்தேறி வீட்டுக்கு வரும் வரையில் அவருக்குள் ஏதேதோ எண்ணம் ஓடிற்று. தேனாசுரர் உண்மையாகவே தம் பிள்ளைகள் இருவரையும் படிக்க வைக்காமல் பட்டறை வேலையில் போட்டுவிடுவாரா? பட்டறை நிர்வாகத்தைக் கவனித்துக்கொள்ளும்படி சொன்னாலும்கூடப் படிப்பு முடிந்து வந்த பின்னர்தானே அதைச் செய்வார்?

அந்தக் காலத்தில் தேனாசுரர் எட்டாம் வகுப்போடு நின்று விட்டார். குமராசுரர் அதற்கு மேலும் படித்தார். படிப்பு முடியும் முன்பே வேலையும் கிடைத்துவிட்டது. அரசு வேலை, திருமணம், குழந்தை என்று தன்னைப் பார்த்து வெந்த அவர் இப்போது தம் உத்தியை மாற்றிக்கொண்டார் போலும். தன்னைவிட அதிகம் படித்திருந்தாலும் தன்னைவிடக் குறைவாகத்தானே சம்பாதிக்க முடிகிறது என்பதைப் பலவிதமாகக் குத்திக் காட்டியும் சுட்டிக்காட்டியும் அவர் சொல்லிக்கொண்டே இருக்கும் உத்தியைக் கையில் எடுத்திருக்கிறார். இத்தனை நாள் பழகியும் இவனின் இந்தக் குணத்தை எப்படிக் கண்டறியாமல் போனோம் என்று நினைத்துத் தன் அறியாமையைப் பற்றிக் கவலைப்பட்டார்.

போய்வந்த விசயத்தை மங்காசுரியிடம் பட்டும் படாமல் சொன்னார். பணம் எதுவும் கிடைக்காது என்பது மட்டும் அவருக்குப் புரிந்தது. தன் மகன் நல்ல மதிப்பெண் வாங்கிவிடுவான் என்றும் ஆகவே பணத்தைப் பற்றிக் கவலைப்படாமல் இருக்கும் படியும் கணவருக்கு ஆறுதல் சொன்னார். அப்படியே பணம் தேவைப்பட்டால் வங்கிக்கடன் வாங்கலாம், வீட்டை அடமானம் வைத்துக் கடன் வாங்கலாம், யாரிடமும் கேட்டு அவமானப்பட வேண்டாம் என்றார். அத்தோடு தன்னிடமிருக்கும் கொஞ்சம் நகையைக்கூட விற்றுவிடலாம் என்றார். மனைவி அப்படிச் சொன்னது அவருக்கு மிகவும் மன நெகிழ்வாக இருந்தது. என்றாலும் மேகாஸின் தேர்வு முடிவு வரும் நாள் அன்று அவருக்குத் தூக்கமே இல்லை.

16

ஒட்டுமொத்தக் காற்றையும் யாரோ உறிஞ்சி எடுக்கிறார்கள் போலத் தோன்றியது. வெகுநேரம் முயன்றும் சமாளிக்க முடியவில்லை. மூச்சுச் சத்தம் குறைந்து குறைந்து இல்லாமலே ஆகிவிடக்கூடும். தடுமாறி எழுந்து இருட்டைத் தடவியபடியே நகர்ந்தார். கதவை மெல்லத் திறந்து வெளியே வந்தார். வீதி விளக்கொளி கண்ணில் பட்டுக் கூசிற்று. குனிந்தபடி சற்றே இருந்து பின் கொஞ்சம் கொஞ்சமாகத் தலையை நிமிர்த்தினார். பழகிய கண்கள் தாமாகவே வாசலெங்கும் ஓடின. பூச்சி பொட்டு ஏதும் இல்லை என்பதை உறுதிப்படுத்திக் கொண்ட பிறகே அடுத்த அடியை வைத்தார்.

தெருவை ஒட்டி வைத்திருந்த செடிகளும் எதிர்வீட்டு மரங்களும் ஓவியம் போல அசையாமல் இருந்தன. புழுக்கம் குறையும் என்று வீதியில் நடை போட்டார். ஆளரவம் கண்டால் குரைத்துத் தம் இருப்பைக் காட்டி அடங்கும் தெரு நாய்களில் ஒன்றையும் காணோம். அவரைக் கண்டதும் தன் இனம் போல நினைக்குமோ என்னவோ. செம்மிப் பெட்டை நாயொன்று ஒருமாதிரி முனகிக்கொண்டு உடலை நெளித்து அவர் கால்களில் உரசும். அதைப் பார்த்தால் மங்காசுரி தலையைக் குனிந்தபடி சிரிப்பார். நல்லவேளையாக அதைக் காணவில்லை.

வெட்டி வைத்த வாய்க்காலாய் தெரு ஓடிக் கிடந்தது. சாலை வரைக்கும் நடந்து போய் வரலாம் என எழுந்த எண்ணத்தைச் சட்டெனக் கட்டுப்படுத்திக் கொண்டார். உபாதைக்காக எழும் யாரேனும் கண்டு திருடன் என நினைக்கலாம். பகலில் எதிர்ப்படுவோரே அவர்மீது சந்தேகப் பார்வை வீசுவர். எதிர்பார்ப்புக்கு மாறாகக் குமராசுரர் தான் என அடையாளம் கண்டாலும் என்ன பிரச்சினையோ தெரியவில்லை, நடுராத்திரியில் தெருவில் திரிகிறார் என்று நாளைக்கு எல்லாருக்கும் சொல்லக் கூடும். வீதியின் தொடக்கத்தில் இருந்து

நான்காம் வீட்டில் இருப்பவர் அவர் நடையைக் கண்டு 'என்ன சார், மூலமா ?' என்று இரண்டு மூன்று முறை கேட்டிருக்கிறார். 'வர வெச்சிருவீங்க போலிருக்குதே' என்று கோபம் காட்டிய பிறகுதான் அவர் விட்டார். அப்போதும் அவர் பார்வை மாறவில்லை. யாரிடமாவது 'அவருக்குச் சீக்கு' என்று சொல்லி வைத்தாலும் வைத்திருப்பார். தனக்குத் துணை தேடுகிறார் என்று நினைத்துக்கொள்வார். வீதியில் திரியும் சொறிநாய்தான் உனக்குத் துணை என்று முனகிக்கொள்வார்.

தன் வீட்டுச் சுவர் அளவுக்கான வீதியில் நடந்தார். ஏதாவது நடமாட்டம் இருந்தால் சட்டென உள்ளே தாவிவிடவும் கால்கள் தயாராக இருந்தன. எதிர்வீடு இரண்டு மாடிகளைக் கொண்டு மேலெழுந்து நின்றதைக் காண அசூயையாய் இருந்தது. அதன்முன் தன் வீடு மூளியாய்த் தெரிந்தது. இத்தனை உயரம் வீட்டைக் கட்டி வைத்தால் காற்று எங்கிருந்து வரும் என எரிச்சல் பட்டார். அடுத்தடுத்துப் பெருமூச்சுகள் வந்தன. மூச்சு விடுவதை இத்தனை சிரமமாய் ஒருநாளும் உணர்ந்ததில்லை. நடையைச் சற்றே வேகமாக்கினால் மூச்சிரைக்கும் ஒலி. கம்பிக் கதவைத் திறந்து உள்ளே வந்து தாழைப் போட்டுப் பூட்டினார். வீட்டின் பக்கவாட்டில் இருந்த மாடிப்படியில் ஏறினார். மொட்டை மாடியில் உட்காரவென்று போட்டிருந்த பலகைக்கல்லில் உட்கார்ந்து வானத்தைப் பார்த்தார்.

'வானத்திற்கு முன்னால் நாம் சிறுத்துப் போகிறோம்' என்று ஓர் அறிவுஜீவி வாசகம் நினைவில் தோன்றியது. அது உண்மை என்று சொல்லிக்கொண்டார். இப்போது கொஞ்சம் ஆசுவாசமாய் இருந்தது. காற்றும்கூட மெலிதாய் முகத்தில் அடித்தது. விண்மீன்கள் பெருகிக் கிடந்தன. 'காற்று வீசுகிறது', 'விண்மீன்கள் ஒளிர்கின்றன', 'இருள் சூழ்ந்திருக்கிறது' என்று சில தொடர்கள் அவருக்குத் தோன்றின. 'இருள் சூழ்ந்திருக்கிறது, விண்மீன்கள் ஒளிர்கின்றன, காற்று வீசுகிறது' என வரிசைப்படுத்தினால் கவிதையாகிவிடும் போலிருந்தது. இல்லை, 'காற்று வீசுகிறது, இருள் சூழ்ந்திருக்கிறது, விண்மீன்கள் ஒளிர்கின்றன' என்னும் வரிசை இன்னும் சரியாக இருக்கக்கூடும். மூன்று வரிகளையும் வெவ்வேறு வரிசையில் வைத்தால் வெவ்வேறு அர்த்தம் தோன்றுகிறதோ ? கொஞ்ச நேரம் வரிசையைக் கலைத்துக் கலைத்து அடுக்கினார். சோர்வாக இருந்தது.

ஆனால் தனக்கும் கவிதை வருவதாகச் சந்தோசப்பட்டார். கல்லூரிக் காலத்தில் எல்லோரையும் போலக் கிறுக்கிக் கொண்டிருந்ததன் தாக்கம். அப்போது ஒரு தொகுப்பு வெளியிட்டு விட வேண்டும் என்று எவ்வளவோ பிரயாசைப்பட்டார். பணம்தான் பிரச்சினையாக இருந்தது. எப்படியாவது

கஷ்டப்பட்டுத் தொகுப்பு கொண்டு வந்திருந்தால் கவிஞனாகி இருக்கலாம். படித்து ஒரு வேலைக்குப் போய்க் கையில் பணம் வரட்டும். ஒன்றென்ன, பல தொகுப்புகளை வெளியிட்டுவிடலாம் என்று அப்போது திட்டமிட்டிருக்கிறார். ஆனால் எல்லாம் நடந்து கையில் பணம் வந்த பிறகு கவிதை கைவிட்டுப் போயிற்று. இனிமேல் அதற்கு வாய்ப்பே இல்லை. அது மட்டுமல்ல, இப்போது அதற்கெல்லாம் பணம் ஒதுக்க முடியாது. வெட்டியாகப் பணத்தைச் செலவிடும் நிலையில் இல்லை. எப்படியோ 'வாழ்த்துக் கவி'யாக மட்டும் நீடித்துக்கொண்டிருக்கிறார்.

இரவு படுத்து வெகுநேரம் ஆகியும் தூக்கம் வந்திருக்கவில்லை. கண் செருகித் தூக்கத்திற்குள் போவது போலிருக்கும். உடனே யாரோ பதறியபடி எழுப்பிவிடுவார்கள். பார்த்தால் ஒருவரும் இருக்க மாட்டார்கள். யாராக இருக்கும்? மனம்தான் எந்நேரமும் பதறிக்கொண்டேயிருக்கிறது. அதன் தொந்தரவு மீறித்தான் மூச்சடைப்பு வந்திருக்கும். இது மாரடைப்பின் முதல் அறிகுறியா? அப்படி எதுவும் இருக்காது. இவ்வளவு நேரம் ஆகியும் உடலில் வேர்வை ஒன்றும் பெரிதாக வரவில்லை. எங்கும் சிறுவலி யும் தெரியவில்லை. நாளைக்கு என்னவாகுமோ என்னும் யோசனைதான் பித்துப் பிடிக்க வைத்திருக்கும். தூக்கத்தைக் காவு வாங்கி இப்படி வந்து உட்காரச் செய்திருக்கும். தூங்காமல் இருந்தும் யோசித்தும் என்னவாகப் போகிறது? எதுவும் நம் கையில் இல்லை. எதையும் நம்மால் மாற்ற முடியாது. அப்புறம் ஏன் இத்தனை துடிப்பு? வருவது வரட்டும் என்று இருக்க முடியவில்லையே.

இப்போது காற்று கொஞ்சம் குளிர்ச்சியாய் உடலில் பட்டது. நேரம் விடிகாலை ஆகியிருக்குமோ? அப்படியானால் இன்னும் நான்கைந்து மணி நேரம்தான். இந்தத் துடிப்புக்கெல்லாம் பதில் கிடைத்துவிடும். வீட்டுக்குள் போய்ப் படுத்தாலும் இனிமேல் தூக்கம் வரப் போவதில்லை. இப்படியே உலாத்திக் கொண்டிருந்தால் நேரம் ஓடிவிடும். மாடியின் ஒருபக்கம் இருந்து இன்னொரு பக்கத்திற்கு மெதுவாக நடை போட்டார். எதையும் யோசிக்காமல் காற்று வாங்கி நடப்பது நன்றாக இருந்தது. ஏதோ நினைவு வந்தது போல் வஜ்ராசனம் போட்டுக் கீழே உட்கார்ந்தார். ஆறேழு மாதங்களுக்கு முன்னால் நகரத்தின் பெரிய மைதானத்தில் ஒருநாள் இலவசப் பயிற்சி என்று வானம் பார்த்துக் கதறும் சாமியார் ஒருவரின் புகைப்படத்துடன் ஒட்டப் பட்டிருந்த பெரிய பெரிய சுவரொட்டிகளைப் பார்த்தார். சரி, இலவசம்தானே போய்ப் பார்ப்போம் எனப் போய்ப் பயிற்சி எடுத்துக்கொண்டதில் சில நினைவில் இருந்தன. அவற்றைக் கொஞ்ச நேரம் செய்தார். 'எல்லாம் நன்மைக்கே' என்னும் ரகசிய

வாசகத்தைப் பலமுறை சொல்லிக்கொண்டார். எல்லாப் பயமும் விலகி நல்லதே நடக்கும் என்னும் நம்பிக்கை மனம் முழுக்க நிறைந்த உணர்வு. மனம் தெளிவான பிறகும் தூக்கம் வராது.

அப்போது மாடிப்படியில் காலோசை கேட்டது. எச்சரிக்கை உணர்வுடன் சுவரோரமாய்ப் போய்ப் பார்த்தார். மங்காசுரி தான் நிழலுருவமாய் அசைந்து ஏறினார். இத்தனை நேரம் அவர் வராமல் இருந்தது பெரிய விஷயம். அவருடைய சிறுஅசைவையும் கண்காணிப்பது மங்காசுரிக்கு வழக்கமாகி வெகு காலமாயிற்று. சும்மா பார்த்துக்கொண்டிருந்தால் ‘எதுக்குப் பாக்கறீங்க?’ என்பார். லேசாகச் செருமினால் ‘என்ன செருமல்?’ என்பார். அதற்கெல்லாம் பதில் சொல்லியாக வேண்டும். இல்லா விட்டால் ‘இங்கொரு மனுசி கத்திக்கிட்டு இருக்கறான்னு கொஞ்சமாச்சும் ஒனத்தி இருக்குதா?’ என்று உண்மையாகவே கத்திப் பாத்திரங்களைத் தூக்கி வீசுவார். எல்லாவற்றுக்கும் பதில் வேண்டும். ‘ஒன்னுமில்ல’, ‘சும்மா’ என்னும் சொற்கள் அவருக்குப் பதிலாகவே தோன்றாது. மனைவிக்குச் சொல்வதற்காகவே ஏதாவது காரணத்தை யோசிப்பார். இப்படி யோசித்தால் ஒரு சிந்தனையாளராகவே மாறிவிடலாம் என்று சிலசமயம் தோன்றும்.

மனைவியை நோக்கி முதல் குரல் கொடுத்துவிட வேண்டும். இல்லையென்றால் ‘ஆளு வரதுகூடத் தெரியாத அப்படி என்ன மனசனுக்குப் பித்து?’ என்பார். மனைவியின் பேச்சு அவருக்குள் ஆழமாகப் பதிவாகி அவ்வப்போது அசரீரி போல ஒலிக்கும். முந்திக்கொண்டு ‘மணி பாத்தயா?’ என்று கேட்டார். ‘ஆமா. நானும் பத்து நிமசத்துக்கு ஒருக்காப் பாத்துக்கிட்டேதான் இருக்கறன். முள்ளுத்தான் ஓடவே மாட்டீங்குது’ என்றார் மனைவி. அவர் கேள்விக்கு மனைவி நேரடியாகப் பதில் சொல்லாதது எரிச்சல் தந்தது. எனினும் குரலில் தெரிந்துவிடக் கூடாது என்று மென்மையாக்கிச் ‘செரி, இப்ப மணி என்னாச்சு?’ என்றார். ‘மூனே காலுத்தான் ஆவுது’ என்றார் மனைவி சலிப்புடன். ‘உனக்கும் தூக்கம் வல்லியா?’ என்றார்.

‘நீங்க பொரண்டுக்கிட்டுக் கெடந்ததப் பாத்துக்கிட்டுத்தான் இருந்தன். செரி, கேட்டா வள்ளுவள்ளுன்னு உழுவீங்க. நடுராத்திரியில இது தேவையான்னு நெனச்சுப் பேசாத இருந்தன். திருடனாட்டம் எந்திரிச்சு வெளிய போனீங்க. செரி காத்துக்கீத்து வாங்கீட்டு வருவீங்கன்னு பாத்தா ஆளையே காணாம். அதான் பாக்கலான்னு வந்தன்.’

நாய் என்றும் திருடன் என்றும் மறைமுகமாக அவரைச் சொன்னதைப் பெரிதுபடுத்திக் கொள்ளவில்லை. கொஞ்ச நேரம்

முன்னால் அவருக்கே அப்படித்தான் தோன்றியது. என்றாலும் பதிலடி கொடுக்க வேண்டும் என்று நினைத்தார்.

‘என்னயச் சொல்லீட்டு நீயுந்தான தூங்காத கெடந்திருக்கற. பூனயாட்டம் காலடி வெச்சுப் படியேர்ற. நல்லவேள பாத்தன். இருட்டுக்குள்ள திடீர்னு பூதமாட்டம் வந்து நின்னா பயந்துக்க மாட்டாங்க?’

‘ஆமா. என்னயப் பூனைன்னும் பூதமின்னும் சொல்லுங்க. என்னைக்குத்தான் மனுசியாப் பாத்திருக்கிறீங்க?’ என்று சலித்தார் மனைவி. விடிகாலையில் பேச்சு இப்படிப் போவது நல்லதல்ல. மாற்றினார்.

‘காத்தால முடிவு வரப்போறத நெனச்சாக் கண்ணு மூடுவனாங்குது. ஆமா அவன் என்ன பண்றான்?’

‘நடுராத்திரியில என்ன பண்ணுவாங்க? தூங்கறான்.’

‘அவனுக்கென்ன கவல? பொச்சடைச்சுக்கிட்டுத் தூங்கறான். ரிசல்டப் பத்தி எதுனா கவல இருக்குதா? எப்பிடி மார்க் வருமோ என்னாவுமோன்னு நாமதான் தூங்காத கெடக்கறம். பொழைக்கற பையனா இருந்தாக் கவல இருக்கும்.’

‘ஆமா அவன எதுனாச் சொல்லிக்கிட்டே இருங்க. அவன் சின்னப்பையந்தான. போவப் போவ எல்லாம் செரியாயிருவான்.’

‘ம்க்கும். ஆவறான். அவனுக்குக் கவலயே கெடையாது. உனக்கிருக்கற கவலகூட அவனுக்குக் கெடையாது. நல்லா வாங்கீருவான்னு நீகூட எனக்குத் தெகிரியம் சொல்ற. இவங்கிட்ட இருந்து ஒரு வார்த்த வருதான்னு பாரு.’

‘சும்மா சும்மா அவன எவ்வளவு வரும் எவ்வளவு வரும்னு கேட்டுக்கிட்டே இருந்தா என்ன சொல்லுவான். நல்லா வரும்னு சொன்னா உன் லட்சணம் எனக்குத் தெரியாதான்னு சொல்லுவீங்க. ஓரளவுக்கு வரும்னு சொன்னா நீ எழுதுன லட்சணத்துக்குப் பின்ன கவர்ன்மெண்ட் காலேஜா கெடைக்கப் போவுதுன்னு திட்டுவீங்க. என்னதான் சொல்லுவான் அவன்?’

‘உம்பையன உட்டுக் குடுக்காத பேசு. காசக் கொட்டிப் படிக்க வெச்சிருக்கறன். சும்மா இல்ல. எனக்காகவா படிக்க வெச்சன். அவன் நல்லா இருக்கோணும், நம்மள மாதிரி கஷ்டப் படக் கூடாதுன்னுதான படிக்க வெச்சன். அந்தப் பொறுப்பு வேண்டாமா? அந்த நாத்தம் புடிச்ச காலேஜ் கெடைக்கறாப்பல வாங்கீட்டானா அது போதும்.’

‘உடுங்க. நல்லா வரும் பாருங்க. காத்தாலக்கி நீங்களே அவனப் பாராட்டுவீங்க பாருங்க.’

‘பாப்பம் பாப்பம். வெளியில கேக்கற நாலு பேருக்குச் சொல்றாப்பல மதிப்பா வாங்குவானோ என்னமோ.’

‘ஆமா, அந்தக் காலேஜ் அப்பிடிச் சுத்தமா இருக்குதுன்னு அன்னைக்குச் சொன்னீங்க. ஆனா இன்னைக்கு நாத்தம் புடிச்சதுன்னு சொல்றீங்களே.’

‘வெளிய சுத்தமா இருந்தாப் போதுமா? உள்ளயும் சுத்தமா இருக்கோணுமே. ஆணும் பொண்ணும் கையக் கோத்துக்கிட்டும் கட்டிப்புடிச்சுக்கிட்டும் போறதப் பாத்தா நமக்கு வாந்திதான் வரும்.’

‘நம்ம பையன் அப்பபடியெல்லாம் இருக்க மாட்டாங்க. எப்பிடித் தங்கமாப் போறானோ அப்பிடியே தங்கமா வருவான். இன்னம் பளபளன்னு கூடி வருவான் பாருங்க.’

‘கூடி வந்தான்னாச் செரி. கூட்டி வந்தான்னா என்ன பண்ணுவியோ?’

‘உங்களுக்கு இதேதான் பேச்சு. இங்க விசுவிசுன்னு காத்தடிக்குது. எப்பிடித்தான் உக்கோந்திருக்கறீங்களோ. வாங்க கீழ போயி இன்னங் கொஞ்ச நேரம் தூங்கலாம்.’

‘நீ போ. எனக்குக் காத்து இருந்தாத்தான் நல்லா இருக்குது.’

‘எப்படியோ போங்க. சொல் பேச்சு கேக்காத அப்பறம் சளிப் புடிச்சிடுச்சு, காச்ச வந்திருச்சின்னு பெனாத்திக்கிட்டுக் கெடப்பீங்க. வாங்கன்னா வாங்களே.’

பேசிக்கொண்டே மனைவி இறங்கிப் போனார். பழைய கவிஞனின் மனநிலையைப் பெறுவதற்கு அவர் மீண்டும் முயன்றார். வானத்தையே பார்க்க ஆரம்பித்தார். அது இனி அமையாது போலிருந்தது. இப்படித்தான் கவி மனதைக் குலைக்க அவ்வப்போது சதி நடக்கிறது. சதியை மீறிக் கவிஞனைக் காப்பாற்றிக்கொள்ள முடிவதில்லை. தன்னை எப்போதும் கருவிகளோடு கொலையாளிகள் சூழ்ந்து கொண்டிருக்கிற மாதிரி நினைத்துக்கொண்டு ‘என்னை யாராலும் கொல்ல முடியாது, நான் கவிஞன்’ என்று அவர் ஒருகாலத்தில் எழுதிய கவிதை நினைவில் வந்து போயிற்று. ஆனால் கவிஞனைக் கொல்லக் காலம் பல கருவிகளை வைத்திருக்கிறது. அதில் முதன்மையானது குடும்பம். ‘வாங்களே வாங்களே’ என்ற மனைவியின் ஒலிப்பில் வேறோர் அழைப்பு இருந்த மாதிரி இப்போது உணர்ந்தார். மனதில் ஏதேதோ ஓடும்போது உடலழைப்புக்கூடப் புரிவதில்லை. இந்த மனநிலையில் அவருக்கு எதிலும் ஈடுபாடு தோன்றவில்லை. வானத்தையே மீண்டும் பார்த்தபடி மல்லாக்கப் படுத்தார்.

17

வெயில் அடித்து உடலெங்கும் வேர்வைக் கசகசப்பு மிகுந்தபோது மெல்ல விழிப்பு வந்தது. கண்களைச் சட்டெனத் திறக்க முடியவில்லை. பெருமுயற்சிக்குப் பின் எழுந்து நின்றார். பொழுது நெற்றிக்கட்டுக்கு வந்திருந்தது. இவ்வளவு நேரமா தூங்கியிருக்கிறோம்? ஏன் வந்து யாரும் எழுப்பவே இல்லை? வீட்டுக்குள் படுத்திருந்தால் இப்படி விட்டிருப்பார்களா? வழக்கத்தைவிட ஐந்து நிமிடம் கண்ணை மூடிப் படுத்திருந்தால் போதும். எதையாவது உருட்டிச் சத்தம் எழுப்புவார் மனைவி. தொலைக்காட்சியில் மேகாசுர கீதத்தை அளவு கூட்டி வைத்துக் கேட்பார். இரைந்து பேசுவார். பொறுக்க முடியாமல் எழுந்தாக வேண்டும். தான் படுத்திருந்த இடத்தைப் பார்த்தார். மொட்டை மாடிக் குப்பை முழுவதும் ஒன்று சேர்ந்து அவர் உடலை ஒட்டிப் படுத்திருந்திருக்கின்றன. கொலையுண்ட உடலுக்குச் சுண்ணாம்புக் கட்டியால் படம் வரைந்த மாதிரி அவ்விடம் மட்டும் தெரிந்தது. பிணம் மாதிரியா தூங்கியிருக்கிறேன் என்று நினைத்ததும் மனைவி மீதும் மகன் மீதும் கோபம் வந்தது. அப்படியே உட்கார்ந்தார். அவர் வீட்டுக்குள் இல்லாததால் இருவரும் தூங்கிவிட்டார்களா?

மேகாஸ் எப்போதும் அவனாக எழுவ தில்லை. யாராவது பெருமுயற்சி எடுத்து எழுப்பி விட வேண்டும். இல்லாவிட்டால் மதியப் பொழுது ஆனால்கூடத் தெரியாமல் தூங்கிக் கொண்டிருப்பான். அவன் அம்மா கத்திக் கத்தி அழைப்பார். அவனுக்குத் துளியும் கேட்காது. அருகில் வந்து காலிலும் முதுகிலும் தட்டினாலும் எழ மாட்டான். எப்போதும் ஒருமாதிரி குப்புறப் படுத்துத்தான் தூங்குவான். சில சமயம் கால் மேல் கால் போட்டபடி தூங்குவான். ஓங்கி ஓர் அடி வைத்தால் மெதுவாகக் காலைப் பிரித்து வைத்துக்

கொண்டு மீண்டும் தூங்குவான். எப்படித்தான் இப்படித் தூக்கம் வருகிறதோ என்றிருக்கும். பள்ளிக்கூடத்து விடுதியில் இரண்டு வருசமாக இருந்தான். அங்கும் இப்படித்தான் பொச்சடைத்துக் கொண்டு தூங்கவிடுவார்களா? அதைச் சொன்னால் முகத்தை ஒரு முழ உயரத்துக்குத் தூக்கி வைத்துக்கொள்வான். குழந்தையாக இருந்தபோது அந்த முகத்தில் சிரிப்பு பொலியும். சிரிப்பை ஏந்தி வைத்துக்கொள்ளக் கைகள் பரபரக்கும். அந்தச் சிரிப்பு இப்போது எங்கே போயிற்று? ஒரு வார்த்தை சொல்ல முடியவில்லை. எதற்கெடுத்தாலும் எரிச்சல் படுகிறான். பேசுவதே இல்லை. பதில் சொல்ல நேரும்போதும் வார்த்தை வராது.

நேராகப் போய் நாலு அறை கன்னத்தோடு சேர்த்து வைத்து விட்டு வர வேண்டும் எனக் கோபம் வரும். அப்படியான எண்ணம் மிகும்போது கழிப்பறைக்குள் போய் நன்றாகக் கதவைச் சாத்திக்கொண்டு தன் கன்னத்திலேயே பளார் பளார் என்று அறைந்துகொள்வார். ஒருமுறை அப்படி அடித்துக் கொண்டபோது உணர்ச்சி வசத்தில் சற்றே வேகமாக அறைந்து கொண்டார் போல. கன்னம் சிவந்து வீங்கிப் பளபளவென்று மின்ன ஆரம்பித்துவிட்டது. மங்காசுரிக்குக்கூடத் தெரியாத அவருடைய ரகசியம் வெளிப்பட்டுவிடுமோ என்று பயந்தார். பழைய செய்தித்தாள் கட்டுக்களில் எதையோ தேடியபோது அதற்குள் கூடு கட்டியிருந்த செங்குளவி கொட்டிவிட்டது என்று சொல்லிச் சமாளித்தார். கன்னத்தைத் தடவிக் கடிவாயைக் கண்டுபிடிக்கவும் கடிவாயில் செங்குளவியின் கொடுக்கு முறிந்திருக்கிறதா, காயம்தானா எனக் கண்டுபிடிக்கவும் முயன்றார் மங்காசுரி. கோபத்தில் ‘அதெல்லாம் ஒன்னுமில்ல போ’ என்று அவர் கையைத் தட்டிவிட்டுத் தள்ளினார் குமராசுரர். அது செங்குளவி கடித்த வீக்கம்தான் என்று நிரூபிக்க அவர் பட்ட பாடு பெரிது.

மங்காசுரி பட்டிக்காட்டு வளர்ப்பு. ஒருபோதும் ஊசி போட்டுப் பணம் உறிஞ்சும் வைத்தியம் பார்த்ததில்லை. எந்தப் பிரச்சினைக்கும் ஏதாவது செடி கொடி என மூலிகை நினைவு வந்துவிடும். அப்படித்தான் செங்குளவிக் கடிக்கு ஒரே வைத்தியம் பண்ணைச் செடியின் இலைதான் என்பதுஅவருக்கு உடனே நினைவு வந்தது. ஆனால் இந்த நகரக் குப்பைத் தொட்டிக்குள் பண்ணையைத் தேடிக் கண்டுபிடிக்க முடியாது. அதனால் வீக்கத்தைக் குறைத்துவிட வெந்தயப் பத்துப் போட்டார். பண்ணை கிடைத்தால் துளி சாற்றில் வீக்கம் ஓடிவிடும் என்பதை மாற்றி மாற்றிச் சொல்லிக்கொண்டே இருந்தார். பொறுக்க முடியாமல் ‘பஸ்ஸேறி ஊருக்குத்தான் போயிட்டு வாயேன்’ என்று குமராசுரர் சொன்னார்.

தனியாக ஒருபோதும் வண்டி பிடித்து ஊருக்குப் போய் அறியாதவர் மங்காசுரி. ஊர் மாறிப் போய்விடுவோமோ என்னும் அச்சம்தான் காரணம். வீடுதான் அவர் நிரந்தர ஸ்தலம். அதிலிருக்கும் கரப்பான், எறும்பு உள்ளிட்ட எல்லாவற்றையும் அவர் அறிவார். சமையலறைப் பல்லிகள் இரண்டு அவருக்குப் பேச்சுத்துணை. வெளியிலிருந்து வரும் கடுவன் பூனை ஒன்றும் பெட்டைப் பூனை ஒன்றும் அவருக்கு நெருக்கம். வீட்டு மொட்டை மாடிக் கொடிக்கம்பியில் வந்து உட்காரும் காக்கை ஒன்றும் தவிட்டுக் குருவிகள் இரண்டும் அவருக்கு நன்கு பழக்கம். ஆனால் வெளியுலக விஷயங்களும் அவருக்கு அத்துபடிதான். வீட்டுக்குள் இருந்துகொண்டே எல்லாவற்றையும் எப்படித் தெரிந்திருக்கிறார் என்பதுதான் குமராசுரருக்கு ஆச்சரியம். காக்கையும் தவிட்டுக் குருவிகளும்தான் எல்லாவற்றையும் அவருக்கு வந்து சொல்கின்றன என்பது குமராசுரரின் ஐயம்.

மங்காசுரிக்குத் தனியாக ஊருக்குப் போகப் பயம் இருக்கிறது என்பது மட்டுமல்ல. இன்னொரு காரணமும் உண்டு. ‘ஊருக்குப் போ’ என்று சொன்னால் அசுரப் பண்பாட்டில் ‘உன் அம்மா வீட்டுக்குப் போய்விடு’ என்று பந்தத்தைத் துண்டித்து அனுப்பிவிடும் அர்த்தமும் உள்ளடங்கியது. குமராசுரர் ‘ஊருக்குப் போ’ என்று சாதாரணமாகச் சொன்னாலே மங்காசுரியின் முகம் சிறுத்துவிடும். அதனால் அவர் வாயை அடைக்கவும் கோபத்தை வெளிப்படுத்தவும் இந்தச் சொற்களை அவ்வப்போது கையாள்வதுண்டு. அவர் எதிர்பார்த்தது போலவே ஊருக்குப் போகச் சொன்னதும் மூலிகைப் பேச்சு அடங்கிவிட்டது. எனினும் குமராசுரரால் வீங்கிய கன்னத்தோடு அலுவலகம் போக முடியவில்லை. இரண்டு நாள் விடுப்பு எடுக்க வேண்டியானது. மேகாஸ் என்னவென்று ஒரு வார்த்தைகூடக் கேட்கவில்லை. இவனெல்லாம் கடைசி காலத்தில் ஒருவாய் சோறுகூடப் போட மாட்டான் என்று நினைத்துக்கொண்டார். சரி, இவனை நம்பி ஒன்றும் இருக்கவில்லை; ராசாங்கம் தரும் ஓய்வூதியம் போதும் என்றும் சமாதானம் கொண்டார். அத்துடன் அறைந்து கொண்டதுதான் கொண்டோம், விடுமுறை நாளில் அறைந்து கொண்டிருக்கக் கூடாதா எனத் தன்மீதே கோபம் கொண்டார்.

அடுத்து ஒருமுறை அப்படிக் கோபம் உண்டான போது கழிப்பறைக்குள் போய்த் தாழிட்டுக் கன்னத்தில் அறைந்து கொள்ளக் கையை ஓங்கியதும் பழைய ஞாபகம் ஓடி வந்து சட்டென்று கையைப் பிடித்து இழுத்து நிறுத்தியது. கன்னம் வீங்கிப் பட்ட பாடு நினைவில்லையா என்று கதறி ஞாபகம் தடுத்து நிறுத்தியதும் கைகள் தன் இடத்தை மாற்றின. இரு கைகளும் தலையில் ஓங்கி ஓங்கி அடித்தன. மண்டையோடு

வலுவானது என்பதால் கன்னத்தில் அறைந்துகொள்ளும் நேரத்தை விடவும் கூடுதலான நேரம் அடித்துக்கொண்ட போதும் அவ்வளவாக வலி தெரியவில்லை. பிறகு மண்டையில் லேசான எரிச்சல் மட்டும் இருந்தது. தலை கனத்தது போல ஓர் உணர்வு. ஆனால் மனக்கனம் முழுவதுமாக இறங்கிவிட்டது.

அதன் பின் கைகள் ஒருபோதும் கன்னத்திற்குச் செல்வ தில்லை. தலையில்தான் ஓங்கி ஓங்கி அடித்துக்கொள்வார். கூடவே கொஞ்ச நேரம் அழுவார். எல்லாம் கரைந்து மனம் லேசாகும். அவர் முதுகில் கண்ணைப் பதித்திருக்கும் மனைவி 'கக்கூசுக்குள்ள போயி இவ்வளவு நேரம் என்ன பண்றீங்க?' என்று கத்துவார். அவருக்கு வேறு ஏதோ சந்தேகம். எப்படியோ இருந்து விட்டுப் போகட்டும். நல்ல மதிப்பெண் வாங்கிப் பணம் கடன் வாங்காமல் அரசு ஒதுக்கீட்டில் மேகாஸ் விரும்பும் கல்லூரியில் சேர்ந்துவிட்டால் போதும். அப்புறம், அவனாயிற்று, அவன் வாழ்க்கை ஆயிற்று. என் கடமை முடிந்தது, நீ பார்த்துக்கொள் என்று விட்டுவிடலாம்.

பெருமூச்சோடு எழுந்து நின்று கிழக்கே பார்த்தார். பொழுது மத்தியானம் போலக் காய்ந்தது. விடிய விடிய விழித்துக் கொண்டிருந்துவிட்டு விடிகாலையில் தூங்கி உள்ளதால் எல்லாம் கோட்டை விட்ட கதை போல ஆகிவிடுமோ? யாரும் இன்னும் எழவில்லை. உள்ளிருந்து எந்தச் சத்தமும் கேட்கவில்லை. திடுமென உணர்வு பெற்று எழுந்து வேகமாகப் படியிறங்கினார். என்றைக்கும் இல்லாத மாதிரி மூச்சிரைத்தது. கீழே இறங்கியதும் இரும்புக் கதவுக்கு வெளியே கோலம் அழகாகப் பூத்திருந்தது. செம்பருத்திப் பூவிதழ்கள் கோலத்தின் நடுவே விழுந்திருந்தன. மங்காசுரிக்கா இத்தனை ரசனை? வியப்போடு அதைப் பார்த்தார்.

மனைவி எழுந்திருக்கிறார். அப்படியானால் மகனையும் எழுப்பி இருப்பார். ஊதுவத்தி மணம் வருகிறது. குளித்து முடித்துச் சாமிக்கும் பூஜை போட்டிருப்பார். இந்த ஒரு மாதமாகவே தினமும் பூஜைதான். இன்றைக்குக் கொஞ்சம் அதிகம் போல. திறந்திருந்த கதவைத் தள்ளிக்கொண்டு உள்ளே போனார். கணினிக்கு முன்னால் மகன் உட்கார்ந்திருந்தான். இருவரும் குளித்துப் பொலிவோடு தெரிந்தார்கள். மணியைப் பார்த்தார். எட்டு. எட்டுத்தான். என்றாலும் அவர் ஒருநாளும் இவ்வளவு நேரம் தூங்கியதில்லை. அவர்களைப் பார்க்கவும் பேசவும் கூசியது. நேராகக் குளியலறைக்குள் போய்விடலாம் என்று நகர்ந்தார்.

அதற்குள் மகன் பார்த்துவிட்டு 'எங்கப்பா போயிருந்த?' என்று கேட்டான். அவன் குரலில் கேலி இருந்தது. அவர் முகத்தை யும் தோற்றத்தையும் கண்டு 'தூங்குனியா?' என்று மேலும்

கேட்டான். அவருக்கு எதுவும் சொல்லச் சங்கடமாக இருந்தது. 'ம்' என்றார். மகன் சிரித்தான். கணினித் திரையையே பார்த்தபடி அவன் பேசினான். அது கொஞ்சம் ஆசுவாசமாயிருந்தது. 'தூக்கம் வராத ராத்திரியெல்லாம் அலஞ்சாரு. அப்படியே எங்காச்சும் நடை உடப் போயிருப்பாருன்னு அம்மா சொல்லுச்சு. நீ பாத்தாத் தூங்கி எந்திரிச்சு வர்ற' என்றான் அதே சிரிப்போடு. எப்படியோ நாலு வார்த்தை பேசினான் மகன். வேகமாக உள்ளே போய் மங்காசுரியிடம் 'எழுப்பி உட்ருக்கலாமில்ல' என்றார் சத்தமாக.

அடுப்பில் வெந்துகொண்டிருந்த இட்லியைக் குத்திப் பார்த்தபடி இருந்த மனைவி ஆவி படிந்த முகத்தோடு 'ஆமா நீங்க இவ்ளோ நேரம் வெய்யிலடிக்கறதுகூடத் தெரியாத தூங்குவீங்கன்னா கண்டன். விடிய விடியத் தூங்காத இருந்து விடிகாலையில அப்படியே மைதானத்து நடைக்குப் போயிருப்பீங்க, வப்பு வப்புன்னு வடையத் தின்னுட்டு வருவீங்கன்னு நெனச்சன். பையனுக்கு ரிசல்ட் வர்ற நாள்ல இப்பிடித்தான் பொறுப்பில்லாத தூங்கிட்டு வர்றதா. அவன் பாருங்க, எப்பிடி எந்திரிச்சுத் தயாராயி உக்காந்திருக்கறான். பொறுப்பு பொறுப்புன்னு பேசி என்னத்துக்காவுது. காரியத்துல காட்டோணும். எனக்குக் காலங்காத்தால வேலயா இல்ல. கூட்டிப் பெருக்கித் தொளிச்சுக் கோலம் போட்டு அடுப்பு வேலய முடிச்சு ஏரக்கட்டி வெச்சிட்டு வந்தாத்தான் உங்களோட உக்கார முடியும். இல்லீனா வவுறு கத்துது கத்துதுன்னு பறப்பீங்க. அப்ப நான் என்னத்தக் குடுக்கறது? இதுல உங்களத் தேடி வந்து எழுப்பிக்கிட்டு உக்காந்திருக்கறதுதான் எனக்கு வேலயா.'

இப்படி அவமானமானதே என்னும் வெட்கத்தோடு குளியலறைக்குள் நுழைந்தார். மனைவியின் சொற்கள் கதவைத் தாண்டி உள்ளே வந்துகொண்டே இருந்தன. குழாயை முழுக்கத் திறந்தார். தண்ணீர்ச் சத்தம் மட்டும்தான் இப்போது கேட்டது. மூவரும் தயாராகிக் கணினிக்கு முன்னால் உட்கார்ந்தார்கள்.

மேகாஸின் மதிப்பெண்ணை அறிவதற்குள் பட்ட பாடு சாதாரணமல்ல. எத்தனை மணிக்கு எழுந்தால் என்ன, காலை பத்து மணிக்குத்தான் தேர்வு முடிவுகள் வெளியாகும் வலைத்தளம் திறக்கும். திறந்ததும் ஏராளமான தனியார் நிறுவனக் கணினிகள் வெகுஜோராக வேலை செய்து வலைத்தளம் திறந்து மதிப்பெண்கள் தெரிந்தன. வீட்டில் மேகாஸ் எத்தனையோ முயற்சி செய்தும் இணைய இணைப்பு வந்து வந்து போயிற்று. சில நிமிடங்கள் முழுமையாகத் துண்டிக்கப்பட்டது. இணைப்புக் கிடைத்தாலும் வேகமே இல்லை. லட்சக்கணக்கான பேர் ஒரே நேரத்தில் ஒரு தளத்தை முற்றுகையிட்டுப் போர் தொடுத்தார்கள்.

எல்லோருக்கும் ஒரே ஒரு செய்தி தெரிய வேண்டும். தங்களுடைய பிள்ளைகள் மருத்துவர் ஆவார்களா இல்லையா என்பதுதான் அது. குமராசுரருக்கு அந்தக் கவலை இல்லை. எப்படியோ அரசாங்க ஒதுக்கீட்டில் பொறியியல் இடம் கிடைத்துவிடும் அளவு மதிப்பெண் வந்துவிட்டால் போதும். என்ன செய்தும் வலைத்தளத்தில் மதிப்பெண்ணைப் பார்க்க முடியவில்லை. கால்மணி நேரம் தவித்துப் போனார்கள்.

மேகாஸ் பொறுமையற்றுக் கணினி மேசையை ஓங்கிக் குத்தினான். மேசைக் கணினியைத் தூக்கிப் போட்டு உடைத்து விடுவானோ என்று பயமாக இருந்தது. மங்காசுரி ஓடிப் போய்த் தண்ணீர் கொண்டு வந்து அவனுக்குக் கொடுத்தார். குடித்தும் ஆவேசம் அடங்காமல் மூச்சிரைத்தும் கண்கள் சிவந்து கண்ணீர் கொட்டியும் உடல் விறைத்தும் பற்களைக் கடித்தும் ஆளே மாறிப் போனான். ‘பொறுமையாப் பாத்துக்கலாம், இருப்பா... இருப்பா...’ என்று குமராசுரர் ஆசுவாசப்படுத்தினார். ‘நாமதான் டாக்டருக்குப் படிக்கப் போறதில்லைல்ல... அப்பறம் என்ன... மெதுவாப் பாத்துக்கலாம்’ என்றார் மங்காசுரி. கொஞ்சம் தேறி மேகாஸ் அவனுடைய நண்பர்கள் சிலருக்குச் செல்பேசியில் அழைப்பு விடுத்தான். அவர்களும் பார்க்க முடியாமல் தவிப்பதாகவே சொன்னார்கள். அப்படியானால் யார்தான் பார்க்கிறார்கள்? தொலைக்காட்சி அலைவரிசைகள் இத்தனை பேர் டாக்டர் ஆகப் போகிறார்கள், அவர்கள் எல்லோருமே கிராமத்துக்குப் போய் மக்களுக்குச் சேவை செய்வதுதான் தம் நோக்கம் என்று சொல்கிறார்கள் எனச் செய்திகளை விடாமல் ஒளிபரப்பிக் கொண்டிருந்தன.

அசுராபுரி முழுக்கவும் சேர்த்து முதல், இரண்டாம், மூன்றாம் மதிப்பெண் பெற்றவர்கள் விவரம் செய்திகளில் ஓடிற்று. சில நிமிடங்களில் வட்டாரம், சிறுநகரம், ஊர் என ஒவ்வொரு பிரிவிலும் முதல், இரண்டாம், மூன்றாம் மதிப்பெண் விவரங்கள் வெளியாயின. அடுத்த சில நிமிடங்களில் ஒவ்வொரு குலப் பிரிவினரும் தங்கள் குலத்தில் இத்தனை பேர் தேர்ச்சி பெற்றிருக்கிறார்கள், அதில் முதல், இரண்டு, மூன்று என வரிசைப் பெயர்களை அறிவித்தார்கள். மருத்துவர் ஆகப் போகிறவர்களுக்கு வாழ்த்துக்கள், பாராட்டுக்கள் குவிந்தபடியே இருந்தன. பிள்ளைகளுக்குப் பெற்றோர் இனிப்பு ஊட்டும் காட்சிகளும் புகைப்படங்களும் தொடர்ந்தன. தன் மகனுக்கும் இனிப்பு ஊட்டும் காட்சி தொலைக்காட்சியில் வந்திருந்தால் எப்படியிருக்கும் என யோசித்துக் குமராசுரரும் மங்காசுரியும் ஆழப் பெருமூச்சு விட்டார்கள்.

அடுத்த நிமிடம் தொலைக்காட்சியில் செய்திகள் மாறின. மதிப்பெண் குறைந்து போனதால் விஷம் குடித்துத் தற்கொலை செய்துகொண்ட மாணவர் ஒருவரைப் பற்றிய செய்தித் தொகுப்பு. இன்னொரு தொலைக்காட்சியில் எதிர்பார்த்த மதிப்பெண் வராததால் மாணவியின் தந்தை மாரடைப்பால் காலமான செய்தித் தொகுப்பு. வல்லுநர்கள் கருத்துக் கூறும் நேரலைகள். அதில் ஒருவர் சொன்னது குமராசுரருக்கு மிகவும் பிடித்திருந்தது.

‘இன்னும் ஏராளமான மருத்துவக் கல்லூரிகள் திறக்கப்படணும். ஏழு வருசமாக இருக்கும் மருத்துவப் படிப்பின் காலத்தைச் சரிபாதியாகக் குறைத்து மூன்றரை ஆண்டுகள் ஆக்கனும். யார் யார் எல்லாம் மருத்துவராகனும்னு விரும்பறாங்களோ அவங்கெல்லாம் படிக்க இடம் கொடுக்கணும். டாக்டர்கள் பெருகட்டும். வீதிக்கு ஒரு டாக்டர் மட்டுமல்ல, வீட்டுக்கு ஒரு டாக்டர் என்பதுதான் நம் கோரிக்கை. ஒவ்வொருவரும் அவரவரர் உடலுக்கு அவரவரே மருத்துவம் பார்த்துக்கொள்ளும் நிலைமை ஏற்பட வேண்டும். அதை நோக்கி நாம் நகர வேண்டும். அப்போதுதான் தற்கொலைகளையும் அதிர்ச்சிச் சாவுகளையும் தவிர்க்க முடியும்.’

‘என்ன இது, சாவு கீவுன்னு ஒரே அழுவாச்சா இருக்குது. மாத்துங்க இல்லைனா நிறுத்தீருங்க’ என்று மங்காசுரி சொன்னார். இருவரும் தொலைக்காட்சியைப் பார்க்க ஆரம்பித்துவிட்ட போதும் மேகாஸ் தன் மதிப்பெண்ணைப் பார்த்துவிடும் முயற்சியில் சற்றும் பின் தளராது தொடர்ந்து முயன்றுகொண்டிருந்தான். அப்போது செல்பேசிச் செய்தி மணி ஒலித்தது. செல்பேசியில் அவனுக்கு ஒவ்வொரு பாடத்திற்குமான மதிப்பெண்ணோடு குறுஞ்செய்தி வந்து சேர்ந்திருந்தது. அப்போது வெகுவான சந்தோசத்துடன் ‘செல்போனு வாங்கிக் குடுத்த பிரயோஜனம் இப்பத் தெரியுதா?’ என்று சிரித்தார் மங்காசுரி. குமராசுரருக்கு அதிலெல்லாம் கவனம் இல்லை. மகன் அவரை ஏமாற்றவில்லை. அவன் விரும்பிய கல்லூரி கிடைக்கத்தக்க வகையில் மதிப்பெண் பெற்றிருந்தான். மகனுக்காக எங்கும் யாரிடமும் போய் நிற்க வேண்டியதில்லை என்னும் நிம்மதி அவருக்கு வந்திருந்தது.

18

அதற்குப் பிறகு பொறியியல் படிப்புக் கலந்தாய்வுக்காகத் தலைநகரத்திற்குப் போக வேண்டியிருந்தது. புகைவண்டி, பேருந்து என எல்லாவற்றிலும் முன்பதிவு முடிந்துவிட்டது. மக்கள் எல்லோரும் இரவு பகல் எப்போதும் விழிப்புடன் இருக்கிறார்கள், நாம்தான் எத்தனை முயன்றும் பின்தங்கிப் போய்விடுகிறோம் என்று குமராசுரர் தன்னை நொந்துகொண்டார். வெகுதூரம் போய்ச் சேர்வது எப்படி எனக் குழம்பினார். அவர் தம் வாழ்நாளில் தலைநகரத்திற்கு ஒரே ஒருமுறை மட்டுமே போய் வந்திருக்கிறார். அவருக்கு எங்குமே பயணம் போய்வர விருப்பம் இருந்ததில்லை. தன் மாவட்டத்திலேயே அவருக்குப் பணியிடம் கிடைத்ததும் அதற்கு முக்கியமான காரணம்.

அவருடைய சங்கத்தினர் ஊதிய உயர்வு வேண்டிப் பெரும் போராட்டம் ஒன்று நடத்தத் திட்டமிட்டு அதைத் தலைநகரத்தில் வைத்திருந்தார்கள். அதில் பெருங்கூட்டத்தைத் திரட்டி வலிமை காட்டச் சங்கம் முயன்றது. அதற்காக எல்லா ஊர்களில் இருந்தும் பேருந்து பிடித்து அரசாங்க ஊழியர்கள் எல்லோரும் வர வேண்டும் என்றார்கள். எந்தப் போராட்டத்திலும் கலந்துகொள்ளாதவர் குமராசுரர். எல்லோரும் போராடும் நாளில் அவர் பொருத்தமான விடுப்பு எடுத்துக்கொள்வார். தலைநகரப் போராட்டத்திற்கு வராதவர்களைக் ‘கருங்காலிகள்’ என்று முத்திரை குத்தி ஒதுக்கப் போவதாகப் போராட்டத்திற்குத் தயார்படுத்தும் கூட்டங்களில் பேசினார்கள்.

சக ஊழியர்கள் அனைவரும் இதற்கு மட்டும் வராவிட்டால் உங்களோடு பேச மாட்டோம் என்றெல்லாம் பயமுறுத்தினார்கள். மேலும் போக்குவரத்துச் செலவு உட்பட எல்லாமே சங்கச் செலவுதான் என்றார்கள். ஆகவே அந்தப் போராட்டத்திற்குப் போவதற்கு ஒத்துக்கொண்டார்.

ஊரிலிருந்து பேருந்து ஒன்றைப் பேசிப் போனார்கள். போராட்டத் திற்குப் போய்வந்த பயணம் போல அது தோன்றவில்லை. சுற்றுலா சென்று வந்த மாதிரியே குமராசுரர் உணர்ந்தார். சக நண்பர்கள் தேவபானம் அருந்திக்கொண்டும் பேருந்துக்குள் பழைய திரைப்படப் பாடல்களை ஒலிக்கவிட்டுக் கத்திக் கொண்டும் குதித்துக் கொண்டும் வந்தார்கள். இடையில் பெரிய உணவகம் ஒன்றில் நிறுத்திச் சாப்பிட்டார்கள். அதுவரைக்கும் உண்டு பார்க்காத ருசியில் பல பதார்த்தங்களைக் குமராசுரர் சாப்பிட்டார்.

ருசியின் பரவசத்தில் 'இதென்ன சுர போஜனம் மாதிரி இருக்குது' என்று அவர் சொன்னதும் எல்லோரும் சிரித்தார்கள். 'சுர போஜனம் சுரத்தில்லாதது அப்படீன்னு பழமொழி கேட்டதில்லையா? அதில மாமிசத்துக்கு இடமில்ல பாத்துக்க. அசுர போஜனந்தான் ஒசத்தி' என்றார் நண்பர் ஒருவர். 'ஆமாமா... மாமிசம் இல்லாத ஒரு போஜனமா? சுர போஜனம் உப்புச் சப்பில் லாதது. அசுர போஜனந்தான் ஒசத்தி. அசுர போஜனத்துலயும் எருமக்கறிதான் அரும' என்று பலரும் ஆமோதித்தார்கள். 'அட நல்லா இருக்குதுங்கறத அப்படிச் சொன்னன். நெசத்துல அசுர போஜனந்தான் ஒசத்தி' என்று குமராசுரரும் ஒத்துக்கொண்டார். எருமைக்கறி வறுவல், சில்லி, குடல், மூளை என ஒவ்வொருவரும் இஷ்டத்திற்குச் சாப்பிட்டார்கள். குமராசுரர் வயிறும் மனமும் குளிர்ந்தார்.

பேருந்தில் அருகே அமர்ந்திருந்த ஒருவரிடம் உற்சாக மிகுதியில் 'என்னப்பா இன்பச் சுற்றுலாவுக்கு வந்த மாதிரி இருக்குது. இன்னொரு போராட்டத்துக்கு வரதா இருந்தா எனக்கும் ஒரு எடம் போட்டுருங்க' என்றார். இது எல்லோரிடமும் பரவி 'குமராசுரரே இனிமே போராட்டத்துக்கு வர்ரமுன்னு சொல்லீட்டாரு. இனிமே அடிக்கடி போராட்டம் போட்ரலாம்' என்று சந்தோசமாக மாறியது. அது மிகப் பெரிய போராட்டம்தான். தலைநகரத்தின் நுழைவுச் சாலையிலேயே பேருந்தை நிறுத்திப் போராட்டத்திற்கு வந்தவர்களைக் காவல்துறை கைது செய்தது. காவல், கைது என்றதும் குமராசுரருக்குக் கொஞ்சம் பயமாக இருந்தது. ஆனால் குழுவாகக் கொண்டு போய்த் திருமண மண்டபம் ஒன்றில் அடைத்தார்கள். அங்கும் அன்றைய பொழுது இன்பமாகத்தான் கழிந்தது.

என்ன, சங்கத் தலைவர்கள் எந்நேரமும் உரையாற்றியபடியே இருந்தார்கள். பேச ஆரம்பிக்கும் ஒவ்வொருவரும் சங்க வரலாற்றை விவரித்தார்கள். சங்கம் இதுவரை நடத்திய போராட்டங்களைப் பட்டியலிட்டார்கள். இந்தப் போராட்டத்தைக் கண்டு அரசாங்கம் எப்படிப் பயந்து போயிருக்கிறது என்று விவரித்தார்கள். 'போராடுவோம், வெற்றி பெறுவோம்' என ஓங்கிய முழக்கம்

அவ்வப்போது ஒலித்து அடங்கியது. ஒரு தலைவர் முன்னால் வந்து பேசும் போது அவர் பெயரைச் சொல்லி நான்கைந்து பேர் ‘தலைவர் வாழ்க’ என்று முழங்கினார்கள். எல்லாம் அவருக்குப் பெரும் வேடிக்கையாக இருந்தன. பட்டியில் அடைத்த ஆடுகளைக் காலையில் வெளியே விடுவது போல மண்டபத்தில் இருந்து மாலையில் விட்டார்கள்.

இவ்வளவுதானா போராட்டம் என்று குமராசுரருக்குத் தோன்றியது. திரும்பும் போது சக ஊழியரிடம் தம் மகிழ்ச்சியைப் பகிர்ந்துகொண்டார். அவர் சொன்னார், ‘எல்லாப் போராட்டமும் இப்பிடித்தான் இருக்கும்னு நெனச்சிராத. சில போராட்டத்துல அடி ஒத வாங்கோணும். ஜெயிலுக்குள்ள வெச்சிட்டா இரவது நாளூ களிதான் திங்கோணும். துப்பாக்கிச் சூடு நடத்துன போராட்டங்கூட இருக்குது. நாம இன்னைக்கு வாங்கற சம்பளத்துக்குப் பின்னால எத்தனையோ பேரோட ரத்தம் இருக்குது தெரீமா?’ குமராசுரர் மௌனமானார். பின் எந்தப் போராட்டத்திலும் கலந்து கொள்ளவில்லை.

அதற்குப் பிறகு இப்போதுதான் தலைநகரை நோக்கிப் பயணம். ரயில், அரசுப் பேருந்துகள் என எதிலும் பயணச்சீட்டு இல்லை என்றதும் குமராசுரர் சோர்ந்து போய்விட்டார். ஒருநாள் அல்லது இரண்டு நாள் முன்னாலேயே போய்விடலாமா என யோசித்தார். என்ன, இரண்டு நாள் தங்கும் செலவு, உணவுச் செலவு எனப் போகும். போகட்டும். அதையும் கல்லூரிச் சேர்க்கைச் செலவோடு சேர்த்துவிடலாம். கடலில் பெருங்காயம் கரைந்தால் கணக்கேது? ஆனால் மேகாஸ் பதற்றப்படாமல் இணையத்தின் மூலமாகப் படுக்கை வசதியுள்ள தனியார் பேருந்தில் பதிவு செய்தான். பயணம் செய்ய வேண்டிய நாளிலும் அவருக்குப் பதற்றமாக இருந்தது.

பேருந்து நேரம் இரவு பத்து மணி. ஒன்பது மணிக்கெல்லாம் போய்விட வேண்டும் என்றார். மேகாஸ் பதற்றமாகாமல் செல்பேசியில் போட்டுப் பார்த்து ‘பஸ் இப்ப நூறு மைலுக்கு அந்தப் பக்கம் இருக்குது. வந்து சேந்து புறப்படப் பத்தரை ஆவும். பத்து மணிக்கு அங்க இருந்தாப் போதும்’ என்று சொல்லிச் செல்பேசியைக் காட்டினான். அதில் பேருந்து வந்து கொண்டிருக்கும் இடம் தெரிந்தது. அதைக் கவனித்துப் பார்க்க அவர் விரும்பவில்லை. பார்த்துச் சரியாகத் தெரிந்துகொள்ள முடியாவிட்டால் சிரிப்பான் என்று நினைத்தார். ‘எங்கடா?’ என்று கேட்டு மங்காசுரி பார்த்து ‘ஆமா, இதா பஸ் வர்றதே தெரியுதே. இப்பவே போயி என்ன பண்றீங்க? அஞ்சு நிமிசத்தில நடந்து போயர்லாம். இங்கருந்து பத்து மணிக்குப் பொறப்படுங்க போதும்’ என்றார்.

'பஸ் வர்றதுக்குப் பத்து நிமிசத்துக்கு முன்னாடி கூப்பிட்டு வாங்கன்னும் சொல்வாங்க. இது கவர்மெண்ட் பஸ் இல்ல. தனியார் பஸ். பேசஞ்சர்தான் முக்கியமுன்னு நெனப்பாங்க' என்றான். அரசாங்கத்தைக் குறைத்துச் சொல்வதைக் கேட்டுக் கொண்டு அரசாங்க ஊழியரான அவரால் சும்மா இருக்க முடியவில்லை. 'ஆமாமா . . . அரசாங்கத்துக்கு மக்கள். தனியாருக்கு பேசஞ்சர்' என்றார். அவர் சொன்னதன் அர்த்தம் மேகாஸுக்குப் புரியவில்லை. அவனுக்குப் புரியாதபடி ஒன்றைத் தான் சொல்லி விட்டோம் என்று மகிழ்ந்தார் குமராசுரர்.

ஐந்து நிமிடத்திற்கு ஒருமுறை செல்பேசியைப் பார்த்துப் பார்த்து 'வண்டி இந்த இடத்தில் வந்துகொண்டிருக்கிறது' என்று தகவல் சொன்னான் மேகாஸ். பேருந்து சாலையில் ஓடுகிறது, அது எந்த இடத்தில் வருகிறது, எந்த இடத்தைக் கடக்கிறது, எந்த இடத்திற்கு எப்போது வரும் என்பதை எல்லாம் இந்தச் செல்பேசியில் பார்த்து எப்படிச் சொல்ல முடியும் என்று அவருக்குச் சந்தேகமாக இருந்தது. அதை எப்படி அவனிடம் கேட்பது? கேட்டால் விளக்க ஆரம்பிப்பான். அவன் சொல்லும் வேகத்திற்குத் தகுந்த மாதிரி புரிந்துகொள்வது சிரமம். ஏதாவது இடையிடையே கேட்டால் எரிச்சல் கொண்டு கோபத்தோடு பேசுவான். அதனால் எதுவும் கேட்கவில்லை. அவன் சொன்ன மாதிரியே பேருந்துக்குச் சென்றார்கள். சரியாகவே இருந்தது.

அது படுக்கை வசதிப் பேருந்து. இதுவரைக்கும் அப்படியான பேருந்தில் அவர் பயணம் செய்தது இல்லை. குளிர்சாதன வசதி. நல்ல படுக்கை. தலையணையும் மெத்தையும் தூவெள்ளையில் இருந்தன. திரைச்சீலை போடப்பட்ட குட்டி அறை. திரையை எடுத்து விட்டுக்கொண்டால் பிறருக்குத் தெரியவும் செய்யாது. விளக்கு வெளிச்சம், பிறர் நடக்கும்போது ஏற்படும் தொந்தரவு எதுவும் இல்லை. அடேங்கப்பா, என்ன மாதிரியான வசதிகள் எல்லாம் வந்துவிட்டன என்று வியந்தார். நகரப் பேருந்துகளில்தான் அவர் போவது வழக்கம். அதையும் இதையும் ஒப்பிட்டுப் பார்த்துக்கொண்டார். கீழ்ப்பகுதிப் படுக்கை அவர்களுக்குக் கிடைத்திருந்தது. அதில் ஜன்னலோரம் மகனைப் படுக்கச் சொல்லலாமா, உள்பக்கம் படுக்கச் சொல்லலாமா என யோசித்தார்.

உள்பக்கம் என்றால் தூக்கத்தில் புரண்டு அவன் கீழே விழுந்துவிடக்கூடும். ஜன்னலோரம் என்றால் இன்னும் கஷ்டம். பெருஞ்சாலைகளில் ஏராளமான விபத்துகள் அன்றாடம் நடக்கின்றன. விபத்தில் பெரும்பாலும் பாதிக்கப்படுபவர்கள் ஜன்னலோர இருக்கையில் இருப்பவர்கள்தான். உள்பக்கம் என்றால் ஓரளவு அடியோடு பிழைத்துக் கொள்ளலாம். மேகாஸ்

வம்சத்துக்கு ஒரே ஒரு வாரிசு. அவன் மூலமாகவே அடுத்த வம்சம் உருவாக வேண்டும். எல்லாவற்றையும் பார்த்துவிட்ட தனக்கு இனிமேல் என்ன என்று தோன்றியது. அவன் இளங்கொழுந்து. இன்னும் பெண் வாசம் அறியாத பாலுடம்பு. இன்னும் இந்த உலகத்தில் அவன் அறிந்துகொள்ள வேண்டியதும் அனுபவிக்க வேண்டியதும் நிறைய நிறைய. ஆகவே அவனை ஜன்னலோரம் விடக் கூடாது என்று ஒருவழியாக முடிவு செய்தார். ஜன்னலோரம் அவர் படுத்துக்கொண்டார். உள்பக்கமாக மகனைப் படுக்கச் சொன்னார். அவனுக்கு ஜன்னலோரம் படுக்கவே ஆசை. ஜன்னல் திரையை அவ்வப்போது விலக்கி வெளியுலகைப் பார்த்து வரலாம். அவர் முகம் அதற்கொன்றும் இசையவில்லை.

படுத்ததும் உறக்கம் வரவில்லை. அது அவருக்கு வழக்கம். இன்னொரு தொந்தரவும் இருந்தது. செல்பேசியைத் திறந்து ஏதோ பார்த்துக்கொண்டும் அவ்வப்போது சிரித்துக்கொண்டும் இருந்தான் மேகாஸ். யாருக்காவது செய்தி அனுப்பி உரையாடல் நடக்கும். அப்படி என்னதான் பேசுவார்கள்? 'தூக்கம் வல்லியாப்பா?' என்றார். 'நீ தூங்குப்பா' என்றான். அதற்குப் பிறகும் அவருக்குத் தூக்கம் வரவில்லை. அவனையே பார்த்துக் கொண்டிருந்தார்.

ஏதோ படத்தைப் போட்டுப் பார்க்கிறான் போலும். இத்தினியூண்டு திரையில் எவ்வளவு நேரம் படம் பார்க்க முடியும்? ஆனால் மூன்று நான்கு மணி நேரம்கூடச் சோர்ந்து போகாமல் பார்த்துக்கொண்டே இருப்பான். நாளைக்குக் கலந்தாய்வில் விரும்பும் கல்லூரி கிடைக்குமோ என்னவோ. அதைப் பற்றிய கவலை எதுவும் இல்லை. சின்ன யோசனைகூட இல்லை. படம் பார்த்துக்கொண்டு வருகிறான். எதைப் பற்றியும் கவலை இல்லை என்றால் எப்படி வாழ்வது? ஒவ்வொன்றைப் பற்றியும் கவலைப்பட்டால் அல்லவா பொறுப்புணர்வு வரும். அவன் படத்தையே பார்த்துச் சிரிப்பது எரிச்சலாக இருந்தது. 'ஏப்பா நாளைக்கு அந்தக் காலேஜ்ல எடம் கெடைக்குமோ கெடைக்காதோ. அதப் பத்திக் கொஞ்சங் கூட ஓசன வர்லியாப்பா. அதயே நெனச்சு நெனச்சு எனக்குத் தூக்கமே வர மாட்டீங்குது' என்றார் மகனைப் பார்த்து.

அவன் 'இருப்பா, பாத்துச் சொல்றன்' என்றவன் செல்பேசியில் படத்தை நிறுத்திவிட்டு எதையோ நோண்டினான். பிறகு சொன்னான், 'அப்பா... அந்தக் காலேஜ்ல கம்ப்யூட்டர் சயின்ஸ் சப்ஜெக்ட்ல இன்னம் ஒரு எடங்கூட யாரும் எடுக்கல. எல்லாம் அப்படியே காலியாத்தான் இருக்குது. நாமதான் அனேகமா நாளைக்கு மொதல்ல எடுப்போம். அதனால கவலப்படாதப்பா. சுலபமாக் கெடச்சிரும்.' 'எப்பிடிச் சொல்ற?' என்று கேட்டார்.

கலந்தாய்வுக்கான இணையதளம் பற்றிச் சொல்லி அதில் தினந்தோறும் நிறைந்துவிடும் இடங்கள், காலியாக இருக்கும் இடங்கள் பற்றிய செய்திகள் அவ்வப்போதே பதிவேற்றி விடுவார்கள், எப்போது வேண்டுமானாலும் பார்த்துத் தெரிந்து கொள்ளலாம் என்று விவரம் சொன்னான். இந்த அளவுக்கு விவரம் தெரிந்துகொள்ள முடியும் என்பது அவருக்கு ஆச்சர்யம் கொடுத்தாலும் அதைவிடத் தன் மகன் இவற்றை எல்லாம் தெரிந்து வைத்திருக்கிறான் என்பது பேராச்சர்யமாக இருந்தது. எங்கிருந்து தெரிந்திருப்பான்?

இன்றைய பிள்ளைகளுக்கு மரியாதை தெரியவில்லை, மதிப்பு கிடையாது, பேசத் தெரியவில்லை, நடத்தையில் ஒழுங்கில்லை... இன்னும் என்னென்னவோ இல்லைகள். ஆனால் நவீனக் கருவி களைப் பற்றி எல்லாம் தெரிந்திருக்கிறது. தொலைக்காட்சி, கணினி, செல்பேசி ஆகியவற்றைப் பற்றி எல்லாம் தெரிந்திருக்கிறது. வீட்டில் தொலைக்காட்சிக்குக் கேபிள் இணைப்புத்தான் இருந்தது. அது அவ்வப்போது துண்டிக்கப்பட்டுச் சர்ரென்று சத்தம் மட்டும் வரும். நாம் வேண்டுகின்ற அலைவரிசை வராது. மிகப் பழைய திரைப்படங்களையும் அப்படப் பாடல்களையும் தொடர்ந்து ஒளிபரப்பும் அலைவரிசை ஒன்றை நடைப்பயிற்சி மாவடைக் கடையில் அதிகாலையிலேயே பார்த்திருக்கிறார். அந்த அலைவரிசை நாள் முழுக்க வருவதாகவும் அன்றாடம் இரவிலும் விடுமுறை நாட்களில் பகலிலும் திரைப்படங்கள் போடுவதாகவும் கடைக்காரர் சொன்னார். ஆனால் வீட்டுத் தொலைக்காட்சியில் அதைக் கண்டுபிடிக்க முடியவில்லை.

ரிமோட்டை வைத்துக்கொண்டு ஒன்றிலிருந்து நூறு வரைக்குமான எல்லா அலைவரிசைகளையும் போட்டுப் பார்த்து விட்டார். அதைப் பற்றிப் புலம்பிக் கொண்டிருந்த போது மகன் வந்தான். அது கேபிள் இணைப்பில் வராது என்பதை அவன்தான் சொன்னான். அதற்குக் குடை வாங்கிக் விரித்துவிட்டால் நமக்குத் தேவையான அலைவரிசைகள் எல்லாவற்றையும் பெறலாம் என்றான். குடைக்கு ஆகும் செலவையும் மாதாமாதம் அதற்குச் செலுத்த வேண்டிய தொகையைப் பற்றியும் அதை எப்படிச் செலுத்துவது என்பதைப் பற்றியும் சொன்னான். அப்பா அதற்கு ஒத்துக்கொள்வாரா என்பது அவனுக்குச் சந்தேகமாக இருந்தது. அதனால் குடை வாங்கலாம் என்று அவன் வற்புறுத்தவில்லை.

அப்போது பள்ளிப் பையன். தொலைக்காட்சி பார்க்கக் கூடாது என்று அவனுக்குத் தொடர் அறிவுறுத்தல். பள்ளி முடிந்து இரவு எட்டு மணிக்குத்தான் வருவான். வந்ததும் சாப்பிடுவான். சாப்பாட்டைத் தட்டில் போட்டுக்கொண்டு தொலைக்காட்சி முன்னால் உட்கார்வான். சாப்பிட்டு முடிக்கும்

வரை தொலைக்காட்சி பார்க்கலாம் என அனுமதி. அதனால் அவன் தட்டுச் சோறு தீரவே தீராது. அவனுக்குத் தோசை மிகவும் பிடிக்கும். மூன்று வேளையும் தோசை என்றாலும் தின்பான். காலையில் தோசை. கடும்பகலுக்கும் தோசை கொண்டு போவான். ஆகவே இரவு ஒருவேளை சோறு குழம்பு ரசம் தயிர் என முழுச் சாப்பாடு. அப்படிச் சாப்பிட்டால் நன்றாகத் தூக்கம் வரும் என்பது மங்காசுரியின் ஏற்பாடு. சோற்றை ஒவ்வொரு பருக்கையாக எடுத்து எண்ணிக் கொரிப்பான்.

இப்படிச் சாப்பிட்டால் மொத்தமாக எத்தனை பருக்கை என்பதை எண்ணுவது பெரிதல்ல. தொலைக்காட்சியில் மாமிச மலைகள் போன்ற அசுரர்கள் மோதிக்கொள்ளும் சண்டைக் காட்சிகள் வரும் அலைவரிசையையே அவன் விரும்பிப் பார்ப்பான். அதில் சண்டைக்காரர்கள் எத்தனை பேர் என்பதையும் ஒவ்வொருவர் பற்றிய விவரத்தையும் தெளிவாகத் தெரிந்து வைத்திருப்பான். சோறு சாப்பிடுவதால் பிடிக்காமல் கொரிக்கிறான் என்றுதான் அப்பாவும் அம்மாவும் நினைத்திருந்தார்கள். அதனால் தொலைக்காட்சியில் விருப்பம் இல்லாதவனைப் போலக் காட்டிக்கொள்வான். அவன் இந்தக் குடை பற்றிய விவரத்தை எல்லாம் எங்கே தெரிந்துகொண்டான் என்று அப்போதே அவருக்கு ஆச்சரியமாக இருந்தது.

'இதெல்லாம் உனக்கு எப்படிடா தெரியும்?' என்று கேட்டார். 'இதென்னப்பா பெரிய விஷயம்? பள்ளிக்கூடத்துல பசங்க எல்லாம் பேசிக்கறது தானப்பா' என்றான். 'படிப்பத் தவிர எல்லாத்தையும் பேசிக்குவீங்களா?' என்று கேட்டார். 'எந்நேரமும் படிப்பயே பேச முடியுமாப்பா? அப்பப்ப வேறயும் பேசுவம்' என்று மட்டும் சாதாரணமாகச் சொல்லிவிட்டுப் போய்விட்டான். அப்புறம் நடைப்பயிற்சியின் போது விசாரித்த வகையில் குடையைப் பற்றிக் கொஞ்சம் தெரிந்துகொண்டு வாங்கி மாட்டினார். அவருக்குப் பிடித்தமான பழைய பட அலைவரிசை அதில் கிடைத்தது.

இப்படி நவீனக் கருவிகளைப் பற்றி எப்படித்தான் தெரிந்து கொள்கிறார்கள் இந்தப் பிள்ளைகள்? அதில் இருக்கும் ஏதாவது ஒரு விஷயத்தைப் பற்றி யாராவது சொன்னால் கொஞ்ச நேரம் கேட்பதற்குக்கூடக் குமராசுரருக்குப் பொறுமை இருக்காது. அலுவலக எழுத்தர் பையன் கும்பாஸ் எதையாவது சொல்வான். ஆர்வமே இல்லாமல் சரி சரி என்று கேட்பது போலப் பாவனை காட்டுவார். காலம்தான் இவர்களுக்குக் கற்றுக் கொடுக்கிறது போலும். அவருடைய சிறுவயதில் இவற்றில் எந்தக் கருவியும் கிடையாது. இவர்கள் பிறக்கும்போதே எல்லாம் வந்துவிட்டன. அதுதான் காரணமாக இருக்கலாம்.

இப்படி யோசனைகள் வந்தாலும் அவருக்குச் சமாதானம் ஆகவில்லை. அவன் சொல்லும்படி அந்தக் கல்லூரியில் எல்லா இடமும் காலியாகத்தான் இருக்குமோ? இந்தச் செல்பேசியை நம்பி நிம்மதியாக இருக்க முடியாது. ஒருவேளை இதில் தவறாகக் காட்டியிருந்து நாளைக்கு உள்ளே போகும்போது ஓரிடம்கூட இல்லை என்று வந்துவிட்டால் அப்போது உடனடியாக வேறொரு கல்லூரியை எப்படித் தேர்ந்தெடுப்பது? வேறு கல்லூரியே வேண்டாம் என்று சொல்லி நிர்வாக ஒதுக்கீட்டில் சேர்ந்து கொள்கிறேன் என்று சொன்னால் பணத்திற்கு எங்கே போவது? அவரால் யோசனைகளைக் கட்டுப்படுத்த முடியவில்லை. எதை விற்கலாம், எங்கே கடன் பெறலாம் என்று ஏற்கனவே தீர்மானித்திருந்தவை மீண்டும் மனதிற்குள் ஓடின. கிட்டத்தட்ட நூறு முறைக்கு மேலே உள்ளே ஓடியவைதான். என்றாலும் இப்போதும் ஓடின. எல்லாம் ஓடி முடித்துத் தூக்கம் வருகிற மாதிரி இருந்த சமயத்தில் மகன் நினைவு வந்து பார்த்தார். காதில் மாட்டிய கருவி அப்படியே இருக்க அவன் எப்போதோ தூங்கிப் போயிருந்தான்.

அவன் சொன்னபடியே அந்தக் கல்லூரியில் கணினி அறிவியல் பாடத்தை முதல் மாணவனாக அவன்தான் எடுத்தான். அன்றைக்கு இரவே திரும்பினார்கள். கல்லூரியில் போய்ச் சேர்ந்தான். விடுதியிலும் சேர்ந்தாயிற்று. எல்லாம் சுமுகமாக நடந்தேறியது. கல்லூரியில் வகுப்பு தொடங்குவதற்கு முந்தைய நாளே மூட்டை முடிச்சுக்களோடு விடுதியில் இருக்க வேண்டும். ஒருவாரத்திற்கு முன்பிருந்தே ஏற்பாடுகள் தொடங்கி வீட்டுப் பரணில் இருந்த பெரிய இரும்புப் பெட்டி, மெத்தை தலையணை போர்வை, வாளி உள்ளிட்ட பொருட்கள் எனத் திட்டமிட்டுக் குமராசுரரும் மங்காசுரியும் பட்டியல் போட்டார்கள்.

மேகாஸிடம் விஷயத்தைச் சொன்னபோது அவன் சிரித்தான். பள்ளிக்கூட விடுதிக்குப் போனபோது ஏமாந்த மாதிரி இப்போது ஏமாற அவன் விரும்பவில்லை. அதனால் இழுவைப் பெட்டி ஒன்றும் முதுகில் மாட்டும் சுமைப்பை ஒன்றும் போதும் எனச் சொல்லிவிட்டான். அவற்றில் தேவையான ஆடைகளை மட்டும் எடுத்துக்கொண்டான். மங்காசுரி இது தேவைப்படும், அது தேவைப்படும் என எதை எதையோ சொன்னார். அவர் சொன்னதை எல்லாம் எடுத்துப் போக வேண்டும் என்றால் வீட்டில் பாதியைத் தூக்கி லாரி ஒன்றில் வைத்துக்கொண்டு போக வேண்டியதுதான். மனசில்லை என்றாலும் அவன் வன்மையாக மறுக்கும்போது ஒன்றும் செய்ய முடியவில்லை. எல்லாப் பொருளும் கல்லூரிக்குள்ளும் கல்லூரிக்கு வெளியேயும் கிடைக்கின்றன என்பதால் தேவைப்படுபவற்றை அங்கேயே வாங்கிக்கொள்ளலாம் என்றான் அவன்.

19

இந்தப் பயணத்தில் மங்காசுரியும் இணைந்தார். மகன் ஐந்தாண்டுகள் இருக்கப் போகும் கல்லூரியையும் விடுதியையும் பார்த்தாக வேண்டும் என்று ஒரே பிடிவாதம். மங்காசுரிக்கு எல்லாம் பிரமிப்பாக இருந்தன. ஆனால் குமராசுரரைவிடப் பெரும் பயத்திற்கு ஆளானார். கல்லூரியின் உணவகத்திற்குப் போய் உட்கார்ந்து தேநீர் குடித்தார்கள். வெட்டவெளியில் நாற்காலிகள் போடப்பட்ட பெரிய உணவகம். அங்கே பையன்களும் பெண்களும் சகஜமாக உட்கார்ந்து பேசிக்கொண்டும் சாப்பிட்டுக் கொண்டும் இருந்தார்கள். அதில் சில பையன்கள் கையில்லாத சட்டையும் அரைக்கால் டவுசரும் போட்டிருந்தார்கள். அக்குளும் நெஞ்சுப் பகுதியும் பளிச்சென்று தெரிந்தன. முழங்காலுக்கு மேலே நின்றன டவுசர்கள். சிலர் உடலைப் பற்றிப் பிடித்த படியான உடைகளுடன் திரிந்தார்கள். முன் பின் அளவுகள் தெளிவாகத் தெரிந்தன. இதென்ன அசிங்கம் என்று நினைத்தார் அவர். தம் ஊரில் கோவணம் மட்டுமே கட்டிக்கொண்டு திரியும் ஆண்கள்தான் அதிகம் என்பதை மங்காசுரி அறிவார். ஆனால் இந்தக் காட்சி ஏனோ அவருக்குப் பிடிக்கவில்லை.

அதே போலச் சில பெண்கள் மேலே சட்டையும் கீழே சிற்றாடையும் அணிந்திருந்தார்கள். அவர்களின் இருதொடைகளும் பளிச்சென்று தெரிந்தன. அவற்றைப் பார்த்து மங்காசுரிக்கு வெட்கமாக இருந்தது. எப்படி இந்த உடையோடு வெளியே வருகிறார்கள் என்று அசூயைப் பட்டார். அவரையும் அறியாமல் தன் முந்தானையையும் ரவிக்கையையும் அவ்வப்போது இழுத்துவிட்டுக்

கொண்டார். அவர்களைப் பார்ப்பதைத் தவிர்க்க முயன்றும் முடியவில்லை. அவர்கள் பேசுவதும் அவர்களுடன் பையன்களும் சிரித்து இயல்பாகப் பேசிக்கொண்டிருப்பதும் பார்க்க அவருக்குப் பயமாக இருந்தது. தன் மகனையும் அப்படி ஒரு இடத்தில் வைத்துப் பார்க்கப் பார்க்கப் பயம் ஏறிக்கொண்டே போயிற்று.

இங்கே பையன் படிப்பை மட்டும் பார்த்துக்கொண்டு வருவானா, இல்லை, இப்படி ஒரு பெண்ணைப் பிடித்துக்கொண்டு வருவானா? குமராசுரர் சொன்னபோது வராத பயம் இப்போது கல்லூரியை நேரில் பார்த்தபோது வந்தது. முதலிலேயே வந்து பார்த்திருந்தால் இந்தக் கல்லூரி வேண்டவே வேண்டாம் என்று சொல்லியிருக்கலாம். ஆனால் இனிமேல் என்ன செய்வது? அந்தப் பெண்களைப் பார்த்துக்கொண்டே 'என்னப்பா இப்பிடி இருக்குதுவ?' என்றார் மங்காசுரி. மகன் சிரித்தானே தவிர ஒன்றும் சொல்லவில்லை. மற்றபடி பெரிய கட்டிடங்கள், விடுதி அறைகள், நீண்டு கிடந்த உணவகம், மரங்கள் நிறைந்த சாலைகள் எல்லாம் அவருக்குப் பிடித்திருந்தன.

கண்டதையும் சாப்பிட வேண்டாம் என்பதையும் எப்படிச் சாப்பிட்டால் உடலுக்குப் பிரச்சினை வராது என்பதையும் விதவிதமான முறையில் அறிவுரையாகச் சொல்லிக்கொண்டே யிருந்தார். குமராசுரர் தன் மகனிடம் எதுவும் பேசவில்லை. எல்லாப் பொறுப்பையும் மனைவியிடம் விட்டுவிட்டு அவர் படும் பாட்டை ரசித்துக் கொண்டு ஏகாந்த மனநிலையில் நடந்து கொண்டும் செய்ய வேண்டியவற்றைச் செய்துகொண்டும் அவர்களுடன் இருந்தார். அவ்வளவே. மங்காசுரி அவ்வப்போது மகன் முகத்தைப் பார்த்து 'இந்தப் பொண்ணுங்ககிட்டக் கொஞ்சம் தள்ளியே இருந்துக்கப்பா' என்று பரிதாபமாகச் சொன்னார். அவன் முகத்தில் புன்னகை விரிந்தது. விடைபெற்றுத் திரும்பும்போது மட்டும் 'பயப்படாத போம்மா. நான் பாத்துக்கறன்' என்று தைரியம் சொல்லி வழியனுப்பி வைத்தான்.

வீட்டுக்கு வந்து சேரும் வரையில் இருவரும் ஒன்றுமே பேச வில்லை. ஏதாவது பேச்சுக் கொடுத்தால் புலம்ப ஆரம்பித்து விடுவோமோ என்றும் புலம்பினால் 'அப்பவே சொன்னன், கேட்டியா' என்று அவர் திட்டத் தொடங்கினால் என்ன பதில் சொல்வது என்றும் யோசித்துப் பேசாமல் இருந்தார் மங்காசுரி. நான் மட்டும் பட்டுக் கொண்டிருந்த கவலையை நீயும் கொஞ்சம் படு என்று மங்காசுரியின் முகத்தை அவ்வப்போது பார்த்தபடி நினைத்துக்கொண்டார். மங்காசுரியின் தூக்கமும் காணாமல் போயிற்று. மேகாஸ் அரை டவுசர் போட்டுக்

கொண்டு விதவிதமான பெண்களோடு பேசித் திரியும் காட்சிகள் அவருக்குள் விரிந்து தூக்கத்தைக் கெடுத்தன. இனிமேல் பையன் நம்முடையவன் இல்லையோ என்று அவருக்குத் தோன்றியது. உள்ளூரிலேயே ஏதோ ஒரு படிப்பில் சேர்த்து வீட்டில் இருந்தே போகும்படி ஏற்பாடு செய்திருக்கலாம் என்று நினைத்தார். ஒற்றைக்கு ஒரே ஒரு மகன். அவனும் நமக்கு இல்லையென்றால் எதைப் பிடிப்பாகக் கொண்டு வாழ்வது எனக் குழம்பித் தவித்தார்.

இரண்டு நாள் கழித்து இரவு மொட்டைமாடியில் குமராசுரர் இருந்தபோது வந்த மங்காசுரி தயக்கத்தோடு கேட்டார். 'ஏங்க ஒன்னும் ஆவாதுல்ல, பையன் படிச்சிக்குவானில்ல?' கொஞ்சம் சீண்டிப் பார்க்கும் ஆசையோடு 'படிச்சிக்குவான் படிச்சிக்குவான், எல்லாத்தயும் படிச்சிக்குவான்' என்றார் ஏளனமாக. ஆறுதலாக இரண்டு வார்த்தை கிடைக்கும் என்று எதிர்பார்த்த மங்காசுரிக்குத் திக்கென்றது. 'என்னங்க இப்பிடிச் சொல்றீங்க?' என்று பதறினார். அதுவரைக்கும் தேக்கி வைத்திருந்த எல்லாம் உடைந்து பெருவெள்ளப் பெருக்காய்க் குமராசுரர் கொட்டத் தொடங்கினார்.

'காலேஜப் பத்தி நான் அத்தன சொன்னன். நீ ஒரு வார்த்தையாச்சும் நான் சொன்னதக் கேட்டியா? மகன் சொல்றதுதான் உனக்கு வேதவாக்கா இருந்துச்சு. என்னய மசுருக்குக்கூட மதிக்கல. இப்பிடிப் பதறிக்கிட்டு ஒருத்தன் சொல்றானேன்னு தோனுச்சா உனக்கு? பல்ல இளிச்சுக்கிட்டு எம்பையன் அப்படியெல்லாம் செய்ய மாட்டான்னு பீத்துனியே, இப்ப எதுக்கு எங்கிட்ட வந்து கேக்கற? அங்க பாத்தயில்ல, ஆணும் பொண்ணும் எப்பிடி இருக்குதுவன்னு. கேட்டா அயல் தேசத்துல இருந்தெல்லாம் வந்து படிக்கறாங்க. அப்படித்தான் இருக்குமுங்கறாங்க. இன்னம் என்னென்னமோ இருக்குதாமா… கஞ்சா, தண்ணி அதுஇதுன்னு என்னென்னமோ சொல்றாங்க. என்னமோ நம்மால முடிஞ்சதப் பாக்க வேண்டீதுதான். ரண்டு வாரத்துக்கு ஒருமுற போயிப் பாத்துட்டு வரலாம். அப்பப்பப் பேசலாம். அங்க வேல செய்யற வாத்தியாரு ஆரயாச்சும் பாத்துப் புடிச்சு வெச்சிக்கோனும். அவங்ககிட்ட விசாரிச்சுக்கலாம். தலையக் குடுத்திட்டம். வெளிய எடுக்கற வரைக்கும் பேசாததான் இருக்கோனும். அப்பிடி இப்பிடித் தலைய ஆட்டுனமுன்னா ஒரேயடியா ஆட்டிக்கிட்டுப் போயிரும்' என்று தன் ஆதங்கம் முழுதையும் கொட்டினார்.

மங்காசுரி 'வாரம் ஒருக்காப் போயிப் பாத்துட்டு வரலாங்க. கஷ்டத்தயோ காசையோ பாக்க வேண்டாம்.

கழிமுகம் ❀ 139 ❀

அவன் வேண்டான்னுதான் சொல்லுவான். எங்களால இருக்க முடியலீடான்னு சொல்லி நாம போயிட்டு வந்தரலாம். வேணுங்கறத வாங்கிக் குடுத்திட்டு நாலு வார்த்த பேசீட்டு வந்தா நமக்கு நல்லா இருக்கும்' என்றார் கணவனோடு உடன்பட்டு. அதன் பிறகு இருவரும் வெகுநேரம் பாடுபழமை பேசினார்கள். எத்தனையோ நாட்களுக்குப் பிறகு இப்படிப் பேச வாய்த்தது இருவருக்குமே சந்தோசமாக இருந்தது. பிரச்சினை வரும் போதுதான் இணக்கமும் கூடி வருகிறது என்று குமராசுரர் நினைத்துக்கொண்டார். இறங்கி வீட்டுக்குள் போகையில் மங்காசுரியின் பின்னாலேயே குட்டிப்பூனை போல அவரும் போனார்.

20

இப்போது மீண்டும் ஒரு மொட்டை மாடிக் கூட்டம். மகனுக்குப் புதுச்செல்பேசி வேண்டுமாம். இப்போது இருக்கும் செல்பேசி வாங்கி ஆறேழு மாதமே ஆகிறது. பள்ளித் தேர்வு முடித்துவிட்டு வீட்டுக்குள் அடைந்து கிடந்தபோது வாங்கியது. கல்லூரியில் சேர்ந்து இன்னும் ஓராண்டுகூட முடியவில்லை. அதற்குள் அது கசந்து போய்விட்டது. இன்னும் பல மடங்கு விலையில் வேண்டுமாம். மகன் கேட்டதும் மனைவி கொண்ட மகிழ்ச்சியை அவரால் செரித்துக்கொள்ள முடியவில்லை. தான் தனியாக இருப்பதாக உணர்ந்தார். இந்த உணர்வு இப்போது வருவதல்ல. தாயும் தந்தையும் போய்ச் சேர்ந்த பிறகு அடிக்கடி வருவதாயிற்று. அவர்கள் இருந்த வரைக்கும் அவர் சொல்லுக்கு ஏதோ ஒருவகையில் மதிப்பிருந்தது. அவர் சொல்வதை அவர்கள் மனதார ஏற்றுக்கொள்ளவில்லை என்றாலும் மகன் சொல்கிறானே என்பதற்காகச் சரி என்று சொல்லிவிடுவார்கள். அவர் எடுத்த முடிவு தவறாகப் போய்விட்டாலும் ஆறுதல் சொல்லி அதன் பாதிப்புகளைச் சரி செய்துகொள்ள எப்படியாவது உதவுவார்கள்.

அவர்கள் போன பிறகு தனியனானார். அவர் சொல்லுக்கு மனைவியிடமும் முக்கியத்துவம் இல்லை. அவர் சொல்லும் எதையும் மறுத்துச் சொல்வதும் மகன் பக்கம் பேசுவதும் மனைவியின் வாடிக்கை. அந்தத் தனிமை உணர்வு அன்றைக்கு மிகவும் வாட்ட அப்படியே மொட்டை மாடியி லேயே விழிப்பும் சற்றே உறக்கமுமாகக் கிடந்தார். மொட்டை மாடி வாசம் என்பது அவருக்குப் பழகியதுதான். அவர் அப்படிக் கிடப்பார் என்பது மனைவிக்கும் பழகியதுதான். அங்கே ஒரு ஓட்டைக் கட்டில் உண்டு. அதைப் போட்டுப் படுத்துக் கொள்ளலாமே என்பதுதான் மனைவி அடிக்கடி சொல்லும் குறை. அவர் இருக்கும் இருப்பில் கட்டிலைப் போட்டுக்கொள்ளத் தோன்றுவதே

இல்லை. வெகுநேரம் கழித்து மனைவி மீண்டும் மேலே வந்தார். மெல்ல எட்டிப் பார்த்தார். குமராசுரர் தூங்கி விட்டாரா விழித்திருக்கிறாரா எனப் பார்த்துப் போகவாக இருக்கும். உண்மையில் குமராசுரரை முன்னிட்டு மங்காசுரியும் இரவில் நன்றாகத் தூங்குவதில்லை. அவர் தூங்குகிறாரோ இல்லையோ என்னும் சந்தேகத்தோடு விழிப்பு வரும் நேரத்தில் எல்லாம் தேடி வந்து பார்க்கும் பழக்கம் மனைவிக்கு இருந்தது.

திருமணமான புதிதில் அது வேறு மாதிரி சந்தேகமாக இருந்தது. அப்போது அரசாங்கம் கொடுத்திருந்த வாடகை வீட்டில் தங்கியிருந்தனர். அப்போதும் இப்படித்தான் நள்ளிரவில் ஆள் காணாமல் போய்விடுவார். இவர்கள் குடியிருந்தது அடித்தளம். அதற்கு மேலே மூன்று தளங்கள் உண்டு. மூன்றையும் கடந்து மொட்டை மாடிக்குப் போகும் கதவுக்கு ஒவ்வொரு வீட்டாரிடமும் ஒவ்வொரு சாவி உண்டு. பெரும்பாலும் யாரும் போவதில்லை. எப்போதாவது தண்ணீர்ப் பிரச்சினை வந்தால் போய் மேலே இருக்கும் தங்கள் வீட்டுத் தொட்டியை எட்டிப் பார்ப்பதோடு சரி. மூன்று தளத்தையும் கடந்து அடிக்கடி அங்கே செல்பவர் குமராசுரர்தான். நள்ளிரவுத் தூக்கத்தில் எழுந்து பார்த்தால் அவர் இருக்க மாட்டார். எங்கே போயிருக்கிறார் என்பது தெரியாது. காலையில் விழித்தால் படுக்கையில் கிடப்பார். தன்னைத் தூங்க வைத்துவிட்டு இரவில் எங்கோ போய் வருகிறாரோ என்று மங்காசுரிக்குச் சந்தேகம் வந்துவிட்டது.

ஒருநாள் இரவில் தூங்குவது போலப் பாவனை காட்டி அவர் பின்னாலேயே போய்ப் பார்த்தபோது மொட்டை மாடிக்குப் படியேறிப் போவதைக் கண்டார் மங்காசுரி. அப்போதும் சந்தேகம் தெளியவில்லை. மொட்டை மாடியில் என்ன வேலை? அந்தக் குடியிருப்பில் ஒவ்வொரு பெண்ணையும் அவரோடு இணைத்து இணைத்து யோசித்துப் பார்த்தார். ஒன்றுமே பொருந்தவில்லை. அப்புறம் ஒருநாள் மொட்டை மாடிக்கும் ஓசைப்படாமல் போய்க் கதவோரம் ஒளிந்திருந்து பார்த்தார். அவரைத் தவிர யாருமில்லை. யாரேனும் வரக்கூடுமோ என்றும் தான் கதவோரம் இருப்பது தடையாக இருக்குமோ என்றும் தோன்ற மெல்லப் பூனை போல நகர்ந்து அந்த வெகு நீளமான மாடியில் ஒரு தண்ணீர்த் தொட்டிக்குப் பின்னால் போய் உட்கார்ந்துகொண்டு பார்த்தார். கணவனை இப்படிச் சந்தேகப்பட்டு உளவு பார்ப்பது சரியல்ல என்று தோன்றினாலும் சந்தேகத்தை உள்ளுக்குள் புதைத்து வைத்துக்கொண்டு நடமாடுவது கஷ்டம் என்பதால் ஒருநாள் தானே என்று தன்னையே சகித்துக்கொண்டு அந்த வேலையைச் செய்தார்.

குமராசுரர் ஒரு தண்ணீர்த் தொட்டியை ஒட்டிக் கொஞ்ச நேரம் உட்கார்ந்திருந்தார். பின் எழுந்து போய்க் கைப்பிடிச்

சுவர் மேல் உட்கார்ந்தார். தூக்கக் கலக்கத்தில் சுவர் மேலிருந்து விழுந்து விடுவாரோ என்று பயமாக இருந்தது. அதுவும் கொஞ்ச நேரம்தான். பிறகு மொட்டை மாடி வெட்டவெளியில் கால்களைப் பரத்திக்கொண்டு உள்ளங்கை இரண்டையும் கோத்துத் தலைக்கு அடியில் வைத்தபடி கைகள் கவை போல இருபக்கமும் கூடிக் கிடக்கப் படுத்தவர் அண்ணாந்து வானத்தையே பார்த்தபடி இருந்தார். தூங்கி விட்டாரா விழித்திருக்கிறாரா என்பதைக் கண்டுபிடிக்க முடியவில்லை. சின்ன அசைவும் கிடையாது. சரி, வரும்போது வரட்டும் என்று தான் வீட்டுக்குப் போய்விடலாம் என்றாலும் அதுவும் சிரமம். பாழும் நிலா இத்தனை நேரம் இல்லாமல் இப்போது உதயமாகி மாடி முழுக்கவும் குண்டு பல்பை ஏற்றியது போல மஞ்சள் ஒளியை விரித்திருந்தது.

இருளாக இருந்தாலாவது இருள் அசைவது போல ஒரு தோற்றத்தை உண்டாக்கிவிட்டு நகர்ந்துவிடலாம். ஆனால் நிலவொளியில் இப்போது அவர் படுத்திருக்கும் நிலையில் தான் ஒளிந்திருக்கும் இடத்திலிருந்து எழுந்து கதவுக்குப் போய்க் கீழிறங்குவது பெருங்கஷ்டம். அவர் கண்ணில் தான் பட்டுத் தன்மீது அவருக்குச் சந்தேகம் வந்துவிட்டால் அதை எப்படிப் போக்குவது? மேலும் முதலில் அவர் எழுந்து இறங்கி வீட்டுக்குப் போய்ப் பார்த்துத் தான் இல்லை என்றால் என்ன நினைப்பார்? இப்படிப் பல குழப்பங்களோடு அங்கே ஒளிந்திருந்த மங்காசுரி நிலவு முகிலுக்குள் நுழைந்த ஒரு தருணத்தைப் பயன்படுத்திச் சட்டென்று அவ்விடம் விட்டு அகன்றார். இனிமேல் என்ன நடந்தாலும் சரி, மனதிற்குள் இத்தகைய அசுத்தங்கள் புகுவதற்கு இடம் கொடுக்கக் கூடாது என்று முடிவெடுத்தார். அதற்குப் பின் கொஞ்ச நாளில் அவருடைய பழக்கம் இது என்பதும் தெரிந்து விட்டது. அவரைத் தேடிக் கொண்டு மொட்டை மாடிக்குப் போவதும் மங்காசுரிக்கு வழக்கமாயிற்று. சுவர் மேல் உட்கார வேண்டாம் என்பதை மட்டும் அடிக்கடி சொல்வதோடு சரி.

குமராசுரர் விழித்துக் கிடந்தாலும் மனைவி பேசாமல் போகட்டும் என்பதற்காகத் தூங்குவது போலப் பாவனை செய்தார். அப்போது மகனுக்கு ஆதரவாகப் பேசிவிட்டு அதைச் சரிகட்டிச் சமாதானப்படுத்த இப்போது அவர் வரக்கூடும். சமாதான மொழிகளைக் கேட்கக் குமராசுரருக்கு விருப்பமில்லை. அப்படியே கிடந்தால் அவருக்குச் சந்தேகம் வரும் என்பதால் தூக்கத்தில் புரள்வது போல லேசாக அசையவும் செய்தார். சற்றே நின்று பார்த்த மங்காசுரி மெல்ல இறங்கிப் போய்விட்டார். அதன் பிறகும் அவருக்குத் தூக்கம் வரவில்லை. பித்துப் பிடித்த மனதைத் தூங்க வைப்பது அத்தனை சுலபமல்ல.

21

இப்படி இரண்டு இரவுகள் தூக்கமில்லாமல் தவித்த அடுத்த நாள் பகலில் அலுவலகத்தில் கண்கள் சொருகிச் சொருகித் தூக்கம் வந்தது. அங்கே மேஜை மேல் படுத்துத் தூங்கலாம். யாரும் கேட்பாரில்லை. யாராவது வந்து அலுவலக நேரத்தில் தூங்குகிறார் என்று சொல்லிவிடுவார்களோ என்னும் பயத்தால் அதைத் தவிர்ப்பார். அவர் அலுவலகத்தின் எழுத்தர் பையன் கும்பாஸ் செய்தித்தாள் வாசித்துக்கொண்டிருந்தான். புதுவீடு கட்டிக் குடி போனபோது கொஞ்ச நாள் குமராசுரர் செய்தித்தாள் வாங்கிக்கொண்டிருந்தார். புதுவீட்டின் முன்றிலில் உட்கார்ந்து செய்தித்தாள் வாசிப்பது ஒரு கௌரவம் போலப் பட்டது. அதற்காகச் செய்தித்தாள் ஒன்றை வாங்க முடிவெடுத்து எதை வாங்கலாம் என யோசித்தபோது ஒவ்வொருவரும் ஒவ்வொன்றைச் சொன்னார்கள். ஒருவர் சொல்லும் செய்தித்தாளை இன்னொருவர் 'அது இவர்கள் சார்பாகச் செய்தி தரும்' என்று அதன் சார்பைச் சொன்னார்கள்.

எதையும் சாராமல் இருக்கும் வித்தை கற்றவர் குமராசுரர். அவருக்கு ஏற்ற செய்தித்தாள் அவர் மொழியில் ஏதுமில்லை. ஆகவே இன்னொரு மொழிச் செய்தித்தாளை வாங்கினார். அதைப் பிரித்து வைத்துக்கொண்டு முன்றிலில் உட்கார்ந் திருப்பது மிகவும் பெருமையாக இருந்தது. ஆனால் மாதாமாதம் அதற்குச் செலுத்த வேண்டிய தொகையை ஒருநாள் கணக்கிட்டுப் பார்த்தபோது தேவையில்லாத செலவில் அது சேர்ந்தது. அத்தோடு நிறுத்திவிட்டார். எப்போதாவது செய்தித்தாள் வாசிக்கும் ஆசை வந்தால் அலுவலக உணவகத்தில் குற்றுயிரும் குலையுயிருமாய்க் கிடக்கும் தாள்களைப்

பொறுக்கி வாசித்துக்கொள்ளலாம் என்று தீர்மானித்தார். கும்பாஸ் வந்த பிறகு இன்னும் வசதியாகப் போயிற்று.

அவன் அலுவலகத்திற்குள் நுழைவதே செய்தித்தாளோடுதான். வந்து உட்கார்ந்து அரைமணி நேரம் அதை வாசித்துவிட்டுத்தான் வேலைகளைத் தொடங்குவான். வந்ததும் வேலை தொடங்காமல் செய்தித்தாள் வாசிப்பதைப் பற்றித் தன் மேலதிகாரியாகிய அவர் ஏதும் சொல்வாரோ என்று அவன் தயங்கினான். தனக்குக் கீழிருக்கும் அவனிடம் கேட்டு வாங்கி இலவசமாய்ச் செய்தித்தாள் படிக்க அவருக்கும் தயக்கமாக இருந்தது. ஆனால் அதை அவனே எளிதாகப் போக்கினான். மதிய உணவுப் பொழுதொன்றில் ‘இன்னைக்குச் செய்தி பாத்தீங்களா சார்? வருவாய்த் துறையில லஞ்சம் வாங்கின ஒருத்தர லஞ்ச ஒழிப்புத்துறை கையோட புடிச்சிருக்கறாங்க’ என்று அவன் தொடங்கினான். அந்தச் செய்தி அவருக்குப் பிடிக்கும் என்று அவன் கணித்து வைத்திருந்தான். ‘அப்படியா?’ என்று கேட்டவர் ‘எங்க அதக் குடு’ என்று கேட்டு வாங்கிப் படித்தார்.

படித்த பிறகு அந்தச் செய்தியைப் பற்றி அவனிடம் விவாதிக்கவும் செய்தார். ‘அரசாங்கம் குடுக்கற சம்பளம் இவனுங்களுக்கெல்லாம் போதாதா? சாதாரண மக்கள்கிட்டப் பிடுங்கித் தின்னுதான் வாழோனுமா?’ என்று கேட்டார். கூடுதல் வருமானம் ஏதுமற்ற துறை ஒன்றில் வேலை செய்ய நேர்ந்துவிட்ட துயரம் இருவருக்குமே இருந்தது. ஆகவே லஞ்சம் வாங்குவது தவறு என்னும் கருத்தில் இருவரும் உடன்பட்டிருந்தனர். கும்பாஸ் சொன்னான், ‘சார், அவங்க ஆபிஸ்லயே யாராச்சும் காட்டிக் குடுத்திருப்பாங்க. வாங்குறதுல சரியாப் பங்கு பிரிச்சுக் குடுத்திருக்க மாட்டாரு. பாதிக்கப்பட்ட ஆளு காட்டிக் குடுத்திருப்பான்.’ அவரும் ஆமோதித்தார்.

‘ஆமாமா. எல்லாஞ் செய்வானுங்க. இவன் ஒரு அளவுக்கு மேல கேட்டுத் தொந்தரவு பண்ணிருப்பான். அதனால சம்பந்தப்பட்ட ஆளேகூட லஞ்ச ஒழிப்புத் துறைக்குச் சொல்லீருப்பான்’ என்று கூடுதலாக ஒன்றையும் சேர்த்தார். ‘இருக்கும் இருக்கும். உள்ளத வெச்சிக்கிட்டு வாழனும் சார். ஆசப்பட்டா அப்பறம் ஒருநாளைக்கு அனுபவிக்க வேண்டியதுதான்’ என்றான் அவன் தன் வயதிற்கும் பேச்சிற்கும் தொடர்பில்லாமல். இப்படி நடந்த உரையாடலின் பிறகு அவனுடைய செய்தித்தாளை அவர் வாசிப்பதில் தடையில்லாமல் போயிற்று. வாசித்து முடித்த பிறகு அவனே கொண்டு வந்து அவருடைய மேஜை மேல் வைத்துவிடுவான். அவருக்கு எப்போது தோன்றுகின்றதோ அப்போது வாசிப்பார்.

பெரும்பாலும் இருவருக்கும் கருத்தொற்றுமை உள்ள செய்தி ஒன்றை எடுத்துக்கொண்டு இருவரும் விவாதிப்பது வழக்கம்.

அன்றைக்குத் தூக்கத்தைத் தவிர்ப்பதற்காகச் செய்தித்தாளைக் கையில் எடுத்தார். உள்ளூர்ச் செய்திகள் எல்லாம் சாலை வசதி, குடிநீர் வசதிப் போராட்டங்களாகவும் கள்ளக்காதல் கொலைகள், காதல் ஜோடி தஞ்சம் போன்றவையாகவும் இருந்தன. வெளியூர்ச் செய்திகள் அரசரும் அமைச்சர்களும் தொடங்கி வைக்கும் புதுத் திட்டங்கள், கட்டிடத் திறப்பு விழாக்கள் பற்றியவையாகவும் அவர் வருகை, இவர் வருகை பற்றியும் இருந்தன. உலகச் செய்திகள் பக்கம் கொஞ்சம் சுவாரசியமாக இருந்தது. அதில் சட்டெனச் செய்தி ஒன்று கண்ணில் பட்டது.

'தற்படம் எடுக்க முயன்ற இளைஞர் பரிதாபச் சாவு' என்று செய்தித் தலைப்பு இருந்தது. உலகத்தின் மத்தியப் பகுதியில் இருக்கும் நாடொன்றில் நடந்த நிகழ்வு அது. பதின்பருவம் கொண்ட இளைஞன். பதினாறே பதினாறு வயதுதான். அவனுடைய பிறந்த நாள் பரிசாகச் சகல வசதிகளும் கொண்ட புதுச் செல்பேசி வேண்டுமெனப் பெற்றோரிடம் கேட்டான். அவர்களும் மகனை மகிழ்விக்கும் எண்ணத்தில் கேட்டபடி வாங்கிக் கொடுத்தனர். ஒரு லட்சம் ரூபாய்க்கு மேல் விலை. காலையில் வீட்டில் கேக் வெட்டிப் பிறந்த நாளைக் கொண்டாடிவிட்டு நண்பர்களுடன் சிறுசுற்றுலா சென்றான். அது ஒரு மலைப்பகுதி. இயற்கை கொஞ்சும் இடங்களில் எல்லாம் புகைப்படங்கள் எடுத்தனர். அந்தச் செல்பேசி துல்லியமாகவும் தெளிவாகவும் எதையும் படம் பிடிக்கும் வசதி கொண்டிருந்தது. ஒரு லட்சம் ரூபாய் போட்டு வாங்கும் கேமராவை விடவும் இது துல்லியமாகப் படம் பிடிக்கும் தன்மை கொண்டது. உண்மையில் சொன்னால் உயர்ரகக் கேமராதான் அது. அதில் பேசும் வசதியும் இருந்தது என்றுதான் சொல்ல வேண்டும்.

பல்வேறு இடங்களில் படம் எடுத்த அவன் மலைப்பகுதியின் ஒருபக்கம் நீட்டிக்கொண்டு அசுரக்கை போல இருந்த பாறை ஒன்றின் விளிம்பில் நின்று புகைப்படம் எடுக்க விரும்பினான். அதை முகநூலிலும் வாட்ஸ் ஆப்பிலும் வெளியிட்டால் ஆயிரக்கணக் கானவர்கள் விரும்பக் கூடும். ஒரே நாளில் தான் பிறரால் கவனிக்கப்படுவோம் என்று நினைத்திருக்கிறான். உடன் சென்ற நண்பர்களில் சிலர் ஊக்கப்படுத்தியிருக்கிறார்கள். சிலர் மிகவும் ஓரத்திற்குப் போக வேண்டாம் என எச்சரித்திருக்கிறார்கள். விளிம்பில் நின்று பல கோணங்களில் படம் எடுத்தவன் ஒருபுறச் சாய்வில் எடுக்க முயன்றபோது கால் சறுக்கி மலை மேலிருந்து கீழே விழுந்துவிட்டான்.

அவ்வளவுதான். அவன் உடலைக்கூட இன்னும் கைப்பற்ற முடியவில்லை. இதுதான் செய்தி. அவன் விழுகிற வேகத்தில் செல்பேசியும் விழுந்து பாறையில் பட்டுத் தெறித்து நண்பர்கள் நின்றிருந்த பக்கமாக உருண்டோடி வந்திருக்கிறது. அதில் பாறை விளிம்பில் அவன் நிற்கும் புகைப்படம் பதிவாகியிருக்கிறது. அந்தப் படத்தைப் பிரசுரித்திருந்தார்கள். அற்புதமான படம்தான். ஆனால் படத்தை எடுத்தவன், படத்திலிருப்பவன் இப்போது இல்லை. ஏதோ ஒரு விஞ்ஞானி விஷம் மிகுந்த அமிலம் ஒன்றின் சுவையை அறிய நாக்கில் வைத்துப் பார்த்து இறந்தாராம். அதுமாதிரி இந்தப் பையன் அழகிய படத்தை விட்டுவிட்டு இறந்து போய்விட்டான் என நிருபர் இறுதிப் பகுதியில் எழுதியிருந்தார்.

அந்தச் செய்தியைப் படித்ததும் செய்தித்தாளை மூடி வைத்துவிட்டார் குமராசுரர். பேசாமல் எழுந்து உணவகத்திற்குப் போனார். அவர் மனதைப் பாதிக்கும் செய்தி ஏதோ இருக்கிறது என்று கும்பாஸ் நினைத்தான். இல்லாவிட்டால் கடைக்குப் போகும்போது அவனையும் அழைப்பார். என்றைக்காவது அவர் பணம் கொடுப்பார். ஏதாவது பிரச்சினை என்றால் எதுவும் பேசாமல் தனியாக எழுந்து போய்விடுவார். அப்படி எந்தச் செய்தி அவரை மிகவும் பாதித்திருக்கும் எனச் செய்தித்தாளைப் புரட்டிப் புரட்டிப் பார்த்தான் கும்பாஸ். அவனால் கண்டுபிடிக்க முடியவில்லை. சிலசமயம் அவர் படித்த செய்தியை விவாதிக்க வருவார். சிலசமயம் ஏதும் பேசாமல் இருந்துவிடுவார். இன்றைக்கு என்ன செய்கிறார் பார்க்கலாம் எனக் காத்திருக்க முடிவு செய்தான். அவர் வெகுநேரம் கழித்து வந்து அவனிடம் கேட்டார்.

'இந்த செல்ஃபி படம் எடுக்கிறவங்க சாவற அளவுக்குக்கூடத் துணிஞ்சிருவானுங்களா?'

அவரைப் பாதித்த செய்தி எது என்பது அவனுக்குத் தெரிந்துவிட்டது.

'இது ஒரு போத சார். நெறையப் பேரு இப்பிடிச் செத்துப் போயிருக்கறாங்க. எல்லாம் இந்த வயசுல சாகசம் பண்ற ஆர்வந்தான் சார். நாலு நாளைக்கு முன்னால ஒரு செய்தி வந்திச்சே, நீங்க பாக்கலியா? இருங்க எடுத்துத் தாரேன்' என்றபடி அவன் மேஜைக்கு அடியில் தேடி ஒரு செய்தித்தாளை எடுத்து வந்தான். அதில் இருந்த செய்தி உள்நாட்டில் நடந்தது. இளைஞன் ஒருவன் இதே மாதிரி பிறந்த நாள் கொண்டாட்டத்தின் போது மின்சார ரயில் மீது ஏறி நின்று தற்படம் எடுக்க முயன்ற செய்தி அது.

நல்ல உயரமான பையன். கல்லூரியில் இரண்டாமாண்டு படித்துக்கொண்டிருந்தான். நண்பர்களோடு பிறந்த நாளைக்

கொண்டாடிவிட்டு வீட்டுக்குப் போக ரயிலில் சென்றிருக்கிறான். கடைசி நிறுத்தம். அங்கே இறங்கி நின்றிருந்த பெட்டியின் மேலேறிப் படம் எடுக்கக் கையை உயர்த்தியிருக்கிறான். உயர் மின்னழுத்தக் கம்பியில் கை பட்டு மின்சாரம் பாய்ந்து தூக்கி வீசியிருக்கிறது. கரிக்கட்டையாய்ப் போய்த் தண்டவாளத்தில் விழுந்திருக்கிறான். செய்தியைப் படத்துடன் போட்டிருந்தார்கள். படத்தைப் பார்க்கக் கொடூரமாக இருந்தது. நல்லவேளை, அவன் எடுத்த தற்படத்தைப் போடவில்லை. செல்பேசி உடைந்து போயிருக்கும். மின்சாரம் பாய்ந்ததால் செல்பேசியும் பழுதாகி யிருக்கும். இல்லாவிட்டால் அரிய படம் எனப் போட்டிருப்பார்கள். முதல் செய்தி எங்கோ கண்காணாத தேசத்தில் நடந்தது. இது இதோ அருகில், கைக்கெட்டிய தொலைவில் உள்ள நகரத்தில் நடந்த நிகழ்வு.

22

இத்தகைய சந்தர்ப்பம் கிடைத்தால் எளிதில் விடுபவனல்ல கும்பாஸ். இணையத்தில் பார்த்து இன்னும் சில செய்திகளை எடுத்துக் காட்டினான். இதுநாள் வரை கணினிப் பக்கமே போகாத குமராசுரர் இந்தச் செய்திகளைப் படிப்பதற்காக அருகில் போனார். 'சார், படிக்கறீங்களா, இல்ல படிச்சுக் காட்டட்டுமா?' என்று கேட்ட கும்பாஸ் இன்னொன்றும் நினைவு வர 'சார், பிரிண்ட் போட்டுக் குடுத்திரட்டுங்களா?' என்றான். அவர் 'இல்ல அப்படியே படிக்கறன்' என்று சொல்லி கும்பாஸின் நாற்காலியில் தன்னை அறியாமல் அமர்ந்தார். கணினித் திரை பளீரென்று வெளிச்சம் அடித்தது. அதற்குள் கண்களைக் குவித்தார். வெளிச்சம் கண்ணைப் பொசுக்குவது போல உணர்ந்தார். இதையே பார்த்துக்கொண்டிருப்பவர்களின் கண்கள் என்ன பாடு படும் என்று யோசித்தார். மகன் 'கணினி அறிவியல்தான் படிப்பேன்' என்று பிடிவாதமாக எடுத்திருக்கிறான். அவன் வாழ்நாள் முழுக்கவும் கணினிக்கு முன்னால் உட்கார்ந்துதான் வேலை செய்தாக வேண்டும். என்ன கஷ்டப்படப் போகிறானோ என்று தோன்றியது.

கும்பாஸ் எடுத்திருந்தவற்றில் வரிசையாக நூற்றுக்கணக்கில் செய்திகள் குவிந்து கிடந்தன. அவன் சுட்டியை நகர்த்த அவற்றில் முதல் நான்கை மட்டும் குமராசுரர் படித்தார். அதற்கு மேல் படிக்க இயலாமல் அச்சமும் பதற்றமும் அவரைப் பீடித்தன. கைகள் நடுங்கித் தடுமாற ஆரம்பித்ததும் 'போதும்பா' என்று சொல்லி எழுந்துவிட்டார். அந்த நான்கு செய்திகள் இதோ:

செய்தி 1

ரயிலில் தொங்கிக்கொண்டு செல்பி எடுக்க முயற்சி: தவறி வீழ்ந்த நண்பரைக் காப்பாற்ற முயன்ற நால்வர் பலி

தாடகைபுரம் பகுதியைச் சேர்ந்த இளைஞர் பவாஸ் என்பவர் தன்னுடைய நண்பர்கள் நால்வருடன் கோவிலுக்கு சென்றுவிட்டு ரயிலில் வீடு திரும்பிய சந்தர்ப்பத்தில், ரயிலில் தொங்கியபடி செல்ஃபி எடுக்க முயன்றுள்ளார்.

இவரின் இந்த விபரீத செல்பி முயற்சியில் நண்பர்களான சுமீஸ், சஞ்ஜீஸ், கரீஸ், சந்தீஸ் ஆகிய நண்பர்களும் இணைந்து கொண்டுள்ளனர். இதன்போது, பவாஸின் கால் தவறி ரயிலில் இருந்து கீழே வீழ்ந்துள்ளார்.

உடனடியாக அவரைக் காப்பாற்றும் நோக்கில் பிற நண்பர்களும் ஒருவர் பின் ஒருவர் ரெயிலில் இருந்து கீழே குதித்துள்ளனர். அவசரத்தில் எதிர்புறத்தில் வந்த ரயிலை இவர்கள் கவனிக்கவில்லை. இதனால், கீழே குதித்த நண்பர்கள் மீது ரயில் ஏறிவிட்டது.

இந்த சம்பவத்தில் பவாஸ் காயங்களுடன் மருத்துவமனையில் அனுமதிக்கப்பட்டுள்ளார். போதிய வெளிச்சம் இல்லாத காரணத்தால் எதிர்புறமாக வந்த ரெயிலை நண்பர்கள் கவனிக்கத் தவறிவிட்டதாக சம்பவத்தை நேரில் பார்த்த ஒருவர் குறிப்பிட்டுள்ளார்.

உயிரிழந்தவர்கள் நால்வரும் 20 முதல் 25 வயதுடையவர்கள் என கூறப்பட்டுள்ளது. இந்த சம்பவம் நேற்று மாலை நிகழ்ந்தது.

❍ ❍ ❍

செய்தி 2

மாணவனின் உயிரை பறித்த செல்பி: தண்டவாளத்தில் நின்று படம் எடுக்க முயன்றபோது நடந்த விபரீதம்!

மின்சார ரயில் வரும்போது தண்டவாளத்தின் அருகே நின்று செல்பி எடுக்க முயன்ற பதினொன்றாம் வகுப்பு மாணவர் ரயில் மோதி பலியான சம்பவம் நராந்தகபுரத்தில் நிகழ்ந்துள்ளது.

அங்கு வசிக்கும் சுகாசுர் என்பவரின் மகன் தினேஸ். இவர் அந்த பகுதியில் உள்ள ஒரு பள்ளியில் பதினொன்றாம் வகுப்பு படித்து வந்தார். நேற்று விடுமுறை நாள் என்பதால் தனது நண்பருடன் தினேஸ் அப்பகுதியில் உள்ள உயிரியல் பூங்காவுக்கு சென்றுள்ளார். பின்னர் அங்கிருந்து மாணவர் தினேஸ் நண்பருடன் மாலை 5 மணி அளவில் வீடு திரும்பியுள்ளார். அவர்கள் 2 பேரும் ரயில் நிலைய தண்டவாளம் அருகே நடந்து வந்துள்ளனர்.

அப்போது மின்சார ரயில் ஒன்று வந்துள்ளது. அந்த நேரத்தில் தண்டவாளம் அருகே சென்ற மாணவர் தினேஸுக்கு ரயில் தன்னை கடந்து செல்லும் காட்சியை செல்ஃபி படம் எடுக்கும் விபரீத ஆசை ஏற்பட்டுள்ளது. அதைத் தொடர்ந்து தினேஸ் அவசர, அவசரமாக தண்டவாளம் அருகே நின்று கொண்டு செல்போனில் செல்பி படம் எடுக்க முயன்றுள்ளார். அந்த நேரத்தில் வேகமாக வந்த மின்சார ரயில் அவர் மீது பயங்கரமாக மோதியுள்ளது. இதில் உடல் சிதறி மாணவர் தினேஸ் சம்பவ இடத்திலேயே பரிதாபமாக இறந்தார்.

இதுகுறித்து தகவல் கிடைத்ததும் ரயில்வே காவல்துறையினர் விரைந்து சென்று தினேஸ் உடலை கைப்பற்றி பிரேத பரிசோதனைக்காக மருத்துவமனைக்கு அனுப்பி வைத்தனர்.

அண்மை காலமாக மலைகள், கடல், தண்டவாளங்களில் நின்று செல்பி எடுக்கும் மோகத்தில் உயிரிழப்பு சம்பவம் அதிகரித்து வருவது குறிப்பிடத்தக்கது.

❍ ❍ ❍

செய்தி 3

செல்ஃபியால் உயிரிழப்பவர்களின் எண்ணிக்கை தொடர்ந்து அதிகரித்து வருவதை அடுத்து உலகளவில் அசுராபுரி முதலிடம் பிடித்துள்ளது.

மொபைல் போன் தொழில்நுட்ப வளர்ச்சியால் ஸ்மார்ட்போன்களில் செல்பி வசதி அறிமுகம் செய்யப்பட்டது. அதைத் தொடர்ந்து எல்லோரிடமும் செல்பி மோகம் தொற்றிக் கொண்டது. பின் ஸ்மார்ட்போன் நிறுவனங்களும் செல்பியை வைத்து மொபைல் போன்களுக்கு விளம்பரம் செய்ய தொடங்கி விட்டனர்.

இந்நிலையில் பெரும்பாலானோர் செல்பி மோகத்தில் எங்கு சென்றாலும் எதை செய்தாலும், யாரை சந்தித்தாலும் செல்பி எடுப்பதை வழக்கமான பழக்கமாக கடைப்பிடித்து வருகின்றனர்.

இளைஞர்கள் ரயில் நிலையத்தில் தண்டவாளத்தில் நின்றுக்கொண்டு ரயில் முன்னே செல்பி எடுக்க முயற்சித்து உயிரிழந்து வருகின்றனர். மலைப்பகுதிக்கு சுற்றுலா செல்லும் சிலர் மலை உச்சியில் நின்றுக்கொண்டு செல்ஃபி எடுத்து உயிரிழந்து வருகின்றனர்.

செல்ஃபியால் உயிரிழப்பு மெல்ல மெல்ல அதிகரித்து வருகிறது. இந்நிலையில் அசுராபுரி செல்பியால் உயிரிழப்பு அதிகம் ஏற்படும் இடமாக உலகளவில் முதலிடம் பிடித்துள்ளது.

செல்பியால் உயிரிழந்தவர்களில் 68% பேர் 24 வயதுக்கு உட்பட்டவர்கள் என்றும், 75% பேர் ஆண்கள் என்றும் ஆய்வில் தெரிவிக்கப்பட்டுள்ளது.

❍ ❍ ❍

செய்தி 4

காயம்பட்ட கரடியுடன் செல்பி: இளைஞருக்கு நேர்ந்த பரிதாப முடிவு – போராடிய நாய்; வேடிக்கை பார்த்த மக்கள்

அசுராபுரி, வானாசுரக் காட்டுப்பகுதியில் கரடியுடன் செல்பி எடுக்க முயன்ற இளைஞரைக் கரடி கடித்துக் குதறியதில் அவர் பலியானார்.

அசுராபுரியின் தெற்குப்பகுதியில் உள்ளது நரபுரம். அவ்வூரை சேர்ந்தவர் பிரபாசுர். இவர் டிராவல்ஸ் நடத்தி வந்தார். இந்நிலையில், புதன்கிழமை ஒரு திருமணக் கோஷ்டியை அழைத்துக்கொண்டு தனது வாகனத்தில் கோரபுரம் எனும் நகருக்குச் சென்றுவிட்டு, அங்கிருந்து மீண்டும் நரபுரத்துக்குத் திரும்பிக்கொண்டிருந்தார். வாகனத்தைப் பிரபாசுர் ஓட்டிச் சென்றார்.

அப்போது காட்டுப்பகுதியில் திருமணக்கோஷ்டியினர் அனைவரும் இயற்கை உபாதைகளுக்காக இறங்கினார்கள். டிரைவர் பிரபாசுர் காட்டுப்பகுதிக்குள் உள்ள ஒரு குளத்தில் இறங்கி தண்ணீர் குடிக்கச் செல்ல முயன்றபோது வழியில் ஒரு கரடி காயத்துடன் படுத்திருந்தது.

இதைப் பார்த்த பிரபாசுர் கரடி தூங்கிக்கொண்டிருப்பதாக நினைத்து அந்தக் கரடியுடன் செல்பி எடுக்கப் பிரபாசுர் முயன்றார். ஆனால், பிரபாசுர் கரடியுடன் செல்பி எடுக்க அருகே சென்றவுடன், கரடி பிரபாசுர் மீது பாய்ந்தது. கரடியின் பிடியில் இருந்து விடுபட பிரபாசுர் கடுமையான முயன்று போராடினார். ஆனால், கரடி அவரை கடித்துக் குதறியது.

பிரபாசுரின் சத்தம் கேட்டு திருமண கோஷ்டியினர் காட்டுப்பகுதிக்கு வந்து கரடியிடம் இருந்து பிரபாசுரை மீட்க முயன்றனர். கரடி மீது கற்களை எறிந்தும், கட்டையால் அடித்தும் பிரபாசுரை மீட்க முயன்றனர் ஆனால், கரடியின் தாக்குதலில் பிரபாசுர் சம்பவ இடத்திலேயே பலியானார்.

இது குறித்து வனத்துறை ரேஞ்சர் தனுராசுரர் கூறுகையில், கரடியுடன் செல்பி எடுக்க முயன்ற பிரபாசுர் சம்பவ இடத்திலேயே பலியானார். இந்தத் தாக்குதல் நடந்த இடத்தில் இருந்து 10 கி.மீ. தொலைவில்தான் வனத்துறை அலுவலகம் அமைந்திருந்தது. இந்தத் தகவல் கிடைத்து அங்குச் சென்ற வனத்துறையினர் பிரபாசுரின் உடலை மீட்டு, போலீஸுக்கு தகவல் கொடுத்தோம்.

கரடி பிரபாசுரரை தாக்கும் போது அனைத்துப் பயணிகளும் கரடியை தாக்கி இருந்தால், பிரபாசுர் உயிர் பிழைத்திருப்பார். ஆனால் ஒருசிலர் மட்டுமே கரடி மீது கற்களை வீசி எறிந்தனர். மற்றவர்கள் தங்கள் செல்போனில் வீடியோ எடுப்பதிலேயே ஆர்வமாக இருந்ததால் ஒரு உயிர் பலியானது. அந்தப் பகுதியில் இருந்த ஒரு நாய்கூட கரடியுடன் சண்டையிட்டது. ஆனால், அதற்கும் பலனில்லை.

பிரபாசுரின் இறுதிச் சடங்குக்கு முதல்கட்டமாக ரூ.30 ஆயிரம் வனத்துறை சார்பில் அளித்துள்ளோம். அடுத்த 15 நாட்களில் அரசிடம் இருந்து இழப்பீடு பெற்றுத் தரப்படும். கடந்த மாதம் இதே போல எச்சரிக்கையை மீறி வனப்பகுதிக்குள் சென்ற 3 பேரைக் கரடி கடித்துக் குதறிக் கொன்றது, 6 பேர் காயமடைந்தனர் எனத் தெரிவித்தார்.

❍ ❍ ❍

மலையில் செல்பி, குளத்தில் செல்பி, ஆற்றில் செல்பி, பாலத்தில் செல்பி, கடலில் செல்பி, திமிங்கலத்துடன் செல்பி, சிறுத்தையுடன் செல்பி, நின்று கொண்டு செல்பி, படுத்துக் கொண்டு செல்பி, ஓடியபடி செல்பி, குடிக்கும் செல்பி, தின்னும் செல்பி, பேழும் செல்பி என எத்தனையோ செல்பிகளால் ஏற்பட்ட விபத்துக்கள், உயிரிழப்புகள் பற்றிச் செய்திகள் பக்கம் பக்கமாகக் குவிந்து கிடந்ததை பெரும் மலைப்போடு குமராசுரர் கண்டு சோர்ந்தார்.

23

தன்னிடத்தில் வந்தமர்ந்த குமராசுரர் 'இப்பிடி ஒரு மோகமா?' என்று கேட்டார். மோகம் என்னும் சொல்லுக்கு அவருக்கு ஒரே ஒரு பொருள் மட்டுமே இதற்கு முன் தெரிந்திருந்தது. ஆகவே அந்தச் சொல்லைப் பயன்படுத்தவே யோசிப்பதுண்டு. இப்போது 'மோகம்' இப்படிப் பல்கிப் பெருகி விட்டதே. இனி என்ன ஆகும் இந்த உலகம்? 'எல்லாம் சின்ன வயசு சாகசம் சார். அனுபவம் இல்லாத மாட்டிக்கிட்டுச் சாகறானுங்க' என்றான் கும்பாஸ். 'ஒருத்தனக் காப்பாத்தப் போயி நாலு பேரு மாட்டிக்கிட்டுச் செத்திருக்கறானுங்க. ஆனா அவன் பொழச்சிக்கிட்டானே. அவனல்ல செத்திருக்கனும்' என்றார் அவர். 'அவனவனுக்கு எப்பிடி விதி எழுதியிருக்குதோ யாருக்குத் தெரியும் சார்' என்று அவருக்கு இசைவாகப் பேசிய கும்பாஸுக்கு அவர் பதில் பேசவில்லை.

அதன்பின் அவர் முழுமையாகத் தனக்குள் ஆழ்ந்து போனார். இந்த மாதிரியான செய்திகள் எல்லாம் மேகாஸுக்குத் தெரிந்திருக்குமா? இத்தனை காலம் வாழ்ந்தும் இப்படிப்பட்ட செய்திகள் இப்போதுதான் தனக்கே தெரிகிறது. அவன் வீடும் பள்ளிக்கூடமும் என்றிருந்தவன். எப்படி உலக ஞானம் இருக்கும்? அறியாமல் எங்கேனும் செல்பி எடுக்கப் போய்விடுவானோ? அவன் சொல்பேச்சு கேட்பவனல்ல. என்ன சொல்கிறோமோ அதற்கு எதிராக நடக்க வேண்டும் என்றுதான் நினைப்பான். இந்த மாதிரி அபாயக் கருவிகள் எல்லாம் இப்போதைக்குக் கையில் இருக்கக் கூடாது. அரசாங்கம் எப்படி இதையெல் லாம் அனுமதிக்கிறது? மின்சாரத்திற்கு அருகில் போட்டு வைப்பது போல அபாயக்குறி போட்டு வைக்க வேண்டியவை அல்லவா இவை?

அவரிடமும் ஒரு செல்பேசி இருக்கிறது. அது பேசுவதற்கானது மட்டுமே. அழைக்கலாம். அழைப்பு வந்தால் பேசலாம். இத்தோடு கண்டுபிடிப்பை நிறுத்தியிருந்தால் என்ன? இதற்கு மேல் ஒவ்வொன்றையும் அதில் இணைத்து இத்தனை பேர் உயிரைப் பலி கொள்ள வேண்டுமா? அவர் யோசனையில் பேருந்தில் இருந்து இறங்காமல் நின்றபடியே இருந்தார். வழக்கமான நடத்துநர் அவரை உசுப்பி இறக்கினார். நடந்து வந்தவர் தம் வீட்டைக் கடந்து கொஞ்சதூரம் போய்விட்டுப் பிறகு திரும்பி வந்தார். மங்காசுரி கொடுத்த காப்பியைத் தண்ணீர் போல உறிஞ்சினார். வெறுமனே கட்டிலில் படுத்துக்கிடந்தார். தொலைக்காட்சியின் முன்னால் பொம்மை போல உட்கார்ந்திருந்தார். மங்காசுரி போட்டுக் கொடுத்த உணவை உண்டார். பிறகு மீண்டும் படுத்துக்கொண்டார்.

பார்வை கூரை முகட்டில் இலக்கின்றிப் பதிந்து கிடந்தது. எதுவும் பேசவில்லை என்றாலே கவலை என்கிற அவர் உலகத்திற்குள் மூழ்கிவிட்டார் என்று அர்த்தம். நாளெல்லாம் தனித்திருக்கும் தன்னிடம் வந்ததும் சந்தோசமாக நான்கு வார்த்தைகள் பேசுவார் என்று மங்காசுரி தினமும் எதிர் பார்ப்பார். ஆனால் பெரும்பாலான நாட்கள் இப்படித்தான் பேயறைந்தது போல வருவார். இது பழகிப் போனதால் மங்காசுரி தொலைக்காட்சித் தொடரில் தன்னை ஒப்புவித்துக்கொண்டார்.

படுத்திருந்த குமராசுரருக்கு ஏதேதோ கனவுகள். வேகமாக ரயில்கள் ஓடிக்கொண்டே இருக்கின்றன. ஒரு ரயில் ஓடிச் சத்தம் அடங்குவதற்குள் அடுத்த ரயில் வேகமாகக் கடக்கிறது. அதற்குள் இன்னொன்று. ஒரு ரயில் மேல் இன்னொரு ரயில். அதன் மேல் வேறொரு ரயில். ரயில்களின் களேபரம். ரயில்களுக்கு நடுவில் நிற்கிறான் அவன். செல்பேசியை நீட்டியபடி புகைப்படம் எடுக்கிறான். ரயிலுக்கு அருகில் நின்று எடுக்கிறான். பக்கவாட்டில் நின்று எடுக்கிறான். ரயிலுக்கு மேலே ஏறுகிறான். நீண்டு செல்லும் கம்பியைப் பற்றுகிறான். தூக்கி எறியப்பட்டு இன்னொரு ரயில் மேல் விழுகிறான். அங்கிருந்து இன்னொரு ரயில் மேல். ஒவ்வொரு ரயிலும் அவனைப் பந்து போல உதைத்து எறிகின்றன. அவன் முகம் தெரியவில்லை. ரயிலேதும் வராத தண்டவாளத்தில் கடைசியாக வந்து குப்புற விழும் அந்த முகத்தை ஏதோ கரமொன்று தொட்டுத் திருப்புகிறது. அருகே போய்ப் பார்க்கிறார். அது... அது... மேகாஸின் முகம். முகத்தை மூடிக்கொண்டு கத்துகிறார் அவர். உண்மையாகக் கத்திவிட்டார் போல. மங்காசுரி ஓடி வந்து 'ஏங்க ஏங்க' என்று எழுப்பியதும் ஏதேதோ புரியாத உளறலோடு எழுந்து உட்கார்ந்தார். தண்ணீர்

கொண்டு வந்து கொடுத்துக் குடிக்க வைத்துத் தேற்றிய பிறகே ஒருநிலைக்கு வந்தார் அவர்.

‘ஏந்தான் இப்பிடிப் பண்றீங்களோ . . . இப்ப நமக்கு என்ன வந்திருச்சுங்க. என்னமோ இந்தப் பையன் செல்போன் வேணுமின்னு கேட்டுட்டான். எதுக்குடா இப்ப உனக்குப் புதுசுன்னு ரண்டு வார்த்த கடிஞ்சு சொன்னாக் கேட்டுக்க மாட்டானா? நாம பெத்த பையன் தானேங்க. எதுக்கு இப்பிடிப் போட்டு ஓசிச்சு ஓசிச்சுக் கவலப்பட்டுக்கிட்டு ஒடம்பக் கெடுத்துக்கறீங்க? ஒழுங்காத் தூங்கறதே இல்ல. தூக்கமில்லீன்னா ஒடம்பு என்னத்துக்காவும்? ஒருநாளா ரண்டு நாளா தெனமும் தூங்கலீனா எப்படீங்க? நீங்க சொல்றதத்தான் எப்பவும் நாங்க கேட்டுக்கிட்டே இருக்கறம். நாஞ்சொல்றத நீங்க நாளைக்குக் கேளுங்க. ஆஸ்பத்திரிக்குப் போய் பிரசரு, கொலஸ்ட்ராலு, சர்க்கர எல்லாத்தயும் டெஸ்ட் பண்ணிக்கிட்டு வந்தரலாம். சொல்பேச்சு கேளுங்க’ என்று மங்காசுரி ரொம்ப நேரம் பேசினார்.

அவர் ஏதும் பேசாமல் கேட்டுக்கொண்டார். தன் யோசனைகளை மங்காசுரியிடம் சொன்னால் அவரும் குழம்பித் தவிக்கக்கூடும் என்பதால் பெரும்பாலும் எதையும் அவர் சொல்வதில்லை. இன்றைக்குக்கூட அந்தச் செய்திகளை எல்லாம் அப்படியே கொண்டு வந்து படித்துக் காட்டலாமா என நினைத்தார். பிறகு வேண்டாம், வீட்டில் ஒருவருக்குப் பித்துப் பிடித்திருந்தால் போதும், இன்னொருவருக்கும் வேண்டாம் என்று முடிவு செய்தார்.

இந்தச் செய்திகள் எல்லாம் உண்மையாக இருக்குமா, இல்லை, இந்த கும்பாஸ் இவரைக் குழப்ப வேண்டும் என்று சிருஷ்டித்துக் கொடுக்கிறானோ? செல்பேசி தொடர்பான குழப்பத்தில் அவர் இருப்பதை எப்படியாவது அவன் கண்டுபிடித்திருக்கக் கூடும். அவனை நம்பக் கூடாது. கணினி, இணையம் என்று சொல்லி அவற்றில் எல்லாமே இருப்பதாகக் காட்டும் ஏவல்காரன் அவன். ஒரு நிமிடம்கூட ஆகியிருக்காது. அதற்குள் எப்படி அவன் நூற்றுக்கணக்கான செய்திகளைக் கண்டுபிடிப்பான்? அவனுக்கு ஏதும் கண்கட்டு வித்தை தெரிந்திருக்கலாம். இணையம் பற்றி எல்லோரும்தான் பேசுகிறார்கள். ஆனால் இப்படி ஒரு அதிசயமாகவா அது இருக்கும்? அந்தச் செய்திகளில் வரும் அத்தனை பேரும் செல்பேசியில் படம் எடுக்கும் பித்துப் பிடித்தவர்களாக எப்படி இருக்க முடியும்?

யார் யாரோ சேர்ந்து என்னென்னவோ சதி செய்கிறார்கள். செய்தித்தாள் படிக்க வைத்து அவரை வலைக்குள் சிக்க வைத்தவன் கும்பாஸ். நாளையிலிருந்து செய்தித்தாள் பக்கமே

திரும்பக் கூடாது. யார் என்ன சொன்னாலும் கேட்கக் கூடாது. எல்லோருடைய சதியும் அவரைத் தாண்டி மேகாஸைக் குறி வைக்கிறது. கனகாசுரருக்கு அவன் மேல்தான் எப்போதும் கண். தேனாசுரர் என்ன சதி செய்தும் மேகாஸைப் படிக்க விடாமல் செய்துவிடுவதில் குறியாக இருக்கிறார். இந்த வீதியில் இருக்கும் எல்லோருக்கும்கூட அவன் மேல் கண் இருக்கிறது. வீட்டுக்குள்தான் அவன் குறும்புகள், பிடிவாதம் எல்லாமும். வெளியே இறங்கிவிட்டால் நிலம் அதிரும்படிகூட நடக்க மாட்டான். இந்தக் காலத்துப் பையன் இப்படி இருக்கிறானே என்று அவன் மேல் எல்லோருக்கும் பொறாமை. அதனால் எப்போதும் கண்காணித்துக் கொண்டே இருக்கும் கொள்ளிக் கண்கள் அவர்களுக்கு.

இவர்களிடம் இருந்தெல்லாம் மேகாஸை எப்படியாவது காப்பாற்றியாக வேண்டும். நல்லவிதமாக அவனைப் படிக்க வைத்து எங்காவது அயல் தேசத்துக்கு அனுப்பிவிட வேண்டும். அப்படிப் போய்விட்டால் இவர்கள் அவனை என்ன செய்துவிட முடியும்? அவன் எங்கே இருக்கிறான் என்பதைக்கூட யாருக்கும் சொல்லக் கூடாது. தேக்கம் தேறி வரவேற்பறையில் வந்து உட்கார்ந்த அவர் 'பையனுக்குப் பேசுனியா இன்னிக்கு?' என்று கேட்டார். 'ஒம்பது மணிக்குப் பேசுனனே' என்றார் மங்காசுரி. 'ஒன்னும் சொல்லுல. செல்போனப் பத்தி எதுமே பேசுல. நானும் கேக்கல, அவனும் எதும் சொல்லுல. ஒடனே பேச வேண்டான்னுதான் உட்டுட்டன்' என்றார் மேலும். 'பையனுக்கு இப்பப் போன் போடு' என்றார் குமராசுரர்.

'மணி இப்ப என்ன ஆவுது பாத்தீங்களா? பத்தே முக்காலு ஆவுது. இந்நேரம் தூங்கியிருப்பானோ என்னமோ. காத்தாலக்கிக் கூப்படலாங்க' என்றார் மங்காசுரி. 'இப்பக் கூப்படப் போறயா இல்லயா?' என்று அவரை அறியாமல் கத்தினார். 'ஏங்க இப்பிடிக் கத்தறீங்க? மெதுவாப் பேசுங்க' என்று பயந்தபடி சொன்னார் மங்காசுரி. 'நீயும் எல்லார்த்தோட கூட்டுச் சேந்துக்கிட்டயா? எம் பேச்சக் கேக்க மாட்டயா?' என்று மீண்டும் கத்தினார். இதுநாள்வரை வீட்டுக்குள்ளிருந்து சிறுசத்தம்கூட வெளியே போனது கிடையாது. இந்நேரத்திற்கு இவர் இப்படிக் கத்தினால் பக்கத்தில் இருப்பவர்கள் என்ன ஏதென்று விசாரிக்க வந்துவிடுவார்களோ என்று பயந்தார்.

சட்டென நினைவுக்கு வந்த குலதெய்வம் மேகாசுரன் படத்திற்கு முன்னால் போய் நின்று கும்பிட்டுவிட்டு அவருக்கு முன்னால் வைத்திருந்த சொம்பில் இருந்த தண்ணீரைக் கையில் அள்ளி அவர் மீது தெளித்து 'எல்லாக் காத்துக் கருப்பும் கண்

காணாத ஓடிரோனும்' என்று சொன்னார். மங்காசுரியின் கையிலிருந்த சொம்பைத் தட்டிவிட்டு 'ஏய் எச்சக்கல முண்ட... பையனுக்குப் போன் போடுன்னு சொன்னாக் கேக்க மாட்டியா? வெசத்தண்ணியக் கொண்டாந்து எம்மேல ஊத்திக் கொல்லலாமுன்னு பாக்கறியா?' என்று கத்தினார். 'அய்யோ நான் என்ன செய்வன், யாரக் கூப்பிடுவன்? எஞ்சனமுன்னு சொல்லிக்க இங்க ஆரு இருக்கறா?' எனப் பிதற்றியபடியே செல்பேசியைத் தேடி எடுத்து வந்து பையனுக்கு அழைப்பு விடுத்தார்.

முதல் அழைப்பில் அவன் எடுக்கவில்லை. 'விடிய விடிய முழிச்சிக்கிட்டுக் கெடக்கற நாயி, இன்னைக்குத் தூங்கிருச்சோ என்னமோ தெரீலியே' என்று திரும்பத் திரும்பச் சொல்லியபடி மீண்டும் அழைத்தார். மூன்றாம் அழைப்புக்கு எடுத்தவன் தூக்கக் கலக்கத்தில் 'என்னம்மா..' என்று எரிச்சல் பட்டான். 'உங்கொப்பன் என்னமோ பித்துப் பிடிச்சாப்பல கத்தறாருடா. உங்கிட்டப் பேசோனுங்கறாரு. நல்லா முழிச்சு எந்திரிச்சு கொஞ்சம் நாலு வார்த்த பேசுப்பா. கோவிச்சுக்காத' என்று மகனிடம் கெஞ்சிக் கேட்டுப் பேசியை அவரிடம் கொடுத்தார். பேசியை வாங்கியதும் 'மேகாஸூக் கண்ணு ஒன்னும் பிரச்சின இல்லியேப்பா' என்று கேட்டார். அவன் 'இல்லப்பா, ஒன்னும் பிரச்சின இல்லப்பா' என்றான்.

'இங்க பாருப்பா, அவுங்களும் இவுங்களும் என்னென்னமோ சொல்லுவாங்க. நம்ம நல்லா இருக்கறது அவுங்களுக்குப் புடிக்காது. கெடுக்கப் பாப்பாங்க. ஊருல இருந்து வண்டி போட்டுக்கிட்டு வருவாங்க. போன் பண்ணிப் பேசுவாங்க. இங்க வா அங்க வான்னு கூப்பிடுவாங்க. நீ பத்தரமா இருந்துக்கோனும். ஆருக்கும் மூஞ்சி குடுக்காத. ஆருக்கும் பயப்படாத. நானிருக்கறன், தெகிரியமா இரு. பாருப்பா, ஊரே கெட்டுக் கெடக்குது கண்ணு. எச்சரிக்கையா இருந்துக்கோனும்' என்று ஏதேதோ பேசினார். அவன் 'சரிப்பா சரிப்பா' என்று மட்டும் சொன்னான். ஒருவழியாகப் பத்து நிமிடம் பேசி முடித்து மங்காசுரியிடம் பேசியைக் கொடுத்தார். அவன் 'என்னம்மா ஆச்சு? எதுனா தண்ணி போட ஆரம்பிச்சிட்டாரா?' என்று கேட்டான்.

24

இரவெல்லாம் தூங்காமல் கிடந்தாலும் விடிகாலை நடைப்பயிற்சிக்குப் போய்விடுவார். அன்றைக்கு விடிகாலையில் எழவேயில்லை. நன்றாகத் தூங்குவது மாதிரி தெரிந்ததாலும் இரண்டு நாள் அலுவலகம் விடுமுறை என்பதாலும் மங்காசுரி அவரை எழுப்பவில்லை. ஆனால் அடிக்கடி அவரைப் பார்த்துக்கொண்டுதான் இருந்தார். ஒருமுறை அருகில் போய் மூச்சு வருகிறதா என்று மூக்கில் கை வைத்துப் பார்த்துவிட்டு, 'ச்சீ, என்ன காரியம் செய்கிறோம்' என்று தன்னையே நொந்து கொண்டார். அவரைப் பார்க்கப் பார்க்க ஏனோ அழுகை வந்தது. அரசு வேலை கிடைத்ததும் அவருக்கு எத்தனையோ இடங்களில் இருந்து வசதியோடு பெண் கொடுக்க முன்வந்தும் தாய் சொல்லைத் தட்டாமல் தன்னைத் திருமணம் செய்து கொண்ட நாள்முதல் அவர் படும் கஷ்டங்கள் எல்லாம் மங்காசுரிக்குத் தெரியும்.

எந்த வகைக் கெட்ட பழக்கமும் அவரிடமில்லை. வீடு, குடும்பம் தவிர அவருக்குச் சிந்தனை யும் வேறில்லை. ஆனால் இப்படியெல்லாம் கஷ்டப்படாமலே சாதாரணமாக எல்லாவற்றையும் செய்யலாம்; எதிர்கொள்ளலாம். அது ஏன் அவரால் முடிவதில்லை என்பதுதான் இன்னும் மங்காசுரிக்குப் புரியவில்லை. சின்னச் சின்ன விஷயங்களை எல்லாம் போட்டுக் குழப்பிக் கடைசியாக ஒரு முடிவுக்கு வருவார். அவர் முடிவெடுப்பதற்குள் எல்லோரையும் குழப்பிப் பதற்றமாக்கிப் பெருங்கஷ்டப்பட வைத்துவிடுவார். இதுவரைக்கும் உடல் சார்ந்த பரிசோதனை எதுவும் செய்துகொள்ளவில்லை. நாற்பதைக் கடந்துவிட்டார். 'எனக்கு ஒன்னும் வராது' என்று எப்போதும் சொல்லிக்கொண்டே இருப்பார். இப்போது இருக்கும் நிலையைப் பார்த்தால் கட்டாயம் பரிசோதனை செய்துவிட வேண்டும். என்ன சொல்கிறாரோ?

வீட்டு வேலைகளைப் பார்ப்பதும் அவரை எட்டிப் பார்ப்பதும் யோசிப்பதுமாகக் காலை கழிந்தது. மகன் அழைத்துப் பேசினான். அவன் செல்பேசி கேட்டதால்தான் இந்தப் பிரச்சினை என்று மங்காசுரி சொல்லவில்லை. தன்னால்தான் இப்படி ஆகிவிட்டது என்று அவனும் கஷ்டப்படக் கூடாது என்று நினைத்தார். அவர் பதினோரு மணிக்கு மேல்தான் எழுந்தார். அவருக்குத் தேவையானவற்றை எல்லாம் மங்காசுரி செய்து கொடுத்த பிறகு 'போய்ப் பரிசோதனை செய்துகொண்டு வரலாம்' என்றார். 'எனக்கு ஒன்னும் இல்ல, உடு' என்று வேகமாகச் சொன்னதும் மீண்டும் இரவில் செய்ததைப் போலக் கத்துவாரோ என்று பயந்து மங்காசுரி மேற்கொண்டு வற்புறுத்தவில்லை. அவர் விரும்பி உண்ணும் உணவு வகைகளைச் சமைத்துக் கொடுத்ததோடு அவரைத் தொந்தரவுக்கு உள்ளாக்காத விஷயங் களை யோசித்து யோசித்துப் பேசினார்.

அவரைத் தொந்தரவு செய்யாத விஷயங்கள் மிகவும் குறைவு அல்லது அனேகமாக எதுவுமே இல்லை என்பது அப்போதுதான் தெரிந்தது. மிகவும் யோசித்து அவர் பேசிய விஷயங்கள்:

1. சாப்பாடு. காலையில் செய்தவற்றின் பட்டியலை ஒப்பித்து அவை மதியத்திற்கும் வரும் என்று சொல்லி இதையே சாப்பிடக் கஷ்டமாக இருக்குமென்றால் வேறேதாவது செய்கிறேன் என்றும் சொன்னார். குமராசுரர் 'இது வீணாப் போயிரும். இதையே சாப்பிட்டுக்கலாம்' என்றார்.

2. வீட்டை ஒட்டியிருக்கும் கறிவேப்பிலை மரம் நிறையக் காய் காய்த்து இப்போது எல்லாம் பழங்களாகிவிட்டன என்றும் அப்பழங்களைத் தின்னக் காலையில் குயில்கள் வந்துவிடுகின்றன என்றும் அவை போடும் கூப்பாடு சகிக்க முடியவில்லை என்று செல்லமாகக் கடிந்தும் சொன்னார். 'கறிவேப்பிலைப் பழத்துக்கும் ஒரு பயன்பாடு இருக்கிறது பார்' என்று சொல்லிச் சிரித்தார் குமராசுரர்.

3. மருந்துப் பொடி தூவினாலும் கட்டியால் கோடு கிழித்தாலும் சரி, எல்லாவற்றையும் கடந்து இந்த எறும்புகள் வீட்டுக்குள் உலவுவதைத் தடுக்கவே முடியவில்லை என்று வருத்தப்பட்டார். 'நம்மோட சேந்துதான் எறும்பும் வாழ்ோனும். இல்ல, எறும்போட சேந்துதான் நாம வாழோனும்' என்று சொல்லிச் சிரித்தார் குமராசுரர்.

4. வெயில் அதிகமாக இருக்கிறது என்றும் ஒரு மழை பெய்தால் கொஞ்சம் நன்றாக இருக்கும் என்று சொன்னார். 'நல்லவங்க கொறஞ்சுக்கிட்டே வர்றாங்களே, அப்பறம் எப்படி மழ பெய்யும்?' என்று கேட்டார்.

5. பாத்திரங்கள் நிறையச் சேர்ந்துவிட்டது என்றும் கொஞ்சம் பாத்திரங்களை ஒழித்துப் பரணில் போட்டு விட்டால் பரவாயில்லை என்று யோசிப்பதாகவும் சொன்னார். அதற்கு அவர் ஏதும் பதில் பேசவில்லை. ஆனால் மென்மையாக இதழ் விரித்துப் புன்னகை புரிந்தார்.

இப்படி அன்றைக்கு முழுக்கவும் யோசித்து யோசித்துப் பேசினார் மங்காசுரி. அத்துடன் இன்னொரு உத்தியையும் கையாண்டார். அவர் பேசிய பிறகு அதையொட்டி உரையாடலை வளர்க்கும் விதத்தில் கருத்து எதையும் சொல்லாமல் எல்லாம் துண்டு துண்டாக முடியும்படி பார்த்துக்கொண்டார். ஆனால் இப்படிப் பேசுவது ரொம்பவும் கஷ்டமாக இருந்தது. சின்னக் குரல் உயர்த்தல், கோபம், எரிச்சல், மறுப்பு எதுவும் இல்லாமல் தொடர்ந்து உரையாடுவதில் சுவாரசியம் ஏது? ஆனாலும் அன்றைக்கு முழுக்கவும் மங்காசுரி இதையே செய்தார். குமராசுரர் அமைதியாக இருந்ததைப் பார்க்கச் சந்தோசமாக இருந்தது. நேற்று இரவு நடந்ததெல்லாம் கனவு போலத் தோன்றிற்று.

25

மறுநாள் அதிகாலையிலேயே நடைப் பயிற்சிக்குக் கிளம்பிவிட்டார். அன்றைக்கு ஏதோ வரப்பனி பெய்தது. இப்படிப் பனிப் பெய்தால் மழை எங்கே வரும் என்று யோசித்துக்கொண்டே மைதானத்தை அடைந்தார். பெரும்பாலும் குமராசுரர் தனியாகவே நடப்பார். யாருக்காகவும் காத்திருப்பதோ வழியில் சேரும் எவரேனும் நின்று யாருடனாவது பேசும்போது அவர்களுக்காக நிற்பதோ அவருக்கு வழக்கமில்லை. அன்றைக்கு மைதானத்துக்குள் நுழையும்போதே கனகாசுரர் கண்ணில் பட்டுவிட்டார். அவரைச் சுற்றி ஒரு கூட்டம் நின்றது. ஏதோ விஷயம் இருப்பதாகத் தோன்றவும் குமராசுரரும் ஒருகணம் நின்றார். இவரைக் கண்டதும் இதுதான் தப்பிக்கச் சந்தர்ப்பம் என்று 'என்ன குமரு நேத்துக் காணோம்' என்று கூறிக்கொண்டே அவர்களுக்கெல்லாம் கையாட்டிய படி வந்து சேர்ந்தார். 'கனகு என்ன பிரச்சின? காலையிலயே உன்னச் சுத்திக் கூட்டம் நிக்குது. எதாச்சும் கத சொல்லத் தொடங்கிட்டயா?' என்றார் குமராசுரர். 'நீ கூட ஜோக்கடிக்கறயா?' என்றவர் 'நேத்துச் செய்தி எதையும் நீ பாக்கலியா? டிவி முழுக்க நம்மூருச் செய்திதான். அதும் எங்க ஏரியாச் செய்திதான்' என்று மேலும் சொன்னார்.

அந்தச் சிறுநகரத்தின் இன்னொரு பகுதியில் குடியிருக்கிறார் கனகாசுரர். அங்கே பலவகைத் தரத்திலான வீடுகளும் கலந்திருக்கும் அரசு குடியிருப்புகளும் உள்ளன. அந்தப் பகுதியில் வசிக்கும் மூன்று இளைஞர்கள் வேலையில்லாமல் திரிந்துகொண்டிருந்திருக்கிறார்கள். எப்படியோ அவர்களுக்கு அறிமுகமான ஆள் ஒருவன் நிறையப் பணம் தருகிறேன் என்று சொல்லி நல்ல விலை யுள்ள செல்பேசிகளை வாங்கிக் கொடுத்ததோடு பெரிய இருசக்கர வண்டிகளையும் வாங்கிக்

கொடுத்திருக்கிறான். மூவருக்கும் கை நிறையப் பணமும் கிடைத்திருக்கிறது. எங்கோ ஒரு நிறுவனத்தில் வேலை செய்வதாகப் பொய் சொல்லித் திரிந்திருக்கிறார்கள். அவர்கள் செய்த வேலையைப் பற்றிச் சொல்லவே நாக் கூசுகிறது என்று சொல்லிப் பெருமூச்சு விட்டுப் பின்னர் தொடர்ந்தார் கனகாசுரர்.

முடிந்தவரைக்கும் அந்தப் பகுதி வீடுகளில் உள்ள அனைவரிடமும் பழக்கம் ஏற்படுத்திக்கொண்டு ஏதாவது ஒரு வேலையைச் சாக்காக வைத்து அடிக்கடி அவர்கள் வீட்டுக்குப் போய் இயல்பாகப் பழகுவதாக நடிப்பார்கள். ஏதாவது சந்தர்ப்பத்தில் கழிப்பறையைப் பயன்படுத்தக் கேட்டு உள்ளே போய்த் தங்கள் செல்பேசியைக் குளியலறையில் அவ்வளவாகத் தெரியாத இடத்தில் வைத்துக் கேமராவை ஓடவிடுவார்கள். அந்தப் பகுதியில் நிறைய வீடுகளில் குளியலறையும் கழிப்பறையும் வீட்டுக்குப் பின் பக்கத்தில் இருக்கும். மேலே தளமிருக்காது. சிமிட்டி அட்டையைச் சரிவாகப் போட்டு மூடியிருப்பார்கள். அத்தகைய வீடுகளில் சிமிட்டி அட்டைக்கும் அதை இணைக்கும் இரும்பு உருளைக்கும் இடையே செல்பேசியை வைப்பது மிகவும் சுலபம். யாரும் மேலே அண்ணாந்து பார்த்தாலும் தெரியாத அளவில் மறைவான இடமாகவே இருக்கும். அதற்குப் பிறகு மீண்டும் அந்த வீடுகளுக்குப் போய் மீண்டும் கழிப்பறையைப் பயன்படுத்துவதாகப் பொய் சொல்லிச் செல்பேசியை எடுத்து வந்துவிடுவார்கள். அப்படிச் செல்பேசியில் பதிவான குளியலறைக் காட்சிகளை அதற்கெனவே இருக்கும் ஆட்களிடம் விற்று விடுவார்கள். வாங்குபவன் அதில் சின்னச் சின்ன மாற்றங்கள் செய்து இணையத்தில் பதிவேற்றிவிடுவான்.

அந்தப் பகுதிப் பெண்கள் பலரின் குளியலறைக் காட்சிகள் அவ்விதம் இணையத்தில் உலவுகின்றன. யாரோ ஒருவர் அப்படி யான காட்சி ஒன்றைப் பார்த்தபோது 'இது என்ன நம்வீட்டுக் குளியலறை போலவே இருக்கிறதே' எனத் தோன்றி நுட்பமாக ஆராய்ந்திருக்கிறார். அது அவர் வீடுதான். குளித்தது அவர் மனைவிதான். காட்சிக் கோணம் மேலிருந்து எடுத்ததால் முகம் சரியாகத் தெரியவில்லை. முதலில் மனைவியைச் சந்தேகப்பட்டவர் இன்னும் தேடிப் பார்த்ததில் அந்தப் பகுதி வீடுகள் பலவற்றில் எடுத்த காட்சிகள் இணையத்தில் இருந்திருக்கின்றன. இதில் ஏதோ பெரிய சதிவலை இருக்கிறது என்பது புரிந்திருக்கிறது. ஆனாலும் அவர் என்ன செய்வது என்று தெரியாமல் சில நாள் தவித்திருக் கிறார். பின் காவல்துறையில் 'சைபர் கிரைம்' பகுதியில் தெரிந்த ஒருவர் மூலமாகத் தகவல் சொல்லியிருக்கிறார். காவல்துறை ஒருமாதமாக முயன்று அந்த இளைஞர்கள் மூவரையும் நேற்றுத் தான் கைது செய்திருக்கிறார்கள். அவர்களை இரவோடு இரவாகக்

கழிமுகம்

கைது செய்து பெரிய நகரத்துச் சிறைச்சாலைக்குக் கொண்டு சென்றிருக்கிறார்கள். நேற்று முழுக்க இந்த விஷயத்தால் அந்தப் பகுதி முழுக்கவும் கலவரமாக இருந்ததாம்.

எந்தெந்த வீட்டுக்கெல்லாம் அந்த மூவரும் வந்தார்கள் என்று மக்களாகவே கணக்கெடுத்து அந்த வீடுகளை எல்லாம் ஒருமாதிரி பார்க்கவும் பேசவும் ஆரம்பித்துவிட்டார்கள். இதில் என்ன கொடுமை என்றால், ஒவ்வொரு வீட்டுக்கும் ஒருமுறையாவது வந்திருக்கிறார்கள். சில ஆண்கள் தங்கள் மனைவியரை அடித்து உதைக்கக் கணவன் மனைவி பிரச்சினையாகவும் மாறிவிட்டது. சில ஆண்களின் குளியல் காட்சிகளும் இணையத்தில் பதிவேற்றப்பட்டிருக்கிறதாம். இதனால் எல்லாக் குடும்பங்களும் இரவு முழுக்கத் தூங்கவில்லையாம். அந்தப் பையன்களின் வீடுகளைப் போய்க் கூட்டம் முற்றுகையிட்டு வீட்டிலிருந்தவர் களைத் தாக்கியிருக்கிறது. ஒரு பையனின் அம்மாவிடம் 'உன்னய அம்மணமா எடுத்துப் போட்டு உம்பையனச் சம்பாரிக்கச் சொல்றதுதான? அத உட்டுட்டு ஊடூடா எதுக்கு அலைய உட்ட?' என்று ஒரு பெண் கேட்கப் போய் அந்தம்மா அறையைச் சாத்தித் தூக்குப் போட்டுக்கொள்ளப் போய்விட்டராம். கதவை உடைத்துக் காப்பாற்றியிருக்கிறார்கள். பிறகு காவல்துறை துணையோடு அந்த மூன்று குடும்பமும் இரவோடு இரவாக வெளியூருக்குப் போய்விட்டார்களாம்.

ஆட்களைப் பிடித்துவிட்டாலும் பதிவேற்றியவற்றை என்ன செய்ய முடியும்? காவல்துறை முடிந்த வரைக்கும் அவற்றை நீக்க முயல்வதாகச் சொல்லியிருக்கிறதாம். இப்போது இன்னும் என்னென்னவோ தகவல்கள் உலவுகின்றனவாம். அவர்கள் செல்பேசியை மட்டும் பயன்படுத்தவில்லை, நுண்கேமராக்களையும் பயன்படுத்தியிருக்கிறார்கள். அவற்றைக் குளியலறையில் மட்டும் வைக்கவில்லை, பல வீடுகளின் படுக்கையறைகளிலும் வைத்திருக்கிறார்கள். இப்படியெல்லாம் பரவிக் கொண்டிருக்கிறதாம்.

இன்னும் எது உண்மை, எது பொய் என்பது அந்த மூவரும் சொன்னால்தான் தெரியும். அதற்குள் ஒரு வீட்டாருடன் பகை கொண்ட இன்னொரு வீட்டார் 'அவங்க வீட்டு விஷயம் எல்லாம் நெட்டுல கொட்டிக் கெடக்குதே' என்று கிளப்பிவிட்டுச் சந்தோசம் காண்கிறார்களாம். சிலர் 'என்னமோ சொல்லிக்கிட்டு எங்க வீட்டு வாசலுக்கு ஒருக்கா வந்தான் ஒருத்தன். செருப்பக் கழட்டி அடிச்சிருவன்னு சொல்லி அவன வெரட்டி உட்டன்' என்று சொல்லித் தங்கள் வீட்டு விஷயம் எதுவும் வெளியே போகவில்லை என்று காட்டிக்கொள்கிறார்களாம். அந்தப்

பகுதியைச் சேர்ந்தவர் என்பதால் கனகாசுரரையும் எல்லோரும் விசாரிக்கிறார்கள்.

கனகாசுரர் சொன்னார், 'நான் ஒருபயலையும் நம்ப மாட்டன். பத்து வயசுக்கு மேலாயிட்ட அசுரப் பயலுவ ஒவ்வொருத்தனும் நாய்வளாட்டம் அலையறானுங்க. நம்ம வீட்டுப் பக்கம் ஒருத்தனையும் உடமாட்டன். காலையிலயும் சாயங்காலத்திலயும் வராண்டாவுல உக்காந்துக்கிட்டுத்தான் இருப்பன். வீதியில போறவனுவெல்லாம் நம்ம வீட்டுக்கிட்டப் போவும்போது வேகத்தப் பாக்கோனுமே. ஒரு கண்ணும் வீட்டுப் பக்கம் திரும்பக் கூடாது. கண்ண நோண்டிக் கைல குடுத்திருவன். இப்ப இருக்கறதெல்லாம் பசவளா? வயசு வரங்காட்டியே கெட்டுக் குட்டிச்செவராப் போனதுங்க. அதுங்க பாக்கற பார்வையும் பேசற பேச்சும் நடக்கற நடையும் பாத்தா எதோ மிருகங்களுக்குச் சட்ட போட்டு உட்ட மாதிரி இருக்குது. மாட்டாஸ்பத்திரியில நாய்வளுக்கெல்லாம் கொட்டய அறுத்து எடுத்திர்ராங்களே, அப்படித்தான் இந்தப் பயலுவ ஒவ்வொருத்தனையும் அறுத்து உடோனும். எனக்கு இவனுவ புத்தியெல்லாம் தெரியும். அதான் நான் ஒருபயலையும் நம்ப மாட்டன்.'

வீட்டில் இரண்டு பெண்களை வைத்திருப்பவர் அந்தத் தைரியத்தோடு பையன்களை இஷ்டப்படி பேசுகிறார். ஒரு மகனை வைத்திருக்கும் குமராசுரரால் அந்தப் பேச்சை ஆதரிக்கவும் முடியவில்லை, மறுக்கவும் முடியவில்லை. ஆகவே எதுவும் பேசாமல் நடை விட்டார். இந்த உலகத்தில் எந்தப் பையனுமே சரியில்லை என்றால் எந்த ஊரில் அல்லது எந்த லோகத்தில் போய் இவர் பெண்களுக்கு மாப்பிள்ளை பார்ப்பார்? மனதுக்குள் கேட்டுக்கொண்டாரே தவிர கனகாசுரரிடம் கேட்கவில்லை. இன்னும் ஏதேதோ வார்த்தைகளால் பையன்களைத் திட்டிக் கொண்டே வந்தார் அவர்.

வழி எதிரே வந்தவர் கனகாசுரரைக் கண்டதும் நின்று விட்டார். 'என்னப்பா, எல்லாச் செய்தியும் நேத்துப் பாத்தன். இன்னைக்கு எல்லாப் பேப்பர்லயும் இதுதான் செய்தி. காலம் எப்பிடியெல்லாம் போவுது பாரு. எவனோ சில பேரு செய்யறதுக்கு இப்ப எல்லாப் பசங்களையும் சந்தேகப்படற மாதிரி ஆவுது. இன்னைக்கி எங்க பையன் அவுங்க காலேஜ்ல நடந்த விஷயம் ஒன்னச் சொல்றான். கேக்கவே பகீர்ங்குது' என்று அவர் பேசினார். வீட்டில் பையனை வைத்திருப்பவர் போலிருக்கிறது என்பதால் குமராசுரரும் சற்றே நின்றுவிட்டார்.

26

அங்கேயும் இரண்டு பையன்கள் சேர்ந்து செய்த செயல்தான். அப்பையன்களின் பெற்றோர் பெரும்பணக்காரர்கள். அதனால் மிகவும் விலையுயர்ந்த செல்பேசி வாங்கிக் கொடுத்திருந்தார்கள். அந்தப் பையன்கள் செல்பேசியை வைத்துக் கொண்டு சும்மா இருக்கவில்லை. கல்லூரியிலும் சரி, வெளியேயும் சரி, கூட்டமான இடத்திற்குப் போய் ஆர்வமாகப் படம் எடுத்துக்கொள்வார்கள். உண்மையில் அவர்களைப் படம் எடுப்பது கிடையாது. அங்கே இருக்கும் பெண்களைப் படம் பிடிப்பார்கள். முகத்தை அல்ல, அப்பெண்களின் மார்பைக் குறிவைத்துப் பக்கவாட்டுப் படம். செல்பேசியில் படம் எடுக்கும்போது அது செல்பியா, எதிரில் இருப்பவர் புகைப்படமா என்பது எடுப்பவருக்கு மட்டுமே தெரியும். ஆகவே செல்பி எடுப்பது போலப் பாவனை செய்தபடியே பெண்களின் முந்தானை விலகும் கணம், மாராப்பைச் சீர்படுத்தும் நேரம், துப்பட்டா ஒதுங்கும் பொழுது என அவர்கள் செல்பேசி குறி வைக்கும். அப்படங்களை ஆபாசக் குறிப்புக்களோடு தங்கள் நண்பர்களுக்கும் வாட்ஸ் ஆப் குழுக்களுக்கும் அனுப்புவதும் அவற்றைப் பற்றிய கருத்துக்களைப் படித்து ரசிப்பதும் அவர்களின் பொழுதுபோக்கு. அதில் அவர்களுக்கு ரசிகர் கூட்டம் உருவாகிப் பெரும்புகழும் கிடைத்தது.

வகுப்பு நடந்து கொண்டிருக்கும்போது எதிர்ப்பக்கம் உட்கார்ந்திருக்கும் பெண்களை அப்படிப் படம் எடுப்பதைப் பார்த்துச் சந்தேகப்பட்ட மாணவி ஒருத்தி சட்டெனச் செல்பேசியைப் பிடுங்கிக் கொண்டு கல்லூரி முதல்வர் அறைக்கு ஓடினாள். அதில் ஏராளமான பெண்களின் பக்கவாட்டுப் படங்கள். சத்தமில்லாமல் பையன்களின் பெற்றோரை வரவைத்து இருவருக்கும் மாற்றுச் சான்றிதழ் கொடுத்து அனுப்பினார்கள். செல்பேசிகளையும்

பறிமுதல் செய்தார்கள். பெற்றோரும் ‘காவல்துறைக்குத் தகவல் கொடுக்காமல் விட்ட வரைக்கும் சரி’ என்று பையன்களைக் கூட்டிக்கொண்டு போய்விட்டார்கள். இப்படிச் சில பையன்கள் ஈடுபடுவதால் எல்லாப் பையன்களுக்கும் கெட்ட பேர் வருகிறது என்று சொல்லிச் சென்றார் அவர்.

அவருடைய முடிவு உவப்பாக இருந்தாலும் செய்தி மனதுக்கு ஒவ்வவில்லை. அதுவும் இந்தச் சந்தர்ப்பத்தில் ஏன் எல்லாம் எதிராகவே காதுக்கு வருகின்றன எனக் கவலை கொண்டார் குமராசுரர். மேற்கொண்டு நடந்த நடை அவர் வசத்தில் இல்லை. கனகாசுரர் இன்னும் ஏதேதோ சொல்லியபடி வந்தார். காதுகளில் வெற்றொலிகளாக விழுந்தன. அவர் என்ன பேசுவார் என்பது வெளிப்படையாகத் தெரிந்த செய்திதானே. ‘பெருந்தீனி விலாஸ்’ கடையில் இன்றைக்கு வடை வாசம் ஈர்க்கவில்லை. தேநீர் குடிக்கவும் தோன்றவில்லை. என்றாலும் தன் மனக் கலக்கத்தைக் காட்டிக்கொள்ளக் கூடாது என்பதற்காகத் தேநீர் வாங்கிக்கொண்டு நின்றார். அப்போது ‘நடையாளர் சங்கப்’ பிரதிநிதிகள் வந்து கனகாசுரரிடம் பேசினர்.

அந்தச் சங்கத்தில் குமராசுரர் உறுப்பினர் அல்ல. மைதானத்தில் நடை விடுவோர் சேர்ந்து அமைத்திருக்கும் சங்கங்கள் பல. ‘நடையாளர் சங்கம்’ அதில் ஒன்று. ‘நடையாளர் கழகம்’, ‘நடையாளர் மன்றம்’, ‘காலை நடையாளர் சங்கம்’, ‘காலை நடையாளர் கழகம்’, ‘காலை நடையாளர் மன்றம்’, ‘நடப்போர் கழகம்’, ‘நடைவிடு மன்றம்’ எனப் பலவும் உண்டு. ஒவ்வொரு சங்கத்திலும் ஐம்பதுக்கும் மேற்பட்டோர் உறுப்பினராக இருப்பர். சங்கங்கள் பலவாக இருக்கப் பல காரணங்கள் உண்டு. சமூகம், இனம், ஊர், தெரு, சொந்தம், அலுவலகம் இப்படி ஒவ்வொரு காரணத்தால் இணைந்திருப்பார்கள். சங்கத்தின் செயல்பாடும் நோக்கமும் ஒன்றே ஒன்றுதான். உறுப்பினர்கள் சேர்ந்து மூன்று மாதத்திற்கு ஒருமுறை எங்காவது சுற்றுலா போவார்கள்.

ஆட்கள் சேர்வதற்கு ஏற்ப வண்டி பேசுவார்கள். கறிக்கு எருமைக் கன்று ஒன்றைப் பிடித்துக்கொண்டு சமையலுக்கும் ஆளை உடனழைத்தபடி வேண்டிய பானப்புட்டிகளோடு இரண்டு அல்லது மூன்று நாட்கள் பயணம் இருக்கும். சுற்றுலா ஆசைக்காகவே நடக்க வருவோர் உண்டு. இந்தப் பழக்கங்களில் விருப்பம் இல்லாததால் குமராசுரர் எதிலும் உறுப்பினர் அல்ல. கனகாசுரர் அடிக்கடி அழைப்பார், ‘அட வாப்பா. சங்கத்துல வந்து சேரு. ஒன்னும் பெருசாச் செலவாயிராது. மாசத்துக்கு ஒருதொகயச் சந்தாவாக் குடுத்திட்டமுன்னாப் போதும். அதயே சுற்றுலாவுக்கு வெச்சிக்குவாங்க. மாசாமாசம் சீட்டுக்

கட்டறாப்பலதான்.' என்ன சொன்னாலும் அதில் குமராசுரருக்கு விருப்பம் தோன்றவில்லை. சமீபத்தில் சுற்றுலா போகப் போகிறார்கள் போல. அதற்கான திட்டமிடல் பேச்சு நடந்தது. நண்பரிடம் ஜாடையாகக் கையசைத்து விடைபெற்றுக்கொண்டு கிளம்பினார் குமராசுரர்.

அந்த விடுமுறை நாளும் அவருக்கு நரகமாகவே கழிந்தது. மிகுந்த துக்கத்தில் பேச்சு வரவில்லை. நடை முடிந்து வந்ததும் அரைமணி நேரம் குளிப்பார். அன்றைக்குக் குளியல் நினைவே இல்லை. ஏதோ பேருக்குச் சாப்பிட்டுவிட்டுப் படுத்தவர்தான், மதிய உணவுக்குக்கூட எழவில்லை. பிற்பகலில் எழுந்தவர் எதுவும் சாப்பிடவில்லை. மங்காசுரிக்குப் பயமாக இருந்தது. துணைக்கு யாரையாவது கூப்பிட்டுக் கொண்டால் பரவாயில்லை என்று எண்ணினாலும் யாரை அழைப்பது என்பதுதான் புரியவில்லை.

இந்தச் சிறுநகரத்தில் இத்தனை காலம் இருந்தும் அவசரத்திற்கு அழைத்துக்கொள்ள, உள்ள கஷ்டத்தை மனம் விட்டு எடுத்துச் சொல்ல நம்பிக்கையான ஆள் என்று யார் இருக்கிறார்கள்? மகனுக்குச் சொல்லலாம் என்றால் வெகுதூரத்தில் இருக்கும் அவன் என்னவோ ஏதோ என்று பயந்து போவானோ என்று தயக்கமாக இருக்கிறது. ஊரிலிருந்து யாரையாவது அழைத்துக் கொள்ளலாம் என்றாலும் 'ஏன், எதற்கு' என்று பலவிதமான கேள்விகளைக் கேட்பார்கள். வந்ததும் எனக்கு வேலை இருக்கிறது, போக வேண்டும் என்பார்கள். உங்களுக்கு என்ன, மாதம் முடிந்தால் கையில் காசு என்று பேசுவார்கள். தனியாகக் கிடந்து தவிப்பதுதான் விதி போலும்.

இரவில் கொஞ்சமாகச் சாப்பிட்டதும் உடனடியாக மொட்டைமாடிக்குப் போய்விட்டார். மேலே போய்ப் பார்க்கவும் பேசவும் மங்காசுரிக்குப் பயமாக இருந்தது. பித்துப் பிடித்து என்னவாவது செய்துகொள்வாரோ என்னும் பயம். இப்போது என்ன ஆகிவிட்டது, பையன் செல்பேசி வேண்டும் என்று கேட்டிருக்கிறான், அவ்வளவுதானே. இதற்கு ஏன் இப்படிப் பிதற்றுகிறார், இத்தனை கவலை எதற்கு? என்ன யோசித்தாலும் மங்காசுரியால் அவரிடம் பேச முடியவில்லை. அவர் அதற்கு இடம் கொடுப்பவருமல்ல. அவர் என்ன சொல்கிறாரோ அதுதான். அரசு வேலை கிடைத்த காலத்தில் அவரது அறிவை மெச்சி ஊரில் ஒருவர் பாக்கியில்லாமல் ஆலோசனை கேட்க வந்தார்கள். குழந்தைகளுக்கு முடிப்பாடம் போடும் மேகாசுரக் கோயில் பூசாரியிடம் விடிகாலையில் காத்து நிற்கும் கூட்டம் போல அறிவுரை கேட்க அவர் வீட்டு முன்னாலும் கூட்டம் இருந்தது. சின்னச் சின்னப் பையன்களைக் கூட்டி வந்து அவருக்கு

முன்னால் நிறுத்தி 'படிச்சு நல்ல வேலைக்குப் போவ இவனுக்கு ஒரு வழிகாட்டு' என்று பவ்வியமாகக் கேட்டுக்கொண்டார்கள் பெற்றோர்கள். அப்போதிருந்து தான் சொல்வதுதான் சரி என அவர் நம்ப ஆரம்பித்தார். இன்றைக்கு வரைக்கும் அது விடவில்லை. அவரிடம் எப்படிப் பேசுவது எனக் குழம்பினார் மங்காசுரி.

மொட்டை மாடியில் படுத்தவர் தொடர் யோசனையில் மூளைச் சோர்வடைந்து தன்னை அறியாமல் தூங்கிப் போனார். அது கனவுக் காட்சிகள் அவ்வப்போது கலைத்துப் போட்ட விழிப்பும் தூக்கமும் கலந்த நிலை. அவருக்குக் கனவெல்லாம் அன்றைக்குக் கனகாசுரர் சொன்ன விஷயங்களே ஓடிக் கொண்டிருந்தன. அதில் செல்பேசியைத் தூக்கிக்கொண்டு மேகாஸ் பல இடங்களிலும் அலையும் காட்சிகள் தொடர்ந்து வந்தன. 'ஒரு பையனுக்கு வேற எதுக்கு இந்தச் செல்பேசி?' என்று கனகாசுரர் காட்டமாகக் கேட்கிறார். 'அவனுத அறுத்துக் காக்காய்க்குப் போடோணும்' என்கிறார் கனகாசுரர். பல பேர் கூடி மேகாஸை அடிக்கிறார்கள். மங்காசுரியும் குமராசுரரும் ஓடி ஓடித் தடுக்கிறார்கள். மேகாஸைக் காவல்துறை அடித்து இழுத்துப் போகிறது. அவன் சிறைக்குள் அழும் காட்சி வருகிறது. இப்படி என்னென்னவோ அவருக்குள் ஓடின. இடையில் எழவில்லை என்றாலும் விழித்து விழித்துப் பார்த்தார். தனக்குள் ஓடுவது எல்லாம் நிஜமா கனவா என்பதை அவரால் தீர்மானிக்க முடியவில்லை. பெரும்பாலும் உண்மை போலவே இருந்தன.

27

திடுமெனத் தாகம் எடுத்தது. உடல் முழுவதும் தண்ணீர் இல்லாமல் சுண்டி வற்றிப் போனது போல உணர்ந்தார். தனக்கு என்னவோ ஆகிவிட்டது என அப்போதுதான் பயம் வந்தது. மெல்ல எழுந்து சுவரைப் பற்றியபடி படியிறங்கி உள்ளே போய்ச் சமையலறையில் விளக்கைப் போட்டுத் தண்ணீர் மொண்டு குடிக்கும்போது 'ஏங்க' என்று அழைத்த படி மங்காசுரி வந்தார். தண்ணீரை மேலெல்லாம் ஊற்றிக்கொண்டு நின்ற அவரது தோற்றம் கண்டு பதறி 'என்னாச்சுங்க' என்று கத்தினார். குமராசுரருக்கு ஏனோ அழுகை வந்தது. வாய் விட்டு அழுதார். அருகில் வந்த மங்காசுரியைக் கட்டி அழுதார். இதுநாள் வரை இப்படி ஒருபோதும் அவர் அழுததில்லை. அவருடைய தாய் தந்தை இறந்தபோதுகூட இத்தனை துயரப்பட்டுப் பார்த்ததில்லை.

அவர் அழுது தேம்பல் மட்டும் வெளியான போது அப்படியே அழைத்துப் போய்க் கட்டிலில் படுக்க வைத்தார் மங்காசுரி. முகத்தைத் துடைத்து மின்விசிறியைப் போட்டுவிட்டு நெஞ்சைத் தட்டிக் கொடுத்து ஒரு குழந்தையைத் தூங்க வைப்பது போல முயன்றார். அவருக்கும் இப்படி ஒரு அருகிருப்பு தேவைப்பட்டது போலும். மங்காசுரி அவரருகே படுத்து அவர் முகத்தை எடுத்துத் தன்மேல் வைத்துக் கொண்டார். ஒரு குழந்தை தாயின் வயிற்றுக்குள் சுருண்டு சுருண்டு படுத்துக்கொள்வதைப் போலக் குமராசுரர் முயன்றார். அவரை அணைத்து எல்லாவற்றுக்கும் இடம் கொடுத்தார் மங்காசுரி. அவரது செயல்களில் ஆவேசமும் ஆங்காரமும் சேர்ந்திருந்தன. ஒருநாளும் இத்தனை உக்கிரத்துடன் அவரைக் கண்டதில்லை. மெல்லத் தணிந்து நிதான மாகி அவர் உறங்கத் தொடங்கினார். நன்றாக

உறங்கியதும் தன்னை மெல்ல விடுவித்துக்கொண்டு எழுந்தார் மங்காசுரி.

உடையைத் திருத்திக்கொண்டு வரவேற்பறைக்கு வந்து உட்கார்ந்தபடியே அவரை இந்தக் கஷ்டத்திலிருந்து விடுவிக்க என்ன செய்யலாம் என மங்காசுரி யோசித்தார். நாளைக்கு அவர் அலுவலகம் புறப்பட்டுப் போன பிறகு கிளம்பிப் போய் மகனை நேரில் பார்த்து 'எனக்குச் செல்போன் வேண்டாம்' எனச் சொல்லிவிடு என்று கெஞ்சிக் கேட்டுக்கொள்ளலாமா என்று தோன்றியது. 'எப்படியாவது அப்பாவைக் காப்பாற்றிக் கொடு' என்று கெஞ்சிக் கேட்டால் மறுக்க மாட்டான். அவனுக்கும் குமராசுரரைப் பற்றி நன்றாகத் தெரியும். ஆனால் அத்தனை தூரம் தனியாக மங்காசுரி இதுவரைக்கும் பயணம் செய்ததில்லை. குமராசுரரிடம் சொல்லி அனுமதி பெற வேண்டும். அவர் அத்தனை சீக்கிரத்தில் சம்மதிப்பவரும் அல்ல.

வேறு என்ன வழிகள் இருக்கின்றன? மன அமைதிப் பயிற்சி எதற்காவது போகச் சொல்லலாமா? அந்தத் தெருவிலேயே நிறையப் பேர் பெண்கள் உட்பட அந்தப் பயிற்சி, இந்தப் பயிற்சி எனப் போகிறார்கள். அவற்றின் சிறப்புகளை எல்லாம் கேட்டு மாளாது. அத்தனை சொல்வார்கள். குமராசுரர் அப்படி ஒன்றில் சேர்ந்தால் ஏதாவது பலன் இருக்குமா? அதிகாசுரரிடம் செல்பேசியில் பேசி இந்த விவரத்தைச் சொல்லலாமா என்றும் தோன்றியது. வெகுதூரத்தில் இருக்கும் அவரால் உடனடியாக வரவும் முடியாது. அதுவல்லாமல் 'பையன் செல்பேசி கேட்டதால் இவருக்குக் கிறுக்குப் பிடித்துவிட்டது' என்று எப்படிச் சொல்வது? எத்தனைதான் நெருக்கமானவர்களாக இருப்பினும் இதை ஒரு விஷயமாகச் சொன்னால் சிரிக்க மாட்டார்களா? மங்காசுரி பலவாறு யோசித்துக்கொண்டே வரவேற்பறைச் சோபாவில் படுத்துத் தூங்கிப் போனார்.

அடுத்த இரண்டு நாட்கள் அலுவலகம் போனாலும் குமராசுரரால் எதிலும் ஈடுபட முடியவில்லை. செய்தித்தாளை மேஜையில் கொண்டு வந்து கும்பாஸ் வைத்திருந்த போதும் பிரித்துப் புரட்டக்கூட அவருக்கு எண்ணமில்லை. தேநீர் பருக எழுந்து போனால் திரும்பி வர வெகுநேரம் ஆயிற்று. அலுவலகத் தின் பெரும்பரப்பில் நிறைந்திருந்த மரங்களை அண்ணாந்து பார்த்துக்கொண்டும் அங்கிருந்து வரும் பறவைகளின் சத்தத்திற்கு மானசீகமாகப் பதில் கொடுத்துக்கொண்டும் நின்றார். இதுவரைக்கும் அவர் பார்த்திராத உலகம் ஒன்று அங்கே இயங்கியதை இப்போதுதான் கண்டுணர்ந்தார். அசுராபுரிக் கோட்ட நிர்வாகம் அடங்கிய பெரும்பரப்பு அது. ஏராளமான

கட்டிடங்கள். கட்டிடங்களுக்கு இணைப்புப் பகுதி, அதற்கொரு இணைப்பு... இணைப்பு பெருகிப் பெருகி வால் போல நீண்டு எங்கெங்கோ செல்லும். எத்தனை வகையான அலுவலகங்கள் உள்ளே இருக்கின்றன என்று ஒருவருக்கும் தெரியாது.

சங்கத் தேர்தல் நடந்தபோது அதில் நின்ற ஒருவர் வாக்குச் சேகரிக்க எல்லாக் கட்டிடங்களுக்கும் போய் வந்தார். அவர் ஒருநாள் உணவகத்தில் சொன்னார், 'இது ஆயிரமாயிரம் ரகசியம் கொண்ட மாய மாளிகையப்பா. மேப் வாங்கிக்கிட்டுப் போனாலும் கண்டுபுடிக்க முடியாது. மேப்பெல்லாம் பழசு. கட்டிடம் கட்டுனப்பப் போட்ட மேப்பு. அதுக்கப்பறம் இடிச்சுக் கட்டுனது, சேத்துக் கட்டுனது, ஒட்ட வெச்சது, சந்து பொந்துன்னு ஏராளம் ஆயிருச்சு. ஒன்னுக்குள்ள போயிட்டா வெளிய வர வழி தெரீல. ஒருத்தனத் தண்டிக்கோனும்னா தேர்தல்ல நிக்க வெச்சு ஓட்டுக் கேக்க அனுப்பீட்டாப் போதும்.'

அலுவலகக் கொத்து அடங்கிய அந்தப் பரப்புக்குள் அவர் இருபது ஆண்டுகளுக்கும் மேலாக வந்து போகிறார். அவருக்குத் தெரிந்ததெல்லாம் ஒரே ஒரு நேர்கோடுதான். பேருந்து நிறுத்தத்தில் இறங்கி நேராக அலுவலகத்திற்கு வரும் வழி சில கட்டிடங்களைக் கடப்பதாக இருக்கும். அக்கம் பக்கம் திரும்ப வேண்டிய தேவையும் இருக்காது. பழகிய தடத்தில் கால்கள் எந்த வழிகாட்டலும் தேவையில்லாமல் தன்பாட்டுக்கு அலுவலக மேஜைக்கு வந்து சேரும். பிறகு உணவகம் இருக்கும் வழி தெரியும். அவ்வளவுதான். மாலையில் மறுபடியும் பழகிய தடம். பேருந்து நிறுத்தம். இந்த எல்லைக்குள் சிறுகாடுகளும் புதர்களும் இருப்பதையும் மனித சஞ்சாரம் அற்ற பகுதிகள் தன்னிச்சை யாக இயங்கிக் கொண்டிருப்பதையும் முதன்முதலாகக் கண்டார். விதவிதமான பறவைக் குரல்கள் காதில் விழுந்தன. மனிதர்கள் மேல் நம்பிக்கை தகர்ந்து கொண்டிருந்த அந்தச் சந்தர்ப்பத்தில் இந்தப் பகுதிகளுக்குள் உலவுவது அவருக்குத் தேவையாக இருந்தது.

பறவைகள் தன்னை அழைப்பதாகவும் தன்னிடம் ஏதோ கேட்பதாகவும் கருதினார். பறவைகளுக்கு அவர் கொடுக்கும் பதில் சிலசமயம் வார்த்தைகளாக வெளியே வர, அந்தப் பக்கம் கடப்போர் அவர் தன்னந்தனியாகப் பேசிக்கொண்டிருப்பதைப் பார்த்து அச்சமுற்று விரைந்து ஓடினார்கள். இயல்பில் அவருக்கு என்ன செய்கிறோம் என்பதே தெரியவில்லை. ஆனால் இரவுகளில் அவரை அறியாமல் உறக்கம் வந்தது. கனவுகள் தொடர்ந்து கொண்டிருந்தன. அவற்றில் மேகாஸ் பலவிதமான சாகசங்கள் புரிந்து அவரைப் பதற்றத்துக்கு உள்ளாக்கிக் கொண்டிருந்தான்.

அவரது ஆழ்ந்த மௌனம் மங்காசுரியை அச்சுறுத்திய போதும் கத்தலும் கூப்பாடும் இல்லை என்பதால் தேறிவிடுவார் என நினைத்தார்.

மூன்றாம் நாள் கொஞ்சம் தெளிவாகி மனிதர்களின் முகம் பார்க்கவும் ஓரிரு வார்த்தைகளில் உரையாடவும் தொடங்கினார். இரண்டு நாட்களாகப் பிரித்தே பார்க்கவில்லை என்றாலும் அன்றைக்கும் செய்தித்தாளை அவர் மேஜை மேல் தவறாமல் வைத்திருந்தான் கடமையே கண்ணாகக் கொண்ட கும்பாஸ். பிரித்து மேலோட்டமாகப் பார்த்த அவர் அவனைத் தேநீர் பருக அழைத்தார். அப்படி அழைத்தால் அவன் அறிவை அவர் அங்கீகரிக்கிறார் என்று பொருள். இன்றைக்கு என்ன கேட்கப் போகிறார், அது தொடர்பாக எப்படிப் பேசலாம் என அவன் உள்ளுக்குள் திட்டம் போட்டுக்கொண்டே அவருடன் நடந்தான். வெளியே வந்ததும் அவர் எதையோ கேட்க விரும்புகிறார், ஆனால் கேட்கத் தயங்குகிறார் என்பதை உணர்ந்தான்.

மையத்தைத் தொட்டுத் தொட்டு நிற்காமல் சட்டென ஓரத்திற்குப் போய் 'காலையில என்ன சாப்பாடு, இன்னைக்கு எதுல வந்த, மழ வருமா' இப்படி ஏதேதோ கேட்டார். மையத்தைத் தொட வந்து 'அது அது . . .' என அவர் இழுக்கும்போதில் சட்டெனப் பிடித்து 'சொல்லுங்க சார், எதா இருந்தாலும் சொல்லுங்க சார். நான் உங்க பையன் மாதிரிதான சார்' என்றான். பையன் என்று சொன்னதுதான் அவர் மேலும் தயங்கக் காரணமாயிற்று. யாரிடம் வேண்டுமானாலும் பேசிவிடலாம், மகனிடம் பேசுவதுதான் பெருங்கஷ்டம். அவன் சட்டெனச் சுதாரித்துக்கொண்டு 'உங்க பிரண்டா நெனச்சிக்குங்க சார்' என்றான். நண்பரிடமும் எல்லாவற்றையும் பேச முடியாது என்றாலும் மகனுக்கு இது கொஞ்சம் பரவாயில்லை என்று தோன்றியதால் அவர் நாக்குக்கு எச்சிலைக் கூட்டிக் கேட்டார்.

'இந்த ப்ளூ ப்லிம்னு சொல்றாங்களே, அது ஏராளமா கம்ப்யூட்டர்ல கெடைக்குதாமே, உனக்குத் தெரியுமா?'

இவ்வளவுதானா விஷயம் என்று தோன்றியதாலும் எப்பேர்ப்பட்ட ஆளும் பொறியில் வந்து சிக்கித்தானே ஆக வேண்டும் என்பதாலும் அவனுக்குப் பெரும் உற்சாகமாயிற்று.

'அது கொட்டிக் கெடக்குது சார். அதுல இருக்கற வெரைட்டி உலகத்துல வேற எதுலயும் இருக்காது சார். என்ன மொழியில வேணும், எந்த இனத்துல வேணும், எந்த தேசத்துல வேணும், எல்லாம் கெடைக்கும் சார். எல்லாரும் அம்மணமாத் திரியற உலகம் அது. அம்மணமா இருக்கணுங்கறது நம்மளோட

ஆதிகாலத்து ஆசதான சார். உங்களுக்கு எதையும் மறச்சுப் பாக்கணும்னா அதுமாதிரியும் கெடைக்கும். நேரடியாச் செய்யறதயே பாக்கணும்னா அதும் கெடைக்கும். எத்தன வகையான கோணம்கிறீங்க. உங்களுக்கு எவ்வளவு அனுபவம் இருந்தாலும் இதப் பாத்தீங்கன்னா புதுப்புதுக் கோணம் தெரியும் பாத்துக்கங்க.'

அவன் உற்சாகத்தில் சூழல் மறந்தும் ஆளை மறந்தும் பேசிவிட்டான். அவர் பயந்து போய்ச் சுற்றுமுற்றும் பார்த்துப் பதறியபடி 'மெதுவா மெதுவா... மெதுவாப் பேசு' என்று அவனிடம் கெஞ்சுவது போலச் சொன்னார். அவனும் அப்போதுதான் சூழலை உணர்ந்தவனாய்த் தங்களை யாரும் கவனித்திருப்பார்களோ எனப் பார்த்தான். யாரும் கேட்ட மாதிரி தெரியவில்லை, கேட்டால்தான் என்ன, இதெல்லாம் யாருக்குத் தெரியாமல் இருக்கிறது, இவரைப் போல உலகம் தெரியாமலா இருக்கிறார்கள் என்று சமாதானம் கொண்டான். 'இப்ப வேண்டாம், அப்பறம் ஆபிசுக்குப் போயிப் பேசிக்கலாம்' என்று அந்தப் பேச்சுக்கு அவர் முற்றுப்புள்ளி வைத்தார். அவன் உதடுகளைக் கட்டாயப்படுத்தித் தைத்தது போல உணர்ந்து சோர்ந்தான் கும்பாஸ்.

28

தேநீர் குடிக்கையில் அவருக்கு யோசனையாக இருந்தது. 'நீலப் படங்கள்' பற்றி அவர் கேள்விப்பட்டிருக்கிறாரே தவிரப் பார்த்ததில்லை. அவருடைய இளமைக் காலத்தில் இப்படியெல்லாம் வாய்ப்பில்லை. கல்லூரிக் காலத்தில் விடுதி நண்பர்கள் சிலர் 'விசேஷக் காட்சி' என்று சொல்லி அவரைக் கூப்பிட்டிருக்கிறார்கள். அப்போதெல்லாம் தொலைக் காட்சிப் பெட்டியே அரிது. பெரும்பணக்காரர்கள் வீட்டில்தான் இருக்கும். வீடியோ கேசட் கடைகளில் தொலைக்காட்சிப் பெட்டி, வீடியோ டெக், கேசட் எல்லாம் சேர்த்து வாடகைக்குக் கொடுப்பார்கள். அப்படி எடுத்து வந்து போட்டுப் பார்க்கும் 'விசேஷக் காட்சி'யைப் பார்க்க அவருக்கு அச்சமாக இருந்ததால் போனதில்லை. 'புத்தகமாச்சும் படிச்சுப் பாரு' என்று சாணித்தாள் புத்தகங்களைக் கொண்டு வந்து அவர் கையில் திணித்திருக்கிறார்கள். கையில் விழுந்த மலம் போலக் கருதிச் சட்டென உதறி வீசியிருக்கிறார். நண்பர்கள் அவரைச் செய்யாத கேலியில்லை. 'உனக்கு நிக்குமா நிக்காதா?' என்று வெளிப்படையாகக் கேட்டவர்களும் உண்டு.

நண்பர்கள் 'யான் பெற்ற இன்பம் குமராசுரரும் பெறுக' எனக் கருதி அவரை அழைத்துச் செல்லக் கேலி செய்தும் கேவலப்படுத்தியும் ஆசை காட்டியும் அறிவுறுத்தியும் எத்தனையோ முயற்சிகள் செய்து பார்த்தனர். அவர் எதற்கும் அசைந்து கொடுக்கவில்லை. அப்போதைய திரையரங்கக் காலைக்காட்சிப் படங்களுக்கும் அவர் போனதில்லை. அதில் போடப்படும் துண்டுக்காட்சிகள் பற்றி விவரித்து அவரை அழைத்துச் செல்ல முயன்ற நண்பர்களிடம் இருந்து அவர் தப்பித்து ஓடியதே பெருங்கதை. அப்போது 'கற்புக்கரசன்' என்னும்

கேலிப்பெயர் அவருக்கு அமைந்தது. அதைப் பெரிய மதிப்பாகவே ஏற்றிருந்தார். 'எதும் தெரிஞ்சுக்காத எப்படிடா கவித எழுத வருது உனக்கு?' என்பார்கள். 'கற்பனைதாண்டா கவிதை. அவன் எல்லாத்தயும் கற்பனையிலயே பாத்துக்குவான்' என்று ஓட்டுவார்கள். ஆனால் கல்லூரிக் காலத்தை அவர் இழந்து விட்டார் என்பதுதான் ஒட்டுமொத்த நண்பர்களின் கருத்து.

அதற்குப் பிறகு வேலை கிடைத்துத் திருமணமும் ஆன பிறகு வேலை சார்ந்த பயிற்சி ஒன்றுக்கு ஒருமாத காலம் போயிருந்தார். மிகவும் உள்ளொடுங்கி இருந்த அந்த ஊரின் பழமையான கட்டிடத்தில் தங்கியிருந்தபோது உடனிருந்த நண்பர்கள் இரண்டாம் காட்சித் திரைப்படத்திற்குப் போகலாம் என்றார்கள். அங்கே அறிமுகமாகி இன்னும் தொடரும் நண்பர் அதிகாசுரர் மிகவும் சந்தோசமான பேர்வழி. அவரும் அழைத்ததால் மறுக்க முடியாமல் குமராசுரரும் போனார். போய்த் திரையரங்கச் சுவரொட்டியைப் பார்த்த பிறகே தெரிந்தது, அது 'ஒருமாதிரி' படம் என்பது. அதிகாசுரரிடம் சொன்னார், 'இந்த மாதிரி படம் நான் பாத்ததேயில்ல. வேண்டாமே, போயிரலாமா?' அதற்கு அதிகாசுரர் சிரித்தார். 'இதுல ஒன்னும் இருக்காது. சும்மா பாக்கலாம் வாங்க. இடைவேள முடிஞ்சொடன ஒரு அஞ்சு நிமிசம் துண்டா ரண்டு மூனு காட்சி போடுவான், அவ்வளவுதான்' என்று அவர் தைரியம் கொடுத்தார்.

சரி, என்னதான் இருக்கிறது பார்க்கலாமே என்றும் குமராசுரருக்குத் தோன்றியது. இது சொந்த ஊருமல்ல, தெரிந்தவர்களோ சொந்தக்காரர்களோ யாரும் இருக்கப் போவதில்லை. முகம் தெரியாதவர்கள் இருக்கும் ஊரில் என்ன வேண்டுமானாலும் செய்யலாம். மரியாதை, மதிப்பு, கௌரவம் பற்றிக் கவலைப்பட வேண்டியதில்லை. அதிகாசுரர் சொன்னது போலவே சுவரொட்டிக்கும் படத்திற்கும் எந்தச் சம்பந்தமும் இல்லை. அது ஒரு எழுத்தாளரின் வாழ்வை மையமாகக் கொண்ட படம். ஆனால் வெட்டியும் ஒட்டியும் படத்தைச் சீர்குலைத்திருந்தார்கள். முத்தக் காட்சிகள் சில இருந்தன. இடைவேளை முடிந்ததும் துண்டுக்காட்சிகள் போட்டார்கள். அதில் நாக்கைப் பயன்படுத்தும் காட்சி ஒன்று சில நொடிகள் வந்து போயிற்று. அது குமராசுரருக்குப் பெரும் அதிர்ச்சியாக இருந்தது.

படம் முடிந்து அறைக்கு வந்த பிறகு அதிகாசுரரிடம் கேட்டார், 'அதென்ன கருமம், நாக்கக் கொண்டு போய் அங்க வெச்சு... ச்சீ ச்சீ... அசிங்கம். இப்படியெல்லாமா செய்வாங்க?' குமராசுரர் சொன்னதைக் கேட்டு முதலில் அதிர்ச்சியடைந்த

அதிகாசுரர் பிறகு அடக்க மாட்டாமல் விழுந்து விழுந்து சிரித்தார். அவருக்குக் கண்ணீர் தாரை தாரையாய்க் கொட்டியது. வயிற்றைப் பிடித்துக்கொண்டு அறைக்குள் விழுந்தும் புரண்டும் சிரிப்பதைப் பார்த்துத் தான் என்ன தப்பாகக் கேட்டோம் என்று புரியாமல் குமராசுரர் விழித்தார். 'இது தெரியாதா உங்களுக்கு?' என்று நிதானமான பிறகு கேட்டார் அவர். 'கல்யாணம் ஆன பிறகும் இதெல்லாம் தெரிஞ்சிக்காத எப்பிடி இருக்கறீங்க?' என்று ஆச்சர்யமாகக் கேட்டு விளக்கம் சொன்னார். அதன் பிறகு சில நாட்கள் அதிகாசுரர் இந்தத் தலைப்பி லேயே அவ்வப்போது பேசிக்கொண்டிருந்தார். குமராசுரரும் கூச்சத்தோடு கேட்டிருந்தார். அப்போது ஒரு முடிவும் எடுத்தார்.

அத்தோடு சரி, இத்தகைய படங்களுக்கும் அவருக்கும் உள்ள தொடர்பு. இத்தனை வருசங்கள் கழித்துப் பார்த்தால் இந்தத் துறை பெரிய வளர்ச்சி பெற்றிருக்கிறது. அவர் சொன்னது போலவே அலுவலகத்திற்கு வரும்வரை கும்பாஸ் எதுவும் பேசவில்லை. அதன் பிறகு தன் செல்பேசியை எடுத்துக்கொண்டே சொன்னான், 'ஆபிஸ் நெட்ல இந்த மாதிரி வெப்சைட்டுகள பிளாக் பண்ணி வெச்சிருக்கறாங்க. கொஞ்ச நாள் முன்னால நம்ம வளாகத்துலயே ஒரு ஆபீஸ்ல நாலஞ்சு பேரு கூட்டாச் சேந்துக்கிட்டு ஆபாசப் படம் பாத்தாங்கன்னு செய்தி வெளியாயிருச்சு. அதிலயிருந்து தடை போட்டுட்டாங்க. இதோ என்னோட செல்பேசியில காட்டறன் பாருங்க.'

அவனுடைய செல்பேசி கிட்டத்தட்ட மடிக்கணினியில் பாதி அகலம் இருந்தது. 'இது என்ன வெல?' என்று அவனிடம் கேட்டார். அவன் 'முப்பதாயிரம். இப்ப இதவிட லேட்டஸ்டா நெறைய நல்லதா வந்திருக்குது. மாத்தனும்' என்று சொல்லி ஒரு வலைத்தளத்தை எடுத்துப் படம் ஓட்டினான். அவரும் ஆர்வம் இல்லாதவராய்ப் பார்த்தார். ஒவ்வொரு வகைக்கும் ஒவ்வொன்று எனச் சில நிமிடங்கள் படம் காட்டினான். எல்லாம் அப்பட்டமான படங்கள். ஒவ்வொன்றையும் பார்க்கப் பார்க்க அவருக்கு அருவருப்பாக இருந்தது. என்ன ரகசியம் இருக்கிறது? எல்லாம் அப்பட்டமான பிறகு என்ன ரகசியம் இருக்கிறது? வாழ்க்கையில் ரகசியம் என்று எதுவுமே வேண்டாமோ? இன்றைக்கு உலகம் இப்படித்தான் இருக்கிறதோ?

'இந்தப் படங்கள இன்னக்கி இருக்கற பசங்கெல் லாம் பாக்கறாங்களா?' என்று கேட்டார். அவருடைய அப்பாவித்தனத்தைக் கண்டு உள்ளுக்குள் சிரித்தபடி அவன் பதில் சொன்னான். 'பசங்க மட்டுமா? ஊரே பாக்குது, உலகமே பாக்குது. வயசு வித்தியாசம் இல்லாத எல்லா அசுரர்களும்

பாக்கறாங்க சார். கொஞ்சம் அசுரிகளும் பாக்கறாங்கன்னு பேச்சு. மவுச ஒரு தட்டுத் தட்டுனாப் போதும், முன்னால வந்து உழுவுது. பாக்காத இருப்பாங்களா? இருக்க முடியுங்களா?' என்றான். அவர் 'உனக்கு இன்னம் கலியாணமே ஆவுலியே, பாத்து என்ன பண்ணப் போற?' என்று குரூரப் புன்னகையுடன் அவனைப் புண்படுத்துவதாக எண்ணிக் கேட்டார். அவன் அதற்கெல்லாம் அசருகிறவன் அல்ல.

'சார் இன்னைக்கிப் பட்டுத் தெரிஞ்சிக்கற காலமில்ல, எதையும் பாத்துத் தெரிஞ்சுக்கற காலம். நீங்க கண்ணயே மூடிக்கிட்டு இருந்தாலும் உங்க கண்ணுக்குள்ள வந்து எல்லாம் உழுவற காலம். அதனால அப்பத்தான் பாக்கோனும், இப்பத்தான் பாக்கோனும்னு கோடு போட்டுக்கிட்டு இருக்க முடியாது பாத்துக்கங்க' என்றவன் சில இணையக் கட்டுரைகளை எடுத்துக்காட்டிப் புள்ளிவிவரங்கள் சொன்னான். அதில் நடிப்பவர்களில் யார் சூப்பர் ஸ்டார் என்றெல்லாம்கூட அவனுக்குத் தெரிந்திருந்தது.

ஒவ்வொரு வகைக்கும் ஒவ்வொன்றும் அதில் ஸ்டார் என்றிருப்பவர்களின் பிரபலமான படங்களையும் கும்பாஸ் போட்டுப் போட்டுக் காட்டினான். குமராசுரர் பார்க்கத் தொடங்கித் தன்னையும் அறியாமல் அதற்குள் போய் விழுந்து மீள முடியாமல் தவிப்பதை ரசித்தான். அவருக்குச் சட்டெனத் தன்னுணர்வு வந்து பார்வையைத் தவிர்த்து 'ச்சீய்' என விலகும்போது இன்னொரு வகையை எடுத்துக் காட்டுவான். அது என்ன என்று பார்க்கத் தொடங்குபவர் அப்படியே அதற்குள் போய்விடுவார். அவர் மீளும் வரை அவன் மாற்றுவதில்லை. இப்படியே நேரம் போவது தெரியாமல் படம் காட்டினான். எல்லாம் செல்பேசி வழி. இத்தினியூண்டு செல்பேசி இப்பேர்ப்பட்ட வேலையெல்லாம் செய்கிறதா என ஆச்சரியமும் அதிர்ச்சியும் கொண்டார் குமராசுரர்.

உலகத்தில் இன்றைய நிலையில் மிகுதியான முதலீடு புழங்கும் தொழிலில் முதலிடத்தில் இருப்பது 'ஆபாசப் படம்' தயாரிப்புத்தானாம். 'தகவல் தொழில் நுட்பம், மருத்துவம், விளையாட்டு, திரைப்படம் என வருமானம் கொட்டும் எந்த ஒரு துறையையும் தன் சுண்டு விரலால் நெட்டித் தள்ளும் வலிமை படைத்த ஒரு தொழில் என்றால் அது ஆபாசப் படங்கள் தயாரிக்கும் தொழில்தான்' என்று ஒரு கட்டுரை சொல்லிற்று. முப்பரிமாண வடிவில் இப்படங்கள் வரப் போவதையும் அவற்றைப் பலர் ஆவலோடு எதிர்பார்த்துக் கொண்டிருப்பதையும் கும்பாஸ் சொன்னான். முப்பரிமாணம்

என்பது அவருக்கு விளங்கவில்லை. கும்பாஸ் அவனுக்குத் தெரிந்த வகையில் விளக்கத் தொடங்கினான். ‘சரி, போதும் போதும்’ என்று முகம் சுழித்து அப்பேச்சை முடித்தார் குமராசுரர்.

‘இதையெல்லாம் பாத்துட்டு எப்படிச் சும்மா இருக்கறாங்க?’ என்றார் அவர். ‘உலகத்துல என்னென்னமோ நடக்குது சார். இந்தப் படங்களால என்னென்ன பாதிப்புன்னு தெனமும் நியூஸூம் வந்துக்கிட்டேதான் இருக்குது, பாக்கறீங்களா?’ என்று அவருடைய அனுமதிக்குக் காத்திருக்காமல் சில செய்திகளைக் காட்டினான். இப்படியான ஆபாசப் படங்களைப் பார்த்ததால் தூண்டப்பட்டு நடந்த பாலியல் குற்றங்கள் எனப் பல செய்திகள் இருந்தன. ஆபாசப் படத்தைக் காட்டி அதில் வருவது போலவே நடந்துகொள்ள வேண்டும் என்று மனைவியை வற்புறுத்திய கணவன், உடன்படாததால் அடித்து உதைத்து அவளைக் கொன்ற செய்தி ஒன்று இருந்தது. ஆபாசப் படத்தைப் பார்த்துவிட்டுத் தன் சக மாணவியின் செல்பேசிக்கு அதை அனுப்பி வைத்த மாணவன் பிடிபட்ட செய்தி. இன்னும் எத்தனையோ செய்திகள்.

செய்திகளை அவர் படிக்க வசதியாக எழுத்துக்களின் அளவைப் பெரிதாக்கிக் கொடுத்தான். வாசிக்க வாசிக்க எப்படி மேலே தள்ள வேண்டும் என்றும் சொன்னான். அவர் வாசித்து முடித்ததும் செல்பேசியை வாங்கித் திடுமென நினைவு வந்தவனைப் போல வேறொரு வலைத்தளத்தை எடுத்து ‘இது பாக்கறதில்ல, கேக்கறது. நீங்க பஸ்ல போறீங்க, அப்ப இந்த மாதிரி படத்தப் பாக்க முடியாது. காதுல ஒயர மாட்டிக்கிட்டு இதப் போட்டு உட்டுட்டா இஷ்டத்திக்கிக் கேட்டுக்கிட்டே போகலாம்’ என்று சொல்லி அவருடைய காதில் ஒயரைக் கொண்டு வந்து மாட்டினான். கல்லூரியைப் பார்க்கப் போனபோது மேகாஸ் இப்படி ஒயரை அவர் காதில் வைத்ததுதான் முதலும் கடைசியும். அப்போது அவருக்குப் பிடித்த நல்ல பாடல் ஒன்றைக் கேட்க முடிந்தது.

இப்போது இரண்டாவது முறை. ஆணும் பெண்ணும் பேசிக்கொள்ளும் தொலைபேசி உரையாடலின் பதிவு போலிருக்கிறது. சின்னச் சண்டையில் அசிங்கமான வார்த்தையை ஒரே ஒருமுறை உச்சரித்துவிட்டால் போதும். காலத்துக்கும் உறவு முறிந்துவிடுவதுண்டு. இங்கோ ஓர் ஆணும் பெண்ணும் எல்லாவற்றையும் பேசுகிறார்கள். உடலுறவின் கட்டங்களை எல்லாம் விவரிக்கிறார்கள். தங்கள் உணர்வுகளைப் பட்டவர்த்தனமாகச் சொல்கிறார்கள். தன்னை அறியாமல் ஓரிரு நிமிடம் கேட்டுவிட்ட குமராசுரர் சட்டென உணர்வு பெற்று ‘இப்பிடியும்கூடப் பேசுவாங்களா, ச்சீ. இது எந்த லோகம்’

என்று காதிலிருந்து ஒயர்களை எடுத்தார். 'எங்கயும் இல்ல சார், இது நமக்கு முன்னாலதான். நம்ம அசுர லோகத்துலதான் நடக்குது. உங்க வீட்டுல நெட் கனெக்‌ஷன் இருக்குதுல்ல சார், உங்களுக்குப் புடிச்ச ஒரே ஒரு வார்த்தையப் போட்டுத் தேடிப் பாருங்க, எத்தனையோ கொட்டும்' என்ற கும்பாஸ் அதிலுள்ள வகைகளையும் விவரித்தான்.

கொஞ்சம் நாகரிகமான வார்த்தைகளைக் கேட்கப் பிரியப்படும் நாகரிகவான்களுக்கு அத்தகைய பதிவுகள் இருக்கின்றன. உறுப்புப் பெயர்களை மட்டுமே கேட்க விரும்பும் நாசகாரர்களுக்கு அப்படியும் பதிவுகள் இருக்கின்றன. கொஞ்சம் இலக்கியத் தரமாக ஒற்றைச் சொல்லுக்குப் பன்முக அர்த்தம் வேண்டுமென்றால் அவ்விதமானவையும் உண்டு. அதே போல என்ன வகையான உறவுகள் பேசிக்கொண்டால் நன்றாக இருக்கும் என விரும்புகிறார்களோ அப்படியும் தேர்ந்தெடுத்துக் கொள்ளலாம்.

அதில் கும்பாஸுும் அவன் நண்பர்களுக்குமான சுவாரசியமான விளையாட்டு ஒன்றையும் சொன்னான். பெரும்பாலும் இத்தகையவை திட்டமிட்டுப் பதிவு செய்யப்படுபவையே. ஆணே பேசி அதைப் பெண்குரலாக மாற்றவும் செய்துவிடலாம். அப்படி அல்லாமல் உண்மையாக இரண்டு பேரின் உரையாடலைப் பதிவு செய்தவையும் உண்டு. எது உண்மையான உரையாடல், எது செயற்கையானது எனக் கண்டுபிடிப்பது ஒரு விளையாட்டு. உண்மையான உரையாடலைக் கண்டுபிடிக்கச் சில உத்திகள் உண்டு என்று சொன்னவன் அவற்றைச் சொல்லவில்லை. குமராசுரர் வற்புறுத்திக் கேட்டால் சொல்லலாம் என நினைத்தான். அவர் அப்படிக் கேட்டால் தன்னைப் பற்றி என்ன நினைப்பான் எனக் கருதி எதுவும் கேட்க வில்லை. அன்றைக்கு மட்டும் அவர் ஏராளமான பெருமூச்சுகள் விட்டார்.

29

அலுவலகம் முடிந்து வெளியே போகும் போது அவருக்கு ஏனோ வெட்கமும் கூச்சமும் பிடுங்கித் தின்றன. தனக்கு மனவலிமை அவ்வளவாக இல்லையோ என்று கவலை கொண்டார். தன்னைவிட மூத்தவரிடம் இப்படியெல்லாம் பேசினோமே என்று எந்தத் தயக்கமும் இல்லாமல் சாதாரணமாகவே விடைபெற்றுச் சென்றான் கும்பாஸ். அவருக்குப் புதிய உலகம் ஒன்றைத் திறந்து காட்டிவிட்ட பெருமிதம் அவன் முகத்தில் பொலிந்தது. அந்த உலகத்தைப் பயன்படுத்திக் கொள்வதும் புறக்கணிப்பதும் அவருடைய விருப்பம் என நினைத்தான் போல. ஆனால் அவன் முகத்தைப் பார்க்கக் குமராசுரரால் முடியவில்லை.

தனக்கு முன்னால் இப்படிப் பரவிக்கிடக்கும் ஓர் உலகத்தை இத்தனை நாள் தெரிந்துகொள்ளாமல் எல்லாம் நம்மைப் போலவேதான் இருக்கிறது என நம்பிக்கொண்டிருந்தது எத்தனை பிழை என்று நினைத்துக் குனிந்தபடி பேருந்து நிறுத்தத்திற்குப் போனார். அவரது அலுவலகக் கிடங்கிலிருந்து வெளியே வந்து உதவியாளரை அழைத்துப் பூட்டச் சொன்னார். உதவியாளரைப் பார்க்கவும் கண் கூசிற்று. குனிந்துகொண்டார். அவரது அலுவலகம் கடந்து ஐம்பதடி தூரம் போனால் பெரிய குப்பைக் கிடங்கு. அது நாறிக் கொண்டிருக்கும். சிலசமயம் இடைவிடாமல் நாளெல்லாம் புகைந்து கொண்டிருக்கும். காகிதங்களும் உணவுத் துணுக்குகளும் கலந்த சேர்க்கை. அதைத் தாண்டி நான்கைந்து கட்டிடங்களின் பக்கவாட்டுப் பகுதிகளைக் கடந்து நுழைவாயில் சாலைக்கு வந்தார். அப்போதும் தலை நிமிரவில்லை. கால்களுக்கு வழி பழக்கம். அவர் யோசனையெல்லாம் ஒன்றிலேயே இருந்தது. இத்தகைய படங்களைப் பார்க்கும் கும்பாஸின் சிந்தனை எப்படியிருக்கும்? அவனை ஒருபோதும்

வீட்டிற்குக் கூட்டிப் போகக் கூடாது என நினைத்தார். அவன் முகத்தையே இனிப் பார்க்கக் கூடாது. அவனோடு பேச்சையும் குறைத்துக் கொள்ள வேண்டும். அலுவல் ரீதியான பேச்சைத் தவிர வேறொன்றும் கூடாது. இப்படிப் பல தீர்மானங்கள் அவர் மனதில் ஓடின.

கும்பாஸ் இருசக்கர வண்டி வைத்திருக்கிறான். அவனுக்கு நிறைய நண்பர்களும் உண்டு. ஆகவே அவன் இங்கே இருக்கப் போவதில்லையே என்னும் தைரியத்தில் தலை நிமிர்ந்தவர் அதிர்ந்து போனார். அவருக்கு முன்னால் தோளில் பைகளை மாட்டியவாறு பெண்கள் ஐந்தாறு பேர் அம்மணமாக நின்றார்கள். ஐயோ, இதென்ன காலக்கொடுமை என்று பார்வையை வேறு பக்கம் திருப்பினார். அங்கே தெரிந்த ஆண்களும் பெண்களும் அம்மணமாகவே இருந்தனர். பதறிப் பார்வையை எல்லாப்புறமும் திருப்பினார். தனக்கு முன்னால் நின்றவர்களும் அப்படியே. பின்னால் நின்றவர்களும் அப்படியே. பக்கவாட்டில் தொலைவில் எங்கு நின்றவர்களும் அப்படியே. சாலையில் நடப்போரும் அப்படியே. பேருந்தில் போவோரும் அப்படியே. உலகமே ஆடைகளைத் தொலைத்திருந்தது. தலைகுனிந்து கொண்டார்.

தான் ஏற வேண்டிய பேருந்து வந்ததும் குனிந்தபடியே ஏறினார். நடத்துநரின் கையை மட்டும் பார்த்துச் சீட்டு வாங்கினார். யாரையும் நிமிர்ந்து பார்க்கவும் முடியவில்லை, பேசவும் முடியவில்லை. தெரிந்தவர் யாராவது பேச வந்து விடுவார்களோ எனப் பயந்தார். பேருந்து நிலையத்தில் இறங்கி அவர் வீட்டுக்குச் செல்ல ஒரு கல் தொலைவு நடக்க வேண்டும். அப்போதும் குனிந்தபடியே நடந்தார். அன்றாடம் நடப்பது வழக்கம். நகரப் பேருந்தில் ஏறினால் கூட்டம் அடுக்கிய மூட்டைகளைப் போலிருக்கும். அதற்குள்ளிருந்து வெளியே வந்து இறங்குவது அசாத்தியமான காரியம். நடையே நல்லது. ஷேர் ஆட்டோக்கள் உண்டு. எப்போதாவது அவசரம் என்றால் ஏறுவார். அவருக்கு என்ன அவசரம் இருக்கிறது? வீட்டுக்குப் போய்ச் செய்ய வேலைகள் ஒன்றுமில்லை. எல்லாம் மங்காசுரி பார்த்துக்கொள்வார். வெற்றுச் சிந்தனைகள்தான் அலைக்கழிக்கும். அதற்கு நடந்து மெதுவாகப் போனால் நான்கு முகங்களைப் பார்த்துக்கொண்டு போகலாம். குரல்கள் காதில் விழும். நேரமும் கழியும்.

யோசனையில் போக்குவரத்து சமிக்ஞையைக் கவனிக்காமல் சாலையைக் கடந்து பாதிதூரம் போய் நடுவில் தவித்து நிற்க வேண்டியதாயிற்று. கும்பாஸ் காதில் வைத்த கருவி மூலம் கேட்ட வார்த்தைகளில் சிலவற்றை வாகனங்களில் செல்வோர் அவரை

நோக்கி வீசினர். ஆனால் அவருக்கு அவை காதில் விழவில்லை. மொட்டைக்கட்டையோடு இருசக்கர வாகனம் ஓட்டிச் செல்கிறார்களே இவர்களுக்குக் கொஞ்சமும் வெட்கமில்லையா என்றே யோசித்தார். ஒரு கல் தொலைவை இன்றைக்கு நடந்து கடப்பது வெகுசிரமம் எனத் தோன்றிற்று. ஒரு ஆட்டோவை அழைத்து அதிலேறிப் போவது நல்லது எனச் சாலை ஓரமாக நின்றார். ஆட்டோவை அழைக்க அண்ணாந்து பார்த்துத்தானே ஆக வேண்டும். சாலையின் எதிரில் இருந்த சிலை அம்மணமாகத் தெரிந்தது.

ஷேர் ஆட்டோ ஒன்று வந்தது. 'இவர் ஏற மாட்டார்' என முன்கூட்டியே அந்த ஓட்டுநருக்குத் தெரிந்திருந்ததால் நிறுத்தாமல் போனார். குமராசுரர் கத்திக் கூச்சலிட்டு ஆட்டோவை நிறுத்தினார். சற்றே போய் நின்ற ஆட்டோவில் ஓடிப் போய் ஏறிக்கொண்டார். ஆட்டோவின் ஓட்டுநர் நிர்வாணமாகவே உட்கார்ந்திருந்தார். அவருடைய இருக்கையைப் பகிர்ந்து உட்கார்ந்திருந்த இருவரும் நிர்வாணமாக இருந்தனர். மூவரும் நெருக்கமாக வேறு தெரிந்தனர். இதென்ன ஒரே நாளில் உலகம் இப்படி மாறிவிட்டது எனக் குழம்பினார். தனக்கு அருகில் இருந்தவர்களைப் பார்க்க அவருக்குத் தெம்பில்லை.

தெருவுக்கு எதிரே சாலையில் நின்ற ஆட்டோவில் இருந்து குனிந்தபடியே இறங்கிக் குனிந்தபடியே பணம் கொடுத்துவிட்டு வீதியில் யாராவது அவரை விளித்துப் பேசக் கூடும் என்பதால் குனிந்தபடியே நடந்து குனிந்தபடியே கதவைத் தட்டியும் திறந்த மனைவியைப் பார்க்காமல் குனிந்தபடியே கடந்தும் குனிந்தபடியே வீட்டுக்குள் போனார். தெருவில் அவரிடம் அன்னியோன்யமாகப் பேசுவோர் எவரும் இல்லை. சிலர் புன்னகைப்பார்கள். சிலர் ஓரிரு வார்த்தை பேசுவார்கள். 'வந்தாச்சா?', 'கௌம்பியாச்சா?' அவ்வளவுதான். என்றாலும் யாரும் இன்றைக்குக் கண்ணில் படாமல் இருந்தது நல்லதாகத் தோன்றிற்று. வீட்டுக்குள் நுழைந்ததும் அலுவலகப் பையை அதற்குரிய இடத்தில் வீசியதும் ஆடை மாற்ற நினைத்து உடலைப் பார்த்தார். உடலில் ஆடைகளே இல்லை. இத்தனை தூரமும் ஆடை இல்லாமல்தான் வந்திருக்கிறோம் என்பதை உணர்ந்து அதிர்ந்து உடல் நடுங்க மேகாஸின் அறைக்குள் ஓடிப் படுக்கையில் உட்கார்ந்து அழ ஆரம்பித்தார். அவன் இல்லாத போது அவரது ஆளுகையில் அவ்வறை இருக்கும்.

கதவைச் சட்டென்று அடைத்துக் கட்டிலில் கிடந்த பெரிய போர்வையை எடுத்து உடல் முழுவதும் சுற்றினார். அவர் கதவை அடைத்ததும் மங்காசுரி பயந்து போய் 'ஏங்க ஏங்க'

கழிமுகம் ❀ 183 ❀

என்று கதவை ஓங்கி ஓங்கித் தட்டினார். நெஞ்சில் படார் படாரென்று அடிப்பது போல இருக்கவே மெல்லத் திறந்து ‘எதுக்கு இப்பிடிக் கதவ ஒடைக்கற? போச்சுனா உங்கொப்பனா வாங்கித் தருவான்?’ என்று குனிந்தபடியே கத்தினார். ‘கதவத் தாழ் போடாத சாத்திக்குங்க. ஆரு உங்களக் கேக்கறா? இதென்ன குளிரடிக்குதா, போர்வய இப்பிடிச் சுத்திக்கிட்டு நிக்கறீங்க?’ என்று பதற்றத்தோடு மங்காசுரி கேட்டார். ‘கதவத் தொறக்காத. எதுனா வேணும்னா கூப்பிடு, நானே தொறக்கறன். நான் ஒன்னும் அத்தன சீக்கிரம் செத்துப் போயிர மாட்டன். கத்தி ஊரக் கூட்டாத’ என்று சொல்லிக் கதவைச் சாத்திவிட்டுக் கட்டிலில் விழுந்தார்.

உடை எதையும் கழற்றாமல் அவற்றின் மேலேயே போர்வையை சுற்றியிருக்கும் கோலத்தையும் தன் முகத்தைச் சிறிதும் அண்ணாந்து பார்க்காமல் குனிந்தே பேசுவதையும் மங்காசுரி கண்டு அவருக்குப் பித்துத்தான், ஊருக்குக் கூட்டிப் போய்க் குலதெய்வக் கோயிலில் மந்திரித்துக் கட்ட வேண்டும், அதுதான் சரி என்று முடிவுக்கு வந்தார். தன் பூஜையறையில் வைத்திருந்த குலதெய்வம் மேகாசுரனுக்குப் பூஜை செய்து அவனுக்குப் படைக்கும் தீர்த்த நீரை எடுத்து வந்து அவருடைய அறைக்கு முன்னால் தெளித்துக் கதவை மெல்லத் திறந்து பார்த்தபோது அவர் கட்டிலில் போர்வையைப் போர்த்திப் படுத்திருப்பது தெரிந்தது. அவரைத் தொந்தரவு செய்ய வேண்டாம் என நினைத்துப் பூனை போல அடி வைத்து உள்ளே போய்க் கட்டிலைச் சுற்றித் தீர்த்தத்தைத் தெளித்தார். கண்களை மூடி உடலைக் குறுக்கி அவர் படுத்திருந்தார். போனது போலவே திரும்ப வந்து மகனுக்குப் பேசினார்.

இனிமேல் மகனுக்கு விஷயத்தைச் சொல்லாமல் இருப்பது சரியல்ல என்று நினைத்ததோடு அவனும் பயந்துவிடக் கூடாது என்பதால் ‘உங்கப்பன் போக்கு ஒன்னும் செரியில்ல. எனக்குப் பயமா இருக்குது. நீ வந்தீனாப் பரவாயில்ல’ என்றார். அவன் ‘அவரு எதுக்கெடுத்தாலும் வீணாப் பயப்படுவாரு. நல்லாத் தூங்குனாச் செரியாயிருவாரு. எதாச்சும் வவுறு ரொம்பச் சாப்பிடக் குடு. தூங்கட்டும். காலையில எப்பிடி இருக்கறாருன்னு பாத்துக்கிட்டு ஆபிஸ் போகச் சொல்லு. இல்லீனா லீவு சொல்லீரு. லீவெல்லாம் எடுக்காத அப்பிடியேதான வெச்சிருப்பாரு. இன்னம் ரண்டு நாளுத்தான், டெஸ்ட் இருக்குது. எழுதீட்டு வெள்ளிக்கிழம நைட்டு வந்தர்றன்’ என்று அவன் பேசியது ஆறுதலாகவும் தெளிவாகவும் இருந்தது. அவன் சொன்னது போலவே சமைத்தார். அவருக்குப் பருப்புக் குழம்பு மிகவும்

பிடிக்கும். வெறும் பருப்புக் கடைசல். அதே போலத் தயிர். இரவில் பெரும்பாலும் தயிர் தருவதில்லை. இன்றைக்குக் கொடுப்போம் என நினைத்தார்.

மங்காசுரி சமையலை முடிக்கும் வரைக்கும் அவர் வெளியே வரவில்லை. அறைக்குள் எதுவும் அரவமும் இல்லை. பழையபடி மெதுவாகத் திறந்து பார்த்தால் ஏற்கனவே இருந்த அதே கோலத்தில் படுத்திருந்தார். இன்னும் கொஞ்ச நேரம் கழித்து எழுப்பலாம் என விட்டுத் தொலைக்காட்சியின் முன்னால் உட்கார்ந்தார். சத்தத்தைக் குறைத்து வைத்தாலும் காது முழுக்க அறைப் பக்கமே இருந்தது. தொலைக்காட்சியில் ஒரு தொடர் முடிந்து அடுத்த தொடர் தொடங்கும் இடைநேரத்தில் அவர் அறைக்குள்ளிருந்து சத்தம் கேட்டது. எட்டிப் பார்த்தார் மங்காசுரி. உள்ளே விளக்கைப் போடாமலே கழிப்பறைக்குள் போயிருப்பது தெரிந்தது.

வரட்டும் எனக் காத்திருந்து லேசாகக் கதவைத் திறந்து வரவேற்பறை வெளிச்சம் உள்ளே விழ அவரை நோக்கிச் ‘சாப்பிட்டுருங்க’ என்றார். ‘கதவச் சாத்து, கதவச் சாத்து’ எனக் கத்தினார். கதவு திறந்திருப்பதும் அதன் வழியாக வெளிச்சம் நுழைவதும் அவருக்குக் கண் கூசச் செய்தன. கதவைப் பட்டெனச் சாத்திய மங்காசுரி ‘சாப்பாடு?’ என்றார். ‘போட்டுக்கிட்டு வந்து வெளியிலயே நின்னு கூப்பிடு’ என்றவர் கட்டிலில் உட்கார்ந்தார். பசி தெரிவது போலத்தான் இருந்தது. அறைக்குள் இருந்த சிறுமுட்டானை எடுத்துக் கட்டிலுக்கு முன்னால் வைத்து அதில் சாப்பிடத் திட்டம் போட்டார். விளக்கு இல்லாமலே இருள் வெளிச்சம் அவருக்குப் பழக்கமாகி இருந்தது. இரண்டு தட்டுக்களில் வைத்துச் சாப்பாடு வந்தது. கதவுக்கு அருகில் போய் அவரே வாங்கிக்கொண்டார். இருள் அசைவது போலத்தான் மனைவி தெரிந்தார். இருளுக்குள்ளேயே சாப்பிட்டார். பாத்திரங்களைக் கதவுக்கு வெளியே தள்ளிவிட்டு ‘நான் தூங்கப் போறன், எழுப்பாத’ என்று சொல்லிக் கதவைத் தாழிட்டுக்கொண்டார்.

30

காலையில் விழிப்பு வந்தபோதும் எழுந்து வெளியே போக அவருக்குப் பயமாக இருந்தது. போர்வையை உதறித் தன்னுடலைப் பார்க்கவே அஞ்சினார். வெளிச்சமே அவருக்குப் பிடிக்க வில்லை. அறையை விட்டு வெளியே போவதை நினைத்தாலே உடல் நடுங்கியது. ஜன்னல்களையும் நன்றாகச் சாத்தி இழுத்துத் தாழிட்டார். கூண்டுக்குள் மாட்டிய எலியைப் போலக் கண்களை உருட்டி உருட்டிப் பார்த்தபடி கட்டிலிலேயே கிடந்தார். காலைச் சாப்பாட்டை மனைவி கொண்டு வந்த சமயத்தில் தாழை நீக்கிவிட்டு வேகமாக ஓடிவந்து படுத்துக் கண்களை இறுக மூடிக்கொண்டார். முட்டான் மீது சாப்பாட்டை வைத்து அவர் வெளியே போன பிறகு எழுந்து தாவியோடிக் கதவைத் தாழிட்டார். அப்போதுதான் தோன்றியது, எல்லாம் இந்தக் கண்கள் செய்யும் மாயம். கண்களில் தான் கோளாறு இருக்கிறது.

முதலில் கண்களைக் கழுவிக்கொண்டு பிறகு சாப்பிடலாம் என்று குளியலறைக்குள் போய்க் கண் இரண்டையும் தேய்த்துத் தேய்த்துக் கழுவினார். கழுவக் கழுவப் பீளை வந்துகொண்டேஇருந்தது. சோப்புப் போட்டுக் கழுவியதும் கொஞ்சம் பரவா யில்லை போலிருந்தது. வெளியே வந்து கண்ணாடியை எடுத்துப் பார்த்தார். கண்கள் தெளிவாக இருந்தன. இனிமேல் பிரச்சினை இல்லை என்று போர்வையை உதறிவிட்டுச் சாப்பிட்டார். பிறகு கட்டிலில் படுத்து யோசித்தார். நேற்று அந்தக் காட்சிகளைச் சில நிமிடம் பார்த்ததால் கண்கள் அழுக்காகிவிட்டன. ஏராளமான அழுக்கு உள்ளே புகுந்திருக்கிறது. அழுக்கடைந்த கண்களால் பார்த்தால் எல்லாம் இப்படித்தான் அழுக்காகத் தெரியும். கண்களைச் சுத்தமாக்க வேண்டும். உடனே எழுந்து போய் கண்களைக் கழுவினார். சோப்பைக் கண்களைச்

சுற்றிலும் போட்டு நுரைக்கத் தேய்த்துக் கழுவினார். ஆனாலும் அழுக்குப் போன மாதிரி இல்லை.

கண்களைத் திறந்தபடி சோப்புப் போட்டார். சோப்பு உள்ளே போய் எரிந்தது. எரிச்சலின் சுகத்தை அனுபவித்து அப்படியே கொஞ்ச நேரம் வைத்திருந்தார். சோப்பு உள்ளே இருக்கும் அழுக்கை எரித்து வெளியே எடுத்து வருகிறது. நன்றாக எரியவிட்டுப் பின் தண்ணீரை அடித்து அடித்து எரிச்சல் முற்றிலுமாகப் போகும்வரை கழுவினார். வெளியே வந்து கண்ணாடியை எடுத்துப் பார்த்தார். கண்ணிரண்டும் சிவந்து கருவிழியே தெரியவில்லை. இப்படி நான்கைந்து முறை கழுவினால் எல்லாம் சரியாகிவிடும். கண் மூடிப் படுத்தார். தூக்கமும் விழிப்புமாக இருந்த தருணத்தில் சட்டென நினைவு வர வேகமாக எழுந்தோடிக் கண்களைக் கழுவினார். பீளை இருபுறமும் அடர்ந்து படர்ந்திருந்தது. பழையபடி கண்கள் திறந்திருக்கவே சோப்புப் போட்டுக் கழுவினார். கண்ணாடியில் கண்கள் சிவந்து தெரிவதைப் பார்க்கச் சந்தோசமாக இருந்தது. மீண்டும் தூக்கமும் விழிப்பும்.

மதிய உணவை மங்காசுரி கொண்டு வந்து வைத்தபோது லேசாகக் கண்களைத் திறந்து பார்த்தார். மங்காசுரி சிவப்பு நிறப் புடவை கட்டியிருந்தார். மேலே ரவிக்கை இருக்கிறதா என அண்ணாந்து பார்ப்பதற்குள் அவர் நகர்ந்துவிட்டார். எனினும் சேலை தெரிகிறது. கண்ணுக்குச் சோப்புப் போட்டுக் கழுவும் வைத்தியம் பலிக்கிறது. மங்காசுரி 'குடிதண்ணி சொம்புல வெச்சிருக்கறன், குடிக்க வெச்சிக்கங்க' என்றார். அப்போதுதான் அவருக்கு உறைத்தது, இதுவரைக்கும் கழுவியது உப்புத்தண்ணீரில். நல்ல தண்ணீரில் கழுவினால் அல்லவா அழுக்கு முழுதுமாகப் போகும்? 'ஒரு குண்டாவுல நல்ல தண்ணி குடு' என்று கேட்டார். அசுராபுரியில் இப்போது நல்ல தண்ணீர் கிடைப்பது அரிதாகிவிட்டது. எங்கும் உப்புத் தண்ணீர்தான். நிலத்தடி நீர் முழுக்கவும் அழுகிக் கசந்து போய்விட்டது. நல்ல தண்ணீர் தேவையானால் அரசாங்கம் வழங்கியிருக்கும் குழாயைத்தான் நம்பியாக வேண்டும். மங்காசுரி குண்டாவில் கொடுத்த நல்ல தண்ணீரை வாங்கி அதைக் கொண்டு கண்களைச் சோப்புப் போட்டுக் கழுவியபோது கொஞ்சம் திருப்தி வந்தது. அதன் பிறகே சாப்பிட்டார்.

கண் இப்போது எரிச்சல் எடுத்ததால் மூடியதும் இதமாக இருந்தது. மீண்டும் விழிப்பும் தூக்கமும். நான்கைந்து முறை நல்ல தண்ணீர் வாங்கிக் கழுவினார். எதற்கு இத்தனை முறை கேட்கிறார் எனத் தெரியாமல் குழம்பி 'ஏங்க வெந்நீர்

வச்சித் தரட்டுமா?' என்று கேட்டார். அது இன்னும் நல்ல யோசனையாகப் பட்டது. 'நல்ல தண்ணியில வெந்நீர் வெச்சுக் குடு' என்றார். கொண்டு வந்து கொடுத்ததை வாயில் ஊற்றிப் பார்த்து நல்ல தண்ணீர்தான் என்று உறுதிப்படுத்தினார். பிறகு அதில் கண்களைக் கழுவினார். வெந்நீர் பட்டதும் இதமாக இருந்தது. கண்ணுக்குள் திரும்பத் திரும்பச் சோப்பு நுரை போவது இப்போது எரிச்சலைத் தாண்டி அரிப்பைக் கொடுத்தது. ஆகவே அவரை அறியாமலே சோப்பு உள்ளே போவதைக் குறைத்தார். இரவு உறங்குவதற்குள் மூன்று முறை வெந்நீரில் கண்களை அப்படிக் கழுவினார்.

அன்றைய தூக்கத்தில் மேகாஸ் செல்பேசியைக் கையில் வைத்துக்கொண்டு படம் பார்க்கும் காட்சிகள் வந்து வந்து போயின. அவன் என்ன படம் பார்க்கிறான் என்பதைக் காண முடியவில்லை. கட்டாயம் அவன் பார்ப்பது ஆபாசப் படமாகவே இருக்கும் என நம்பினார். அந்தப் படத்தை அவன் யார் யாருக்கோ அனுப்புகிறான் போலவும் தெரிந்தது. திடுமென விழிப்பு வந்த போது கதவைத் திறந்து சமையலறைக்குப் போய் விளக்கைப் போடாமலே வெந்நீர் வைத்து எடுத்து வந்து கண்களைக் கழுவினார். மங்காசுரி எழவில்லை. சமையலறைக்குப் போகையில் மங்காசுரி விழித்துவிடுவாரோ என்னும் பயத்தில் பச்சைத் தண்ணீரிலேயே சில சமயம் கழுவினார். எந்த நேரம் தூங்கினார், எப்போது எழுந்தார் என்பதொன்றுக்கும் கணக்கில்லை. வழக்கத்துக்கு மாறாக விடிந்து வெகுநேரம் தூங்கினார். ஒன்பது மணிக்கு மேல் எழுப்ப வந்த மங்காசுரியைக் கண் திறந்து பார்த்தார். அவர் முழுமையான ஆடைகளோடு தெரிந்தார். அழுக்கு நீங்கிக் கண்கள் தெளிவான சந்தோசம். ஆனால் அவர் கண்களைப் பார்த்து 'அய்யோ' என்று மங்காசுரி கூச்சலிட்டார்.

இமைகள் புடைத்து வீங்கிக் கண் இருப்பதே தெரியவில்லை. இரு சதைக்கட்டிகளை வைத்துப் பொருத்திய மாதிரி இருந்தது. கண் மருத்துவரைப் பார்க்கப் போகலாம் என்று எவ்வளவோ சொல்லியும் அவர் கேட்கவில்லை. 'இப்பத்தான் அழுக்கெல்லாம் போயித் தெளிவாயிருக்குது. நேத்தெல்லாம் இந்தக் கண்ணு எவ்வளவு அழுக்கா இருந்துச்சுன்னு உனக்குத் தெரியாது. அவங்கிட்டப் போனா எதாச்சும் மருந்தூத்தி மறுபடியும் அழுக்காக்கிருவான். வீக்கம் செரியாயிரும்' என்றவாறு கண்ணாடி யில் போய்ப் பார்த்தபோது சரியாகத் தூங்காததால் கொஞ்சம் வீக்கம் தெரிகிறது என்று மட்டும் அவருக்குத் தோன்றியது. அதற்குள் மங்காசுரி ஐஸ் கட்டியைக் கொண்டு வந்து கண்ணுக்கு ஒத்தடம் கொடுக்க ஆரம்பித்தார். அரை மணி நேரத்திற்கு

ஒருமுறை ஒத்தடம் கொடுக்கவும் மாலையில் ஓரளவுக்கு வீக்கம் வடிந்தது. அதன் பிறகே அன்றைக்கு இரவு மேகாஸ் வரப் போகிறான் என்னும் தகவலை அவருக்குச் சொன்னார் மங்காசுரி. தான் சொல்லி வரவழைப்பதைப் பற்றி மூச்சு விடவில்லை. வீட்டு ஞாபகமாகவே இருக்கிறது என்று சொல்லி இரண்டு நாள் விடுமுறையில் அவனாக வருகிறான் என்பதாக அவருக்குச் சொன்னார் மங்காசுரி.

செல்பேசி வேண்டும் என்று அவன் சொன்ன நாளிலிருந்து அவரிடம் நேர்ந்த மாற்றங்களை எடுத்துச் சொல்லி 'செல்பேசி வாங்க வேண்டாம்' என்று கெஞ்சியேனும் கேட்கலாம் என நினைத்தார் மங்காசுரி. அவன் வரும் செய்தி தெரிந்ததும் சட்டென்று எழுந்து மொட்டைமாடிக்குப் போய்விட்டார் குமராசுரர். மறுபடியும் பழைய மாதிரி ஆகிவிடுவாரோ எனப் பயந்தார் மங்காசுரி. என்றாலும் என்ன செய்ய முடியும்? செல்பேசி வேண்டாம் என்று அவன் பேருக்கேனும் ஒரு வார்த்தை சொன்னால் உடனே சரியாகிவிடுவார். அதுவரைக்கும் எப்படியாவது உழன்று கிடக்கட்டும் என்று நினைத்தார். அவர் பின்னாலேயே போய்ப் பார்த்து ஒன்றும் ஆகப் போவதில்லை என்பதால் வழக்கமான பின்தொடர்தலைத் தவிர்த்தார்.

மொட்டைமாடிக்குப் போன குமராசுரர் பின்னாலேயே மனைவி வருவார் என எதிர்பார்த்தார். படியில் அவர் காலடிச் சத்தம் கேட்கும் எனக் காதுகளைக் குவித்து வைத்திருந்தார். தனக்குத் தெரியாமல் மெல்ல வந்து எட்டிப் பார்த்துப் போயிருக்கக் கூடும் எனச் சமாதானம் கொண்டார். அவருடைய இப்போதைய யோசனை எல்லாம் மேகாஸை நேருக்கு நேராகச் சந்திக்கப் போவதைப் பற்றித்தான். ஒருநாளுக்கு முன்னால் தெரிந்திருந்தால்கூட அவனிடம் என்ன பேசுவது என்பதைத் தீர்மானித்து வைத்திருக்கலாம். வழக்கமாக அவரிடம் அவன் எதுவும் பேச மாட்டான். ஏதாவது கேட்டால் ஓரிரு வார்த்தைகளில் பதில் வரும். பெரும்பாலான சமயம் செல்பேசியில் பேசும்போது போடும் 'ம்'தான் பதிலாகும். இப்போது அவனாகப் பேசப் பிரியப்படலாம். அல்லது வலிந்து அவனை அழைத்துத் தான் பேசலாம். அவனிடம் பேச என்ன இருக்கிறது, ஒரே ஒரு விஷயத்தைத் தவிர. செல்பேசி வாங்கித் தர முடியாது என்று சொல்ல வேண்டும். அவ்வளவுதான். அதை எப்படி அவனிடம் சொல்வது? சொன்னால் என்ன ஆவான்?

31

மேகாஸ் இரவு பதினோரு மணிக்கு வீடு வந்து சேர்ந்தான். மங்காசுரிக்கு அவனை அடையாளமே தெரியவில்லை. அழைப்பு மணியை அடித்தபோது தயக்கத்தோடு கதவு திறந்து விளக்கைப் போட்டவர் இரும்புக் கேட்டுக்கு வெளியே நிற்கும் ஆளைப் பார்த்ததும் 'ஆரு ஆரு' என்றார். 'நாந்தாம்மா' என்று அவன் எரிச்சலாகச் சொன்ன குரல் கேட்டதும்தான் அடையாளம் கண்டார். அவனுடைய தலையைப் பார்த்ததும் அவருக்கு அழுகை வந்துவிட்டது. 'என்னடா இது அலங்கோலம்' என்று சொல்லி அவரையும் அறியாமல் மாரில் அடித்தபடி கதற ஆரம்பித்தார்.

'இங்க ஒருத்தரு இந்தக் கோலம் பண்ணிக்கிட்டு இருக்கறாருன்னு உன்னயக் கூப்பிட்டா நீ அலங்கோலமா வர்ற. அய்யோ, அப்பவே இன்னமே பையன் நம்ம பையனில்லன்னு சொன்னாரே, அது நெசமுன்னு ஆயிருச்சே. ஒரு பைத்தியகாரங்கூட இப்பிடித் தலைய வெச்சிருக்க மாட்டானே. பொறந்ததியும் பனங்காயாட்டாம் நம்ம பரம்பரத் தல அப்பிடியே பையனுக்கு இருக்குதுன்னு எம் மாமியாக்காரி சொன்னாளே. இன்னைக்குச் சூப்பி எறிஞ்ச பனங்கொட்டயாட்டம் தல ஆயிருச்சே, அட மேகப்பா... எங்குடும்பத்த நீ காப்பாத்த மாட்டியா?'

நள்ளிரவில் அவர் கதறவும் தெருநாய்கள் ஐந்தாறு கிளம்பி அங்கும் இங்கும் குரைக்கத் தொடங்கின. தெரு முழுக்கவும் நாய்க் குரைப்பால் நிரம்பியது. சில நாய்கள் மேகாஸை நோக்கி நின்று குரைத்தன. அவை கடிக்குமோ என்று அவன் அஞ்சி 'சீக்கிரம் தெறம்மா' என்று கத்தினான். அவசரத்தில் சாவி குழம்பித் திறக்கத் தடுமாறினார். 'ச்சீ போ போ' என்று நாய்களை விரட்டிக்கொண்டே ஒருவழியாய்த் திறந்தார். அவன் கோபத்தோடு செருப்புகளை வீசி எறிந்து வீட்டுக்குள் போனான். கொஞ்சம் அதிகமாக உணர்ச்சிவசம் ஆனோமோ என்று

மங்காசுரிக்குத் தோன்றியது. ஆனால் அவன் தலைக்கோலம் அவருக்குப் பிடிக்கவே இல்லை.

சுற்றிலும் ஒட்டப் பிடித்து நடுவில் மட்டும் வயல் கரை அறுகம்புல் போல மயிர் இருக்கக் கிராப் வெட்டியிருந்தான். இரண்டு பக்கங்களிலும் ஒற்றையடித் தடமாய் இரண்டு கோடுகள் இழுக்கப்பட்டிருந்தன. சின்ன வயதில் குமராசுரருக்கு இப்படித்தான் வெட்டிவிடுவார்கள். என்ன, உச்சி மயிர்களையும் ஒட்டக் குறைத்திருப்பார்கள். அவரைப் பள்ளிக்கூடத்தில் 'என்னடா இது நாய் கரண்ட தேங்கா மாதிரி இருக்குது' என்றும் 'வட்டுக் கருப்பட்டியக் கவுத்து வெச்சாப்பல இருக்குது' என்றும் பையன்கள் கேலி செய்வார்கள்.இப்போது இவனைக் கேட்டால் 'இது பேஷன்' என்று சொல்வான். ஒருகாலத்தில் கேலிக்குரியதாக இருக்கும் ஒன்று இன்னொரு காலத்தில் மதிப்பிற்குரியதாக மாறிவிடுகிறது. ஒருகாலத்தில் மதிப்பிற்குரியதாக இருக்கும் ஒன்று இன்னொரு காலத்தில் கேலிக்குரியதாக மாறிவிடுகிறது. கேலியும் மதிப்பும் மதிப்பும் கேலியும் என்பதுதான் தொடர் மாற்றம்.

வீட்டுக்கு வந்தது அவனுக்கு ஏமாற்றமாக இருந்தது. தொடக்கமே சரியில்லை. அம்மாவும் நாய்களும் கொடுத்த வரவேற்பு அவனுக்கு அருவருப்பு தந்தது. மேலும் ஏதோ அப்பாவுக்குப் பிரச்சினை என்று கவலையோடு வந்தான். பார்த்தால் அப்பாவுக்கு ஏதும் பிரச்சினை இருக்கிற மாதிரி தெரியவில்லை. அம்மாவுக்குத்தான் பிரச்சினை போல. அதுதான் இந்தக் கதறல். முடி திருத்தத்தில் சிறுமாற்றம் என்றால் மகனை அம்மாவுக்குத் தெரியாமல் போகுமா? எந்தத் தோற்றத்தில், எந்த நிலையில் இருந்தாலும் மகனைக் கண்டுகொள்வதுதானே தாய்மை? அம்மாவுக்கு என்னவோ ஆகிவிட்டது. அம்மாவின் முகம்தான் சோர்ந்தும் வாடியும் தெரிகிறது. வந்ததுமே 'எதற்கு வீட்டுக்கு வந்தோம்' என்று சலித்தான்.

எனினும் 'என்னம்மா, அப்பா நல்லாத்தான இருக்கறாரு, எதுக்கு என்னய வீணா வரச் சொன்ன?' என்று சமையலறைக்குப் போய் ரகசியமாகக் கேட்டான். அவன் தலையைப் பார்த்து 'இது என்ன கண்ணு? இதெல்லாம் நம்ம குடும்பத்துக்கு ஆவாதுடா கண்ணு. தலைய நல்லா வெச்சுக்கப்பா' என்றார் பரிதாபமாக மங்காசுரி. 'ப்ச். உடும்மா அத. எப்பிடி வெச்சுக்கறதுன்னு எனக்குத் தெரியும். அப்பனுக்கு என்னாச்சு சொல்லு' என்று அலுப்புடன் கேட்டான். 'உங்கொப்பன் பண்ற கூத்த இங்க இருந்து பாத்தாத்தான் தெரியும். ரண்டு நாளா ஆபிஸ்க்குப் போவுல. லீவு சொல்லோனுமுன்னுகூட அவருக்கு நெனப்பில்ல. கதவச் சாத்திக்கிட்டு உள்ளயே கெடந்தாரு. என்ன பண்ணுனாரு ஏதுன்னு தெரியல, கண்ணு ரண்டும் பணியாரமாட்டம் வீங்கிக்

கெடந்துச்சு. அதுக்கு ஐஸ் ஒத்தடம் குடுத்து இப்பத்தான் கொஞ்சம் பரவாயில்ல' என்று விஷயத்தைச் சொன்னார் மங்காசுரி.

'அவரு அப்படித்தானேம்மா... என்னமோ புதுசா சொல்ற? அவருபாட்டுக்கு இருக்கறாருன்னு கண்டுக்காத நீ உன்பாட்டுக்கு இரும்மா. அவரு எல்லாத்துக்கும் பயப்படறாரு. நீ அவருக்குப் பயப்படற... இதே வேலதான் ரண்டு பேருக்கும். இப்ப அவருகிட்டப் போயி நான் பேசறன் பாரு' என்றவன் அவன் வந்த அரவம் கேட்டுத் தன் அறைக்குள் இருந்து வெளியே வந்து வரவேற்பறையில் தொலைக்காட்சி பார்ப்பதாகப் பாவனை செய்த அவருக்கு முன்னால் போய் உட்கார்ந்தான். அவரும் அவன் தலையையே வெறிக்க வெறிக்கப் பார்த்தார். அவன் அதை ஒன்றும் சட்டை செய்யவில்லை. அம்மாவைப் போலச் சட்டென்று தன்னை வெளிப்படுத்திக் கொள்ளமாட்டார். நேரடியாகக் கேட்டால் பார்த்துக்கொள்ளலாம் என்று தலையைச் சிலுப்பி அவர் எதிரே உட்கார்ந்தான்.

அவரிடம் பேச இத்தனை நாளும் தயங்கிய ஆள் போலவே தெரியவில்லை. சட்டென்று ஆரம்பித்தான். 'அப்பா... அந்த செல்போன் சொன்னனே... வாங்கிரலாமாப்பா?' என்றான். இப்படி நேரடியாக அவன் பேசுவான் என எதிர்பார்க்காத அதிர்ச்சியோடு ஏறிட்ட அவர் 'ஏய்யா, இப்ப வெச்சிருக்கற செல்போன் என்னய்யா ஆச்சு?' என்று கேட்டார். 'இப்ப வெச்சிருக்கறது டப்பா போனுப்பா... இத வெச்சிக்கிட்டு ஒன்னும் பண்ண முடியாது. எங்கிட்ட லேப்–டாப்பும் இல்ல. அதனால எல்லா வசதியும் இருக்கற செல்போன் வேண்டியிருக்குது. இல்லீனா சப்ஜெக்ட்ட பாலோ பண்ண முடியாதுப்பா' என்றான்.

'உன்னோடது கம்ப்யூட்டர்தானய்யா?' என்றார் நிதானமாக.

'ஆமாப்பா... இன்னைக்கி எல்லாம் சேந்துதாப்பா இருக்குது. செல்போன்ல ஆப் கிரியேட் பண்றதுலதான் நான் ஸ்பெசலைஸ் பண்றன். அதுக்கு ரொம்ப மாடர்னா இருக்கற செல்போன் கட்டாயம்ப்பா. அது இல்லைனா இதுல ஈடுபடவே முடியாது. எங்க சார், உடனே வாங்கிருன்னு அவசரப் படுத்தறாருப்பா...'

சொற்களில் பொய் இருக்கலாம் என்று முகத்தைப் பார்த்தார். அவனோ உண்மை என்னும் பாவனையில் மேற்கொண்டு பேசினான். அப்பனுக்குப் புரியாத எதை எதையோ சொல்லி ஏமாற்றப் பார்க்கிறானா? என்றாலும் அவர் உரையாடலை நிறுத்தவில்லை.

'இப்ப வெச்சிருக்கறது இன்னமே ஆவாதா?'

'இதெல்லாம் பேசிக் மாடல்ப்பா. இதுல எல்லாம் இருக்கும். ஆனா எதும் அப்டேட்டா இருக்காது. பேருக்கு இருக்கும்பா...'

‘இப்ப வாங்கப் போறதுல அப்பிடி என்னதான் இருக்குது?’

‘இங்க பாருப்பா... நான் சொல்றத நல்லாக் கேட்டுக்கோ. போன்ல பட்ஜெட் போனு ஹையர் மொபைல்னு ரண்டு இருக்குதுப்பா. இப்ப நாம வெச்சிருக்கறது பட்ஜெட் போனு. கேமராவ எடுத்துக்கவே, நெறைய போன்ல ப்ரண்ட் கேமரா கெடையாது. இப்ப வர்ற பட்ஜெட் போனுலயும் பிரண்ட் கேமரா இருக்குது. ஆனா இதுல எல்லாத்தயும் எடுக்க முடியாது. மெகா பிக்சர்ஸ் மட்டுமே போட்டோ கெடையாது. இப்ப லோ லைட்ல எடுக்கணும்னா பட்ஜெட் கேமரா எதும் யூஸாகாது. லோ லைட்டுல எடுக்கணும்னா ஹையர் மொபல் இருந்தாகனும். பத்தாயரம் பாஞ்சாயரத்துக்கு வாங்கறதெல்லாம் ஆகாது. அப்பறம் பாத்தீன்னா டிஸ்ப்ளே... அப்பறம் பாத்தீனா ஸ்கிரீன் சைஸு... அப்பறம் பாத்தீனா பில்ட் குவாலிட்டி... அப்பறம் பாத்தீனா ஃபிங்கர் ப்ரிண்ட் ஸ்பீடு... அப்பறம் பாத்தீனா ப்ராஸஸர்... அப்பறம் பாத்தீனா ரேம்...’

எத்தனையோ அப்புறம் அப்புறம் போட்டு அவன் பேசிக் கொண்டேஇருக்கிறான். குமராசுரர் வாயைத் திறந்தபடி கேட்டுக்கொண்டே இருக்கிறார். தன் மகனா இவன்? ஏதோ தேவலோகத்தில் இருந்து வந்து தேவபாஷையில் பேசுகிறான். ஒன்றுமே புரியவில்லை. இருபது ஆண்டுகளுக்கு மேலாக அவர் வாசித்துக் குறிப்பெழுதும் அலுவலகக் கோப்புகளில் எல்லாம் இவன் பயன்படுத்தும் ஒரு வார்த்தையையும் படித்த மாதிரியே இல்லை. எங்கிருந்து இவற்றை இவன் கற்றுக்கொண்டான்? ஓரளவிற்கு மேல் அவருக்கு அவன் வாயசைவு தெரிந்தது. வெறும் ஓசை வந்து காதுகளில் விழுந்தது. அவ்வளவுதான்.

தன் மகன் இவ்வளவு பேசுவான் என்பதும்கூட அவருக்கு ஆச்சர்யம்தான். எதற்கெடுத்தாலும் ஒற்றை ‘ம்’ போட்டு முடிப்பவன் வாயில் சொற்கள் கொட்டுகின்றன. அவன் தோற்றம் மாறிவிட்டது. பேச்சும் மாறிவிட்டது. வேறெங்கோ இருந்து வந்தவன் போலவே தோன்றுகின்றான். முதலில் அவருக்குப் பயமாக இருந்தது. மேகாஸ் பெயரைச் சொல்லிக்கொண்டு வேறொருவன் வந்து வீட்டுக்குள் புகுந்துவிட்டான் என்று நினைத்தார். பெருந்தலையும் அகண்ட வாயும் அதைக் குவித்துக் குவித்துக் குருவி போலப் பேசுவதும் மகன் சாயலையே காட்டின. நம் மகன்தான் என்று தீர்மானித்த பிறகு அவருக்குப் பெருமை யாகவும் இருந்தது. இடையிடையே வந்து அப்பனுக்கும் மகனுக்கும் ஏதும் பிரச்சினை ஆகக் கூடாது என்னும் எச்சரிக்கை உணர்வில் பார்த்துப் போன மங்காசுரியை அவர் பெருமிதம் பொங்க ஏறிட்டுப் பார்த்தார். மங்காசுரிக்கும் மகனின் இந்த முகம் ஆச்சர்யம் தந்தாலும் என் மகன் என்பது போல அவரிடம்

ஜாடையாகப் பேசிப் போனார். அவன் எப்போது பேசி முடித்தான் என்பதே தெரியவில்லை.

திடுமென எழுந்து கணினி இருக்கும் அறைக்குள் போனான். பேச்சை முடித்தானா பேச்சின் தொடர்ச்சியாக ஏதோ ஆதாரம் தரப் போகிறானா என்பதொன்றும் அவருக்கு விளங்கவில்லை. பிடித்துப் போன பேச்சின் நுனியை எங்கோ விட்டுவிட்டார். திரும்பவும் வருவானோ என்று காத்திருந்தார். அவன் ஏதாவது கேள்வி கேட்பானோ என்னும் பயமும் வந்திருந்தது. என்ன கேட்டாலும் திருதிருவென விழிக்க வேண்டியதுதான். பள்ளிக்கூடக் காலம் திரும்ப வந்துவிட்டதைப் போலிருந்தது.

உள்ளே போனவன் ஒருதாளில் பிரிண்ட் அவுட் எடுத்துக் கொண்டு வந்தான். அதில் நீளமான செல்பேசியின் படம் ஒன்று இருந்தது. அதன் பக்கவாட்டில் விலை மட்டும் 74,999/– என்பது துலக்கமாகத் தெரிந்தது. இன்னும் ஏதேதோ விவரங்கள், விளக்கங்கள் எல்லாம் இருந்தன. அவற்றையும் ஒவ்வொரு தலைப்பாக எடுத்துச் சொன்னான். எல்லாமே செல்பேசித் தொழில்நுட்பம் தொடர்பானவையாக இருந்தன. தலையாட்டித் தலையாட்டிக் கேட்டுக்கொண்டார். எந்தத் தேதியில் எந்த நேரத்திற்குள் பதிவு செய்ய வேண்டும் என்னும் பகுதியை அவன் காட்டியபோது அது தெளிவாகப் புரிந்தது.

செல்பேசி வாங்குவதற்கு அவர் ஒத்துக்கொள்ள அவன் இரண்டு காரணங்களை வலுவாக முன்வைத்தான். கணினி அறிவியல் படிக்கும் மாணவனாகிய அவனுக்கு மடிக்கணினி அவசியம். அதை அவன் மூன்றாம் ஆண்டின்போது வாங்க முடிவெடுத்திருக்கிறான். ஆகவே அந்தச் செலவு இப்போது இல்லை. செல்பேசியில் செயலி உருவாக்குவதைத் தன் சிறப்புத் தேர்வாகக் கொண்டிருக்கிறான். அதற்கு 'ஹையர் எண்ட் செல்போன்' அவசியம். இந்த இரண்டையும் சொல்லிவிட்டு மேலும் ஒரு வாதத்தையும் முன்வைத்தான். நிர்வாக ஒதுக்கீட்டின் கீழ் கல்லூரியில் இடம் வாங்கியிருந்தால் எவ்வளவோ செலவாகி யிருக்கும். அரசு ஒதுக்கீட்டிலேயே அவனுக்குக் கிடைத்ததால் பெரும்பணத்தை அவன் மிச்சப்படுத்தி இருக்கிறான். தான் மிச்சப்படுத்திய பணம் முழுவதையும் கேட்கவில்லை. அதில் கிட்டத்தட்டப் பத்தில் ஒருபகுதிதான் இப்போது செல்பேசிக்காக அவன் கேட்கிறான்.

32

அன்றைக்கு இரவெல்லாம் குமராசுரர் காதில் அவன் குரல் இடைவிடாமல் ஒலித்துக்கொண்டே இருந்தது. படுக்கையின் எந்தப் பக்கம் பார்த்தாலும் உட்கார்ந்துகொண்டு செல்பேசி தொடர்பான நுட்பங்களை விளக்குகிறான். குரலெடுத்தும் மென்மையாகவும் அவ்வப்போது பேசுகிறான். தான் மிச்சப்படுத்திய பணம் பற்றியும் வாங்கிக் கொடுத்தாக வேண்டும் என்பதையும் வலியுறுத்துகிறான். அவன் பேச்சையே கேட்டுக்கொண்டிருந்த அவர் விடிகாலையில்தான் தூங்கினார்.

அவன் இருந்த இரண்டு நாட்களும் செல்பேசி பற்றியே பேசினான். அவர் எந்தப் பதிலும் சொல்லவில்லை. ஞாயிறன்று நள்ளிரவில் அவன் பேருந்துக்குப் புறப்பட்டுச் செல்லும்போது 'என்னப்பா, பணம் அக்கவுண்ட்ல அந்தத் தேதிக்கு முன்னால போட்ருங்க' என்று சொன்னான். அவர் அப்போதும் பிடி கொடுக்காமல் 'பாக்கறய்யா' என்றார். அப்படிச் சொன்னால் போட்டுவிடுவார் என்பது உறுதிதான். தேதியைத் திரும்பத் திரும்பச் சொல்லி இரண்டு மூன்று நாட்களுக்கு முன்னாலேயே போடும்படி உத்தரவிட்டுக் கிளம்பினான்.

அடுத்த நாள் அவர் அலுவலகம் போனார். ஏன் திடுமென விடுப்பு எடுத்தார் எனக் கும்பாஸ் கேட்டான். படம் பார்த்த உணர்ச்சியில் விடுப்பு எடுத்துக்கொள்ள நேர்ந்துவிட்டதோ என்னும் கேலி அவன் குரலில் இருந்தது. எனினும் அவர் வயது கருதி அதைக் கேட்காமல் விட்டான். அவர் விடுப்பு எடுத்தால் அவனுக்குச் சந்தோசம்தான். அலுவலகத்தின் அதிகாரம் முழுக்கவும் தன் கைக்கு வந்துவிட்டதாக உணர்வான். அலுவலகத் தொலைபேசி அடித்தால், மேலிடத்தில் இருந்து கேட்டால் அவன்தான் பதில் சொல்வான். அதே

வளாகத்தில் இருக்கும் பிற அலுவலகங்களில் இருந்து ஏதாவது தேவையை ஒட்டி இங்கே வருவார்கள். அவர்களிடம் கொஞ்சம் கெத்துக் காட்டுவான். அலுவலக உதவியாளர் கந்தாசுரரை அதிகாரம் செய்வான். அன்றைக்கு அவன் தேநீர் அருந்த உணவகத்திற்குச் செல்ல மாட்டான். உதவியாளரை வாங்கி வரும்படி சொல்லி பிளாஸ்கை எடுத்துக் கொடுப்பான். 'நல்லாச் சுடுதண்ணி ஊத்திக் கழுவி வாங்கிட்டு வா' என்பான். உணவகத்திற்குப் போய்க் குடித்தால் ஏதும் பேசாமல் வருபவன், உதவியாளர் வாங்கி வரும்போது 'என்ன சூடே இல்ல' என்றோ 'இத்தன சக்கரயா கொட்டுவாங்க' என்றோ குறை சொல்வான். வாங்கி வந்ததைத் தவிர ஏதும் செய்யாத உதவியாளர் அவனை மனதிற்குள் திட்டியபடி வட்டிப் பண வசூலுக்குக் கிளம்பிவிடுவார்.

அப்படியும் அன்றைக்கெல்லாம் உதவியாளரை ஐந்தாறு முறையாவது செல்பேசியில் அழைத்து வேலை வைப்பான். 'ஆபிஸ்லயே இருக்கறதில்லைன்னு சொல்லி மேலெடத்துக்கு எழுதீருவன் பாத்துக்க. அவர்தான் வந்து எழுதணும்னு இல்ல. நான் பொறுப்புல இருக்கும்போதே எழுதி அனுப்பிச்சிருவன்' என்று கொஞ்சம் மிரட்டுவான். அதற்கெல்லாம் அஞ்சுபவரல்ல உதவியாளர். அவர் எத்தனையோ அதிகாரங்களைப் பார்த்தவர். அதிகாரங்களின் அழுக்குகளையும் அசிங்கங்களையும் அறிந்தவர். 'எழுதுங்க சார், எதாச்சும் வேல பெண்டிங் இருந்தா எழுதுங்க சார். ஆரு கேட்டாலும் பதில் சொல்லிக்கறன். என்னோட சர்வீஸ் அளவுக்குத்தான் உங்க வயசு. அத ஞாபகம் வெச்சுக்கங்க' என்று சொல்லிப் போய்விடுவார்.

அதிகாரம் பற்றித் தன் கந்துவட்டி வாடிக்கையாளர்களிடம் கந்தாசுரர் சொல்லும் வாசகம் மிகவும் பிரபலமானது. அவர் சொல்வார், 'தன்னோட சூத்து நெறையப் பீய வெச்சுக்கிட்டு மத்தவன் சூத்தயே எப்பவும் பாத்துப் பாத்துப் பீபீன்னு கத்தறவங்கதான் அதிகாரிங்க. பீப் பேழ்றவன் தனக்கு முன்னால கல்லக் குவிச்சு ஒவ்வொரு கல்லா எடுத்தெடுத்துத் தொடச்சுத் தொடச்சு நாலாப் பக்கமும் இருக்கறவங்க மேலே எறிஞ்சிக்கிட்டே இருக்கறதுதான் அதிகாரம். எந்தக் கல்ல மோந்து பாத்தாலும் பீ நாத்தந்தான்.'

குமராசுரர் விடுப்பு எடுத்திருந்த இரண்டு நாட்களும் அலுவலகத்தைத் தன் ஏகபோகம் ஆக்கியிருந்த கும்பாஸ், அவர் இல்லாததால் அலுவலகத்தில் களையே இல்லை என்றும் சில விசாரிப்புகளுக்கு என்ன பதில் சொல்வது என்று தெரியாமல் குழம்பியதாகவும் தெரிவித்து அவரது முக்கியத்துவத்தை

உணர்த்த முயன்றான். அவனிடம் அன்றைக்குப் பேசுவதற்குக் குமராசுரருக்கு ஏதும் விஷயமில்லை. மகனைப் பற்றி நேரடியாகப் பேச மாட்டார். தன் குடும்பப் பெருமைக்குப் பங்கம் வந்துவிடக் கூடாது என்பதில் மிகவும் எச்சரிக்கையாக இருப்பார். எனினும் பையன் சொன்ன செல்பேசி விஷயத்தை இவனிடம் கேட்டுப் பார்க்கலாம் என்று அவ்வவ்போது உந்துதல் அவருக்கு வந்தாலும் மிகவும் கட்டுப்படுத்திக்கொண்டார். பேச்சை மாற்ற முயன்றார்.

'இந்த வாரம் பொண்ணுப் பாக்கப் போனயே என்னாச்சு?' என்றார்.

கும்பாஸ் வாராவாரம் பெண் பார்க்கப் போய்க்கொண்டுதான் இருக்கிறான். ஒருகாலத்தில் அரசு வேலை கிடைத்ததும் பெண் கொடுக்க அத்தனை பேர் போட்டி போட்டார்கள். இப்போது எல்லாம் மாறிவிட்டது. அரசு வேலை என்றாலும் ஊதியப் பட்டியைக் கேட்கிறார்கள். அதைப் பார்த்து முகம் சுழிக்கிறார்கள். இதுவெல்லாம் ஒரு சம்பளமா, ஒரே ஒரு குழந்தை பிறந்தால்கூடச் சமாளிக்க இது போதாதே என்கிறார்கள். கும்பாஸ் சேர்ந்திருக்கும் வேலை குமராசுரர் அந்தக் காலத்தில் சேர்ந்த அதே பதவிதான். கிட்டத்தட்ட உதவியாளர் வேலைதான். ஒருபடி மேலே என்று சொல்லலாம். அந்த வேலைக்கு இப்போது மதிப்பில்லாமல் போய்விட்டது. பெண் கொடுப்பவர்கள் எல்லாம் மாப்பிள்ளை பெரிய அதிகாரியாக இருக்க வேண்டும் என எதிர்பார்க்கிறார்கள். கும்பாஸ் வாராவாரம் ஒரு சோகக் கதையோடுதான் வருவான். 'வழக்கம் போலத்தான் சார்' என்று சொல்லி அந்த வார அனுபவத்தை விவரிக்க ஆரம்பித்தான். காதில் ஒலியாக அவன் பேச்சு விழுந்தாலும் மனம் தன் மகனிடமே இருந்தது.

மகன் அத்தனை பேசிப் போனாலும் அவர் சமாதானம் ஆகவில்லை. அவனுடைய வாதங்களுக்குப் பதில்களைத் தயார் செய்ய முயன்று பார்த்தார். அது சாத்தியமில்லை என்று தோன்றியதும் 'இப்போது வாங்கித் தர முடியாது' என்று வன்மையாகச் சொல்லிவிட வேண்டியதுதான் என முடிவு செய்தார். சிலசமயம் 'அப்படிச் சொன்னால் பையன் என்ன செய்வான்' என்னும் எண்ணமும் ஓடும். கோபத்தில் ஏதாவது செய்து கொள்வானோ என்று தோன்றும் நினைவுகளைக் கட்டுப்படுத்தி ஒதுக்குவதற்குப் பெரிதும் சிரமப்படுவார். அத்தகைய நினைவுகளை ஒரே கட்டாகக் கட்டி மண்ணுக்குள் புதைக்க முயல்வார். புதைந்திருப்பது எப்படியும் ஒருசமயம் வெளித் தெரிந்துவிடும்.

எல்லாவற்றையும் கடலுக்குள் வீசிவிட்டால்? நீருக்குள் இருந்து மேலேறி வரத்தான் செய்தன. தீயில் எரித்து விடுவதுதான்

சரி. மனதுக்குள் தீ வளர்த்து அனைத்துக் கொடுநினைவுகளையும் எரிப்பதற்கு முயல்வார். இந்த முயற்சிதான் தன் வாழ்க்கை என்றும் தோன்றும். மகன் விஷயத்தைப் பொருத்தவரை ஒருசமயம் தெளிவான முடிவில் இருப்பதாகவும் இன்னொரு சமயம் குழம்பித் தவிப்பதாகவும் அவர் நிலை ஆயிற்று. மனிதர்களைச் சந்திப்பதையே விரும்பவில்லை என்றாலும் தவிர்க்கவும் இயலவில்லை. வீட்டை விட்டு வெளியே வந்து தொலைய வேண்டி இருக்கிறதே என்று கவலை கொள்ளாத நாளில்லை. சந்திக்கும் ஒருவர்கூட நல்ல சேதி சொல்பவரல்ல.

அன்றைக்கு அவர் உணவகம் செல்லும் எண்ணத்திலேயே இல்லை. கும்பாஸ்தான் தயங்கித் தயங்கி அழைத்தான். இருக்கையிலேயே உட்கார்ந்திருந்தால் கிறுக்குப் பிடித்துவிடும் என்று தோன்ற அவன் அழைப்பை ஏற்று அவனுடன் போனார். வழியெங்கும் அவனே பேசிக்கொண்டு வந்தான். இந்த வயதில் இத்தனை பேசுகிறானே என்று எரிச்சலாக இருந்தது. பேசாமல் இருப்பவர்கள் என்று இந்தக் காலத்துப் பையன்களை லேசாக எடை போடக் கூடாது. பேசாத மாதிரி இருப்பான்கள். சந்தர்ப்பம் வாய்த்தால் திறந்த வாயை மூட மாட்டான்கள். அவனிடமிருந்து தப்பிக்கத் தோதாக உணவகம் போகும் வழியிலேயே வெஞ்சுரர் கண்ணில் பட்டார். அந்த வளாகத்தில் வேறொரு அலுவலகத்தில் பணியாற்றும் வெஞ்சுரர் அவருக்குத் தூரத்துச் சொந்தம். ஒருவரை ஒருவர் பார்க்கும்போது அப்படி ஒரு சந்தோசம் இருவர் முகத்திலும் பூக்கும்.

வெஞ்சுரரை இரண்டு மூன்று வாரங்களாகவே உணவகத்தில் பார்க்க முடியவில்லை. பதினோரு மணி என்றால் சரியாகத் தன் இருக்கையை விட்டு எழுபவர் அவர். அடுத்த முக்கால் மணி நேரம் உணவகத்தில்தான் இருப்பார். வெவ்வேறு காரணங்களுக்காக அவரைச் சந்திக்க விரும்புவர்கள் உணவகத்தில் காத்திருந்து சந்திப்பர். உணவகத்தில் கண்ணுக்குப் படவில்லை என்பது உறைக்க அவரருகில் போய் ‘என்ன மாமா. . . ஆளையே பாக்க முடியல’ என்று கேட்டார் குமராசுரர். அதன் பிறகுதான் அவர் குமராசுரரைத் தனியாகக் கூட்டிப் போய் ‘இந்தப் பசங்கள வளத்து ஆளாக்கிப் படிக்க வெச்சு ஒருவழிக்குக் கொண்டு வர்றதுங்கறது சாதாரணமில்ல குமரு. நீ நம்மாளுங்கறதால உங்கிட்டச் சொல்றன். உன்னோட வெச்சிக்க’ என்றவர் தன் பிரச்சினையைச் சொன்னார்.

அவருக்கு மூன்று பெண் குழந்தைகளுக்குப் பிறகு பிறந்த ஒரே மகன். இப்போது பெருநகரம் ஒன்றின் புறப்பகுதிப் பொறியியல் கல்லூரியில் கடைசி வருசம் படிக்கிறான். அவனுக்குத்தான்

பிரச்சினை. மூன்று பெண்களுக்குப் பின் பிறந்தவன் என்பதால் வீட்டில் வெகுசெல்லம். முதலிரண்டு பெண்களையும் பதினொன்றாம் வகுப்பு முடித்ததும் திருமணம் செய்து கொடுத்து விட்டுக் கடைசிப் பெண்ணையும் பையனையும்தான் படிக்க வைக்கிறார். பெண்ணால் பிரச்சினை ஏதுமில்லை. பெண்கள் மட்டுமே பயிலும் பொறியியல் கல்லூரி ஒன்றில் சேர்த்துவிட்டார். அவள்பாட்டுக்குப் படித்துக்கொண்டிருக்கிறாள். பையனால்தான் பிரச்சினை.

அவன் கேட்ட செல்பேசி, மடிக்கணினி எல்லாம் வாங்கிக் கொடுத்து ஐந்து நட்சத்திர வசதி கொண்ட விடுதியில் மாதத்திற்குப் பெருவாடகை செலுத்திச் சேர்த்திருந்தார். முதலிரண்டு வருசங்கள் நன்றாகத்தான் படித்தான். மூன்றாம் வருசத்திலிருந்து அவன் போக்கில் மாற்றம். இணையத்தில் ஏதேதோ விளையாட்டுக்கள் இருக்கிறதாம். அதற்குள் நுழைந்து விளையாட ஆரம்பித்திருக்கிறான். அப்படியே அதற்குள்ளேயே போய்விட்டான். அவனால் வெளியே வரவே முடியவில்லை. காலையில் எழுந்து விளையாட்டில் இறங்கினால் பிறகு எப்போது அது விடும் என்றே தெரியாது. அந்த விளையாட்டு ஒரு கிடுக்கி போல. அந்தப் பக்கம் இந்தப் பக்கம் அசையாமல் அப்படியே பிடித்து இருத்திவிடும்.

அவன் சாப்பாட்டுக்கும்கூட எழுவதில்லை. பொட்டல உணவுகளை வாங்கி மேஜை மேல் வைத்திருப்பான். பசி உணர்வு தோன்றினால் உட்கார்ந்த இடத்தை விட்டு எழாமல் பொட்டல உணவுகளை எடுத்துக் கொறித்துக் கொள்வான். சிறுநீர் கழிக்க அவ்வப்போது எழுந்து போக வேண்டியிருந்ததைத் தவிர்க்கக் குழந்தைகள் அணிந்துகொள்ளும் டயாபர் எனப்படும் பேடுகளை வாங்கிக் கட்டிக்கொள்வான். பகலும் இரவும் விளையாட்டுத்தான். விளையாட்டுக்குச் சோர்வு ஏற்பட்டு அவனை எப்போது விடுகிறதோ அப்போதுதான் தூக்கம். அது பகலாகவும் இருக்கலாம், இரவாகவும் இருக்கலாம். அவனுக்கு நேரம், தேதி எதுவும் நினைவில் இல்லை. விளையாட்டு ஒன்றுதான். மூன்றாம் ஆண்டின் இரண்டாம் பருவத்திலும் நான்காம் ஆண்டின் முதல் பருவத்திலும் தேர்வே எழுதவில்லையாம். இந்த ஒன்றரை வருசமாக வீட்டுக்கும் சரியாக வருவதில்லை. பண்டிகைகளுக்கேகூட வற்புறுத்தி அழைத்தால்தான் வருவான். நம்முடைய பையன் தப்புச் செய்ய மாட்டான் என்று நம்பிக்கை கொண்டிருக்கிறோம். இப்படி ஆவான் என்று நமக்கு எப்படித் தெரியும்? ஒரு காய்ச்சல், தலைவலி என்றால் எப்படிப்பட்ட நோய் என்று அறிவோம். ஆனால் இது புதுவகை நோயாம்.

ஆமாம், அவர் சொன்னார், 'குடிக்கு அடிமையாவற ஆளப் பாத்திருக்கிறோம். நம்ம ஆபிஸ் வளாகத்துலயே அன்னன்னைக்கு வர்ற கூடுதல் வருமானத்தக் கொண்டு போய்க் குடிக்குக் குடுத்துட்டு உழுந்து கெடக்கற ஆளுவளப் பாக்கறோம். கஞ் சாக் குடிக்கறவன், போத மாத்திர போடறவனப் பாத்திருக்கறம். வெளையாட்டுக்கு அடிமையாவற ஆளப் பாத்திருக்கறமா? அதும் வெளையாட்டுன்னா நமக்கெல்லாம் ஆளும் ஆளும் திடல்ல வெளையாடற கபடி தெரியும், வாலிபால், புட்பால், பேஸ்கட் பால்னு தெரியும். எதுத்தாப்பல ஒரு ஆளும் கெடையாது. என்னமோ பொம்மைக வருதாம் போவுதாம். அதுலதான் வெளையாட்டாம். அப்பிடிப் பையனக் காந்தமாட்டம் இழுத்து வெச்சிருக்குதப்பா. பேய் பிசாசு பிடிச்சாக்கூட ஓட்டிரலாம், இந்தச் சனியன் அதுக்கெல்லாம் மசியாதாம்பா. காலேஜ்ல இருந்து போன் மேல போனு. வந்து பையனக் கூட்டிக்கிட்டுப் போங்க போங்கன்னு. போய்ப் பாத்தா இந்த நெலம. இண்டர்நெட்போபியா, இண்டர்நெட் அடிக்‌ஷன் அப்படீன்னு என்னென்னமோ பேர் சொல்றாங்கப்பா. இந்தப் பிரச்சினைக்குச் சிகிச்ச குடுக்கறதுக்கே அந்தூர்ல டாக்டருங்க இருக்கறாங்க. கவுன்சிலிங்குன்னு போனா அங்க பெருங்கூட்டம் உக்காந்திருக்குது. பத்து நாளு அங்கயே இருந்து ஒருநாளைக்கு ரண்டு தரம் டாக்டரப் பாத்தோம்.'

'செரியாயிட்டானா?'

'மாசக் கணக்கா, வருசக் கணக்காப் புடிச்சி வெச்சிருந்த வெளையாட்டுச் சனியன் பத்து நாளுல உட்ருமா? செல்போனு கண்ணுக்குப் பட்டுட்டாப் போதும், உடனே அவனுக்குக் கை அரிக்க ஆரம்பிச்சிருது. வெரலெல்லாம் நடுங்குது, கண்ணு பிரகாசமாயி அதயே பாக்கறான். அந்தப் போனு ஆருதுன்னுகூட அவனுக்கு நெனப்பு வரதில்ல. ஒடனே பாஞ்சு கைல எடுத்துக்கறான். அதில என்ன வெளையாட்டு இருக்குதோ அத வெளையாட ஆரம்பிச்சிர்றான். அவன் கண்ணுல செல்போனயே இப்போதைக்குக் காட்டக் கூடாதுன்னு சொல்லிட்டாரு. அவன வேற வேற விசயத்துல ஈடுபடுத்தனும்னு சொல்லிருக்கறாரு. அதுக்குன்னு என்னென்னமோ சிகிச்சயெல்லாம் இருக்குது. கொறஞ்சது ஒரு வருசத்துக்காச்சும் எடுத்துக்கோனுமாம். அதான் அங்கயே வீடு பாத்து அவங்கம்மாவக் கூடவே இருக்கறாப்பல ஏற்பாடு பண்ணீருக்கறன். அப்பவும் வாராவாரம் சனி ஞாயிறுக்கு நானும் போவோனும். கூட இருந்து நல்லாப் பாத்துக்கிட்டாத்தான் செரியாவானாம். வெளியுலகம், மனுசங்க எல்லார்த்தயும் காட்டோனுமாம். பொம்மைங்க இருக்கறது உண்மையான

உலகமில்லன்னு அவன் மூள உணரோனுமாம். என்னமோ பொண்டாட்டியக் கட்டி நாயானேன், பிள்ளயப் பெத்துப் பேயானேன் அப்படீங்கற கதயா ஆயிப் போச்சு எம்பொழப்பு.'

அவருக்கு எப்படி ஆறுதல் சொல்வதென்று தெரியவில்லை. வாய்க்கு வந்த நாலைந்து வார்த்தைகளைச் சொன்னார். 'கவலப்படாத மாமா. எல்லாம் செரியாயிரும்' என்று மட்டும் முணுமுணுத்த மாதிரி இருந்தது. கடைசியாக விடைபெறும்போது அவரிடம் வெஞ்சுரர் சொன்னார், 'பையனப் படிக்க அனுப்பிட்டம். அவம்பாட்டுக்குப் படிச்சிட்டு வந்திருவான்னு இருந்திராத. வாரவாரம் போயிப் பாரு. காலேஜ்க்குப் போறானான்னு செக் பண்ணு. வாத்தியாருங்ககிட்டப் பேசு. பையன் அதக் கேக்கறான் இதக் கேக்கறான்னா சாப்பிடற அயிட்டமா இருந்தா வாங்கிக் குடு. இந்த போனு, கம்ப்யூட்டர் இதெல்லாம் ஓசிச்சித்தான் வாங்கிக் குடுக்கோனும். படிக்கற பையனுக்கு எதுக்குப் போனு? ஊட்டுக்குப் பேசச் சாதாரணப் போனு பத்தாதா? இல்லீனா, காலேஜ் ஆஸ்டல்ல போனு இருக்கும், வெளிய காசுக்குப் பேசற போனு இருக்கும். அதுல பேசிக்க வேண்டியதுதான். ஊட்டுல நீங்க ரண்டு பேருதான. நமக்கு என்னப்பா தனியா இருக்க முடியாத போயிருதா? முடிஞ்சா ஒருவாய் கஞ்சி காச்சிக் குடிச்சிக்கலாம். இல்லீனா இப்பத்தான் எத்தன ஓட்டலுத் தொறந்து வச்சிக்கிட்டு சாப்பிட வா வான்னு கூப்படறான். அங்க போயிச் சாப்பிட்டுக்கலாம். உன்னூட்டுக்காரிய அங்க அனுப்பிப் பையனோட இருக்கச் சொல்லு. என்னோட அனுபவத்துல சொல்றன் பாத்துக்க, ஒரு கஷ்டம் வர்றதுக்கு முன்னாடியே தடுத்துக்கப்பா.'

33

வெஞ்சுரர் இன்றைக்கு ஏன் கண்ணில் பட்டார் என்றிருந்தது. கஷ்டம் வந்தால் தனியாக ஒருபோதும் வராது, கொத்தாக உற்றார் உறவினர், ஊரார் நாட்டார் எல்லோரையும் சேர்த்துக் கூட்டிக் கொண்டுதான் வரும். மேகாஸை இப்படியே விட முடியாது. அவனை முற்றிலும் நம் கண்காணிப்பில் வைத்துக்கொள்ள வேண்டும். கல்லூரிக்குப் புறப்படும் நேரம், திரும்பும் நேரம், அவனுடைய நண்பர்கள், ஆசிரியர்கள் என்று ஒவ்வொன்றையும் கண்காணிக்க வேண்டும். அதற்கு இப்போது இருக்கிற மாதிரி இருந்தால் போதாது. இந்த அமைப்பு சரியில்லாதது. நிலவும் அமைப்புத்தான் பிரச்சினை. இந்த அமைப்பை முதலில் மாற்ற வேண்டும். அமைப்பு மாறினால் எல்லாம் மாறிவிடும். நாளைக்கே மங்காசுரியை அனுப்பி அங்கே குடி வைத்துவிட வேண்டும். அதற்கப்புறம் அந்த ஊருக்குப் பணியிட மாறுதல் பெற்றுக்கொண்டு போய்விட வேண்டும். அத்தனை சீக்கிரம் கிடைக்காது. எப்படியாவது முயன்று, ஆட்களைப் பிடித்து, பணம் செலவழித்து இடமாறுதல் வாங்கிவிட வேண்டும்.

இங்கே என்ன இருக்கிறது? வீடு. வெறும் வீடு. அதைப் பூட்டி வைத்துவிட்டு அவ்வப்போது வந்து பார்த்துக்கொண்டால் போயிற்று. இல்லாவிட்டால் யாருக்காவது வாடகைக்கு விட்டுவிடலாம். வீடா முக்கியம்? பையன்தான் முக்கியம். அவன் படித்து நல்ல வேலைக்குப் போய்விட்டால் இது மாதிரி ஐந்தாறு வீடு வாங்கிவிடலாம். இன்னும் நான்கு வருசம். அவன் முடித்த கையோடு வேலைக்குப் போய்விடுவான். அப்புறம் வீட்டுக்கும் ஊருக்கும் வந்துவிடலாம். அதுவரைக்கும் வீடும் ஊரும் ஓடியா போகப் போகின்றன?

இந்த அசுரப்பயல்கள் எதையெல்லாம் கண்டுபிடித்திருக்கிறார்கள் பார். குரல்வளையை

விளையாட்டு கவ்விப் பிடித்துக்கொள்கிறது என்றால் அதில் என்னத்தை எல்லாம் புதைத்து வைத்திருப்பார்கள்? விளையாட்டா அது, விஷம். இணையம் விஷத்தை வெளியாக்கும் நச்சுப் பாம்பு. கும்பாஸ் ஆபாசப்படப் பைத்தியமாக இருக்கிறான். வெஞ்சுரர் பையன் விளையாட்டுப் பைத்தியமாக இருக்கிறான். மேகாஸ் என்ன ஆவான்? 'மங்காசுரி, மூட்டையக் கட்டு' என்று சொல்லி உடனே எல்லா ஏற்பாடுகளையும் செய்துவிடலாம் என்ற முடிவோடுதான் மாலையில் அலுவலகத்தில் இருந்து கிளம்பினார். பேருந்தில் ஏறியதும் அவர் மனம் ஓட ஆரம்பித்தது. மேகாஸ் இந்நேரம் என்ன செய்துகொண்டிருப்பான்? என்ன செய்வான், அவனுக்குத்தான் எழுபத்தைந்தாயிரம் ரூபாய்க்குச் செல்பேசி வாங்கிக் கொடுத்தாயிற்றே, அதோ அதை வைத்து விளையாடிக் கொண்டிருக்கிறான்.

அவன் விடுதி அறையிலேயே அடைந்து கிடக்கிறான். ஒன்னுக்கு ரண்டுக்குக்குக்கூட எழுந்து போவதில்லை. புதிய செல்பேசி பளபளவென்று மினுங்குகிறது. அவனை வாவாவென்று இடைவிடாமல் அழைக்கிறது. அது அவனைத் தூங்க விடவில்லை. சாப்பிட விடவில்லை. நண்பர்களிடம் பேச விடவில்லை. அம்மா அப்பாவுக்குப் பேசவும் அனுமதிக்கவில்லை. வகுப்பைப் பற்றிய நினைவே அவனுக்கு இல்லை. இரவுபகலாக அதை நோண்டியபடி விளையாட்டில் ஈடுபட்டிருக்கிறான். தூக்கமில்லாமல் கண்கள் குழிந்து சுற்றிலும் கறுப்பு வளையமிட்டுத் தேவாங்கு போலத் தெரிகிறான். சாப்பிடாமல் உடல் ஒடுங்கிப் பலநாள் நோயில் கிடந்து எழுந்தவன் போலிருக்கிறான். ஒழுங்காக மலம் கழிக்காததால் முகம் பொலிவற்றுப் போயிருக்கிறது. குளித்துப் பலநாள் ஆகியிருக்கக் கூடும், அவன் அருகில் வரவே எல்லோரும் அசூசைப்படுகிறார்கள். ஒற்றைக்கு ஒரே ஒரு பையன். குலதெய்வம் கொடுத்த குலக்கொழுந்து. அவனை இப்படியா விடுவது? அலுவலகம், வீடு, சோறு, காலை நேர நடை என்றிருந்தால் போதுமா? வெஞ்சுரர் சொல்கிறார், 'மாப்ள . . . பையனப் பக்கத்துல இருந்து பாரு. வீணா உட்றாத.'

மேகாஸின் நிலையை எண்ணிக் கலங்கியபடி வீட்டுக்குள் நுழைந்தவர், 'ஏண்டி, பையன் அங்க அப்படிக் கெடக்கறான், உனக்குப் பகலெல்லாம் டிவி கேக்குதாடி? ரண்டு சீல துணிய எடுத்துக்கிட்டுக் கௌம்பு. இன்னமே நீ பையனோடதான் இருக்கோனும். ஒரு மாசம், ரண்டு மாசத்துல எந்த நாயோட கையக் காலப் புடிச்சாச்சும் மாறுதல் வாங்கிக்கிட்டு நான் அங்க வந்தர்றன். எடு, கௌம்பு கௌம்பு' என்று மங்காசுரியை அவசரப்படுத்தினார். பயந்து போன மங்காசுரி, 'என்னங்க ஆச்சு உங்களுக்கு? இப்பத்தான் பையங்கிட்டப் பேசுனன்.

ஆஸ்டல் மெஸ்ல சுண்டல் சாப்பிட்டு டீ குடிச்சிக்கிட்டு இருக்கறம்மான்னு சொன்னான். அவனுக்கு ஒன்னும் ஆவுலியே. நல்லா இருக்கற பையன அதயும் இதயும் சொல்லியே எதாச்சும் வர வெச்சிருவீங்களாட்டம் இருக்குது' என்று கோபத்தோடு கத்தினார்.

'உனக்கு என்னடி தெரியும்? ஊட்டக் காத்துக்கிட்டு கெடக்கற கழுத. பையனப் பெத்தா மட்டும் போதாதுடி. அவன வளக்கறதுக்கும் தெரியோனும். அவன் அங்க ராப்பகலாச் செல்போனுக்குள்ள கெடக்கறான். அதுல இருக்கற வெளையாட்டு அவனச் சுத்தி வெலங்கு போட்டுப் புடிச்சு வெச்சிருக்குதடி. நாம போயித்தான் வெலங்க ஒடச்சு அவன அவுத்து உடோனும் பாத்துக்க' என்று நின்றவாக்கிலேயே பேசினார். அவர் கண்கள் செருகிக் கூரையைப் பார்த்துக்கொண்டிருந்தன. அலுவலகப் பையைக் கழற்றாமல் தோளிலேயே மாட்டியிருந்தார்.

மங்காசுரி சட்டென்று தன் செல்பேசியை எடுத்து மகனுக்கு அழைப்பு விடுத்தார். மகன் எடுத்ததும் 'இந்தாங்க பேசுங்க' என்று கொடுத்தார். அழைப்பை வாங்கியவர் காதில் வைத்துக்கொண்டு அப்படியே நின்றார். 'அப்பா... அப்பா... என்னப்பா' என்னும் அவன் குரல் காதில் விழுந்தது. மிகவும் பழைய கேள்வியை அவனிடம் கேட்டார். 'எங்கய்யா இருக்கற?' அவன் சொன்னான், 'ஹாஸ்டல்லதாம்பா இருக்கறன்.' 'ரூம்லயா?' 'ஆமாப்பா.' உடனே செல்பேசியை மங்காசுரியிடம் கொடுத்து 'பாரு, காலேஜ்க்குப் போகாத ஹாஸ்டல் ரூம்ல செல்போன்ல வெளையாடிக்கிட்டு இருக்கறான் பையன்' என்று கத்தினார். அவர் உடல் நடுங்கியது. அவருடைய வார்த்தைகள் அவனுக்கும் கேட்டன போலும்.

செல்பேசியை வாங்கிய மங்காசுரியிடம் 'அப்பாகிட்டக் குடு' என்றான். வாங்க மறுத்து மனம் உடைந்து சோபாவில் விழுந்து உட்கார்ந்த குமராசுரரை வற்புறுத்திப் 'பையன் பேசனுங்கறான், பேசுங்க' என்று சொல்லி அவர் காதில் வைத்தார். குமராசுரர் காதை நோக்கி ரீங்காரமிட வரும் கொசுவை விரட்டுவது போலச் செல்பேசியைத் தட்டிவிட்டார். மங்காசுரி அழுதுகொண்டே மகனிடம் 'போன காதுல வெக்க மாட்டீங்கறாருடா' என்றார். 'செரி, ஸ்பீக்கர்ல போட்டு அவருக்குக் கேக்கறாப்பல வெய்யி' என்றான் அவன். அப்படியே செய்து 'பையன் பேசறான், கேளுங்க' என்றார். மேகாஸின் கோபக்குரல் அவர் காதில் வேகமாகவும் கோபமாகவும் விழுந்தது.

'நான் வெளையாடிக்கிட்டு இருக்கறன்னு ஆருப்பா உனக்குச் சொன்னா? காலேஜ் போகலீன்னு சொன்னது யாரு? நீ வந்து பாத்தியா? நான் காலேஜ் போயிட்டு லேப் அட்டண்ட்

பண்ணீட்டு இப்பத்தான் வந்து மெஸ்ல டீ குடிச்சிட்டு ரூமுக்கு வந்தன். இப்ப நேரம் என்ன? நீ ஆபீஸ் முடிஞ்சு வீட்டுக்கு வந்திருக்கறாப்பலதான் நானும் காலேஜ் முடிஞ்சு ரூமுக்கு வந்திருக்கறன். என்னயப் படிக்க உடுப்பா. ஏன் இப்பிடிப் பிரச்சின பண்ற? எதுக்கு என்னய இப்படிக் கேவலப்படுத்தற? நல்லது கெட்டது எனக்கும் தெரியும். நான் ஒன்னும் கைக்கொழந்த இல்ல. சும்மா கண்டதயும் கற்பன பண்ணிக்கிட்டு நீயும் கஷ்டப்பட்டு எங்களயும் கஷ்டப்படுத்தாத' என்று அவன் பேசப் பேச அவர் 'செரிடா கண்ணு, செரிடா கண்ணு' என்று கண்ணீர் வழியப் பதில் சொல்லிக்கொண்டே இருந்தார். அதற்கப்புறம் கொஞ்சம் அமைதியானார்.

34

இரவு அவரை வற்புறுத்தி மொட்டை மாடிக்குப் போக வேண்டாம் என்று சொல்லித் தடுத்தார் மங்காசுரி. எருமைப்பாலில் போட்டு வைத்திருந்த தயிரோடு இரவுச் சாப்பாடு போட்டார். ஒன்பது மணிக்கெல்லாம் படுக்கச் சொன்னார். ஏனோ குழந்தை போல மங்காசுரி சொன்னதை அப்படியே கேட்டார். தயிரின் மெத்தனத்தையும் மீறித் தூக்கம் வராமல் அரைமணி நேரத்துக்கும் மேல் தவித்த அவர் பிறகு தூங்கிப் போனார். அவரை இப்படியே விடக்கூடாது என தீர்மானித்திருந்த மங்காசுரிக்கு அன்றைய இரவில் ஓர் யோசனை தோன்றிற்று.

அவருக்கு மிகவும் நெருக்கமான நண்பர்கள் மூவரையும் மங்காசுரிக்குத் தெரியும். கனகாசுரரும் தேனாசுரரும் சொந்த ஊர்க்காரர்கள். சொந்தக்காரர்களும்கூட. சொந்தக்காரர்களுக்கும் சொந்த ஊராருக்கும் ஒருவர் மேல் ஏற்படும் பொறாமையின் அளவு மிகுதி. ஆகவே அவர்கள் இரண்டு பேரும் இவர் நிலையைக் கேட்டால் அப்படிச் சந்தோசப்படுவார்கள். அவர்களின் விசாரணை முறையிலேயே சந்தோசம் கொப்பளிப்பது தெரியும். 'சின்ன வயசுல வேல கெடச்சு என்ன பிரயோஜனம், ஆளு இப்படி ஆயிட்டானே' என்னும் வார்த்தை அவர்களின் வாயிலிருந்து கட்டாயம் வரும்.

மூன்றாம் நண்பராகிய அதிகாசுரர்தான் சரி. அவரிடம் பேச யோசித்து யோசித்துத் தள்ளிப் போட்டுவிட்டார். முன்னாலேயே பேசியிருக்க வேண்டும். அவர் ஒன்றும் நினைத்துக்கொள்கிறவர் அல்ல. இனியும் தயங்க வேண்டியதில்லை. அவர் இப்போது வாயில் நுழையாத பெயர் கொண்ட ஏதோ ஊரில் இருக்கிறார். எப்போதாவது பேசுவார். மங்காசுரியிடம்கூடப் பேசுவதுண்டு. ஓரிரு முறையே அவரைப் பார்த்திருந்தாலும் அவர்

மேல் நல்ல மதிப்பு ஏற்பட்டிருந்தது. எதையும் அன்பாகவும் நிதானமாகவும் அணுகுவார் என்னும் நம்பிக்கை இருந்தது. குமராசுரர் உறங்கியதும் மங்காசுரி செல்பேசியோடு மொட்டை மாடிக்குப் போனார். அழைப்பை அவர் ஏற்றதும் எதுவும் பேச முடியாமல் மங்காசுரிக்கு அழுகை வந்துவிட்டது.

அதிகாசுரர் எதுவும் சொல்லாமல் அழட்டும் என்று விட்டார். பிறகு அழுகை தேய்ந்ததும் ‘ஏம்மா, என்னம்மா ஆச்சு?’ என்று கேட்டார். விசும்பலுடன் தொடங்கிப் பின் நிதானமாகக் குமராசுரரின் நிலையை அவருக்குச் சொன்னார் மங்காசுரி. தான் சரியாகச் சொன்னோமா என்று சந்தேகமாக இருந்தது. திரும்பத் திரும்பப் ‘பித்துப் பிடிச்சாப்பல இருக்கறாருண்ணா. இன்னைக்கி ஆபீஸ்ல இருந்து வந்ததியும் மூட்டயக் கட்டுங்கறாரு. பித்துப் பிடிச்சாப்பலயே இருக்கறாருண்ணா’ என்று சொல்லிக் கொண்டே இருந்தார். எல்லாவற்றையும் கேட்ட அவர் ‘செரிம்மா, கவலப்படாத. காலையில அவருக்கு நான் பேசறன். எப்படியாச்சும் இங்க வர வெச்சு நான் பாத்துக்கறன்’ என்று ஆறுதல் சொன்னார். ‘நாந்தான் போன் பண்ணிச் சொன்னன்னு தெரிஞ்சா அவ்வளவுதான். நான் தொலஞ்சன். சொல்லீராதீங்க’ என்று மங்காசுரி கேட்டுக்கொண்டார். பெரும்பாரம் இறங்கிவிட்ட மாதிரி இருந்தது.

மறுநாள் காலையில் அதிகாசுரரின் அழைப்புத்தான் குமராசுரரை எழுப்பியது. நண்பரின் அழைப்பு எப்போதும் குமராசுரருக்குப் பெருமகிழ்ச்சி கொடுக்கும். ஆகவே பதறியெழுந்து தூக்கச் சடைவோடு பேசினார். நலம் விசாரித்த அதிகாசுரர் சொன்னார், ‘உங்களப் பாத்து ரொம்ப நாளாயிருச்சு. எனக்கு மனசு என்னவோ மாதிரி இருக்குது. இங்க நெருக்கமான பிரண்ட்ஸ் ஆரும் இல்ல. கொஞ்சம் உங்ககிட்ட மனசு விட்டுப் பேசுனா நல்லா இருக்கும்னு படுது. நாம சந்திக்கலாமா?’ குமராசுரருக்குப் பெருமை பிடிபடவில்லை. பிரச்சினைகளைப் பகிர்ந்துகொள்ள நண்பர் தன்னைத் தேர்ந்தெடுத்திருக்கிறார் என்பது மிக முக்கியமான விஷயமாக அவருக்குப் பட்டது.

உடனே ‘சந்திக்காம என்ன? எப்பச் சந்திக்கலாம் சொல்லுங்க. நீங்க வர்றீங்களா, நான் வரட்டுமா?’ என்று கேட்டார். அதிகாசுரர் இந்தச் சந்தர்ப்பத்தைப் பயன்படுத்திக்கொண்டார். ‘நம்மூருதான் எனக்கு நல்லாத் தெரியும். அங்க இருந்தவன்தான. அப்பறம் பலமுறையும் வந்துக்கிட்டுத்தான் இருக்கறன். இங்கதான் நீங்கெல்லாம் யாருமே வர மாட்டீங்கறீங்க. ஒரு நாலஞ்சு நாள் இருக்கறாப்பல நீங்க இங்க வந்து போனீங்கன்னா எனக்குச் சந்தோசமா இருக்கும்’ என்றார். அதிகாசுரரே எதிர்பார்க்காத

வகையில் சட்டென்று 'சரி, நானே வருகிறேன்' என்று சொல்லி விட்டார் குமராசுரர். மங்காசுரியிடம் போய் 'அவருக்கு என்னமோ பிரச்சினையாம். எங்கிட்டப் பேச வேணும்னு கூப்பிடறாரு பாத்துக்க' என்று பெருமையோடு சொன்னார். 'அப்படியா, அவரு உங்ககிட்டப் பேசற அளவுக்கு என்ன பிரச்சின?' என்றார் மங்காசுரி. 'எங்களுக்குள்ள அப்படி நெருக்கம் பாத்துக்க' என்றார் மேலும். மங்காசுரி மனதுக்குள் சிரித்துக்கொண்டார். அதிகாசுரர் தாமதிக்கவில்லை. அடுத்த இரண்டாவது நாள் கிளம்புவதற்கு ஏற்ற வகையில் ரயில் டிக்கெட் பதிவு செய்து செல்பேசிக்குக் குறுஞ்செய்தி அனுப்பி வைத்தார்.

ஒரே நாளில் கிளம்ப வேண்டும் என்பதாலும் முதன்முறையாக ஒரு பகலும் ஓரிரவுமாக வெகுதூரம் பயணம் என்பதாலும் குமராசுரர் பரபரப்புடனும் பதற்றத்துடனும் இருந்தார். நான்கைந்து நாள் பயணத்திற்கு ஏற்ற மாதிரி பையோ பெட்டியோ அவரிடம் இல்லை. மங்காசுரிதான் மேகாஸிடம் கேட்டால் வழி சொல்வான் என்றார். அவனிடம் கேட்க அவருக்கு என்னவோ போலிருந்தது. என்ன சொல்வான், ஏதாவது பெரிய கடைக்குப் போய் நிறையச் செலவில் பையோ பெட்டியோ வாங்கும்படி சொல்வான். அதில் அவருக்கு விருப்பமில்லை. அவரது அலுவலர் சங்க மாநாடுகள் பல நடந்திருக்கின்றன. அவற்றிற்கு அவர் சென்றதில்லை. ஆனால் மாநாட்டு நிதியைச் சரியாகக் கொடுத்துவிடுவார். நிதி கொடுத்தவர்களுக்கு மாநாட்டுப் பையைக் கொண்டு வந்து தருவார்கள். அப்படிக் கிடைத்த பைகளில் நான்கைந்து பயணத்திற்கு ஏற்றதாக இருந்தன. மாநாட்டுக்கு நிதி கொடுத்தது இந்த வகையிலாவது பயன்படுகிறதே என்று சந்தோசமாக இருந்தது. அவற்றில் இரண்டை எடுத்துக்கொண்டார். ஒன்றில் ஆடைகளையும் இன்னொன்றில் பிற பொருட்களையும் வைத்து ஒருமாதிரி சமாளித்தார்.

அவருடைய ஊரிலேயே ரயில் ஏறினார். இதுவரைக்கும் அவர் பயணம் செய்திராத குளிர்சாதன வசதி கொண்ட இரண்டாம் வகுப்புப் பெட்டியில் பயணம். முதலில் அவருக்கு அது அந்நியமாகத் தோன்றிற்று. மிக அதிகமான பணம் செலவாயிருக்குமோ என்று நினைத்தார். இந்தத் தொகையை அவருக்குக் கொடுத்துவிட வேண்டும் எனத் தோன்றியது. அவர் தானே அழைத்தார், அப்படியானால் அவர் செலவு செய்வதுதான் சரி என முடிவுக்கு வந்ததும் கொஞ்சம் நிம்மதியாயிற்று. அந்த மனப் போராட்டம் முடிந்ததும் ஒரு மணி நேரப் பயணத்திற்குப் பிறகு அந்த வசதியை அனுபவிக்க ஆரம்பித்தார். இப்போது

அவர் மனதில் மேகாஸ் முகிலுக்குள் ஒளிந்து ஒளிந்து நகரும் பிறை போல இருந்தான். அவனைப் பற்றிய எண்ணங்கள் பின்னுக்குப் போய் நண்பரைப் பற்றிய எண்ணங்கள் மிகுந்தன. அவர் அரசுப்பணியை உதறிவிட்டு மேலே படிக்கப் போனார். அப்போது எல்லோருக்கும் ஆச்சர்யமாக இருந்தது.

குமராசுரர்கூட 'இருக்கறத உட்டுட்டுப் பறக்கறதுக்கு ஆசப்படலாமா?' என்று சொன்னார். அதற்குச் சிரித்துக்கொண்டே 'பறக்கறது எப்படீன்னு பாக்கலாமே' என்று சொன்ன அதிகாசுரர் தேர்வெழுதி நிதி உதவி பெற்று அயல்தேசத்துப் பெரிய பல்கலைக்கழகம் ஒன்றில் முனைவர் பட்ட ஆய்வு செய்தார். ஐந்தாறு ஆண்டுகள் கழித்துப் பட்டம் பெற்றார். அவர் மனைவியும் பணியில் இருந்ததால் பிரச்சினை இல்லை. முனைவர் பட்டம் முடித்து வந்த அவருக்குப் பல்கலைக்கழகம் ஒன்றில் பேராசிரியர் பணி கிடைத்தது. உடனே மனைவி வேலையை விட்டுவிட்டார். இருவரும் பிள்ளைகளோடு பல்கலைக்கழகம் இருந்த பெருநகரில் போய்க் குடியேறினார்கள். இப்படி முடிவெடுக்க அசாத்தியத் துணிச்சல் வேண்டும் என நினைத்தார் குமராசுரர். இப்போது பெரிய பேராசிரியராக அவர் இருந்த போதும் தன்னை நினைவில் கொண்டு பேசுகிறார், அழைக்கிறார் என்பது ஆச்சர்யமாக இருந்தது. அவரது அன்பு அப்படிப்பட்டது. தன்னிடம் பேசுமளவுக்கு அவருக்கு என்ன பிரச்சினையாக இருக்கும்? தன்னைப் போலவே அவருக்கும் பையன்களால் பிரச்சினையாக இருக்கலாம். ஆனால் அதைத் தீர்க்க அவருக்குத் தெரியாத வழிமுறைகளா? அவர் வீடு எவ்வளவு பெரியதாக இருக்கும்? தான் தங்குவதற்கு வீட்டிலேயே வசதி இருக்குமோ, வெளியில் ஏற்பாடு செய்வாரோ என்றும் யோசனையாக இருந்தது.

அன்றைய பகல் பொழுது பயணத்தின்போது அவரால் பெட்டிக்குள்ளேயே இருக்க முடியவில்லை. மேல்படுக்கை. படுத்துக் கண்ணை மூடினால் ஏதேதோ சிந்தனைக்கிடையே மேகாஸ் வந்து ஆக்கிரமித்துக் கொள்கிறான். அவன் முகமும் உடலும் அவருக்கு முன்னால் வந்து சிரிக்கின்றன. படிப்படியாக அவன் ஒரு செல்பேசிப் படமாக மாறிப் போகிறான். செல்பேசிக்குள் இருந்து அவரைப் பார்த்துக் கையசைக்கிறான். சிரிக்கிறான். அவனைப் பிடித்து அவர் வெளியே இழுக்கிறார். அவன் அவரை உள்ளே இழுக்கிறான். இருவரும் விடுவதாயில்லை. அவருடைய இழுப்பு வலுவானதுதான். ஆனால் அதைவிட வலு அவனுடையது. சுண்ணாம்பும் முட்டையும் கலந்து கட்டிய பழங்காலச் சுவர் போலச் செல்பேசித் திரைவெளி அத்தனை பலமாக இருக்கிறது.

திரைவெளிக்குள் இருந்து அவனை இழுக்கும்போது முகம் கோணி அவன் கத்துகிறான். அது அவனை விடவே விடாது போலிருக்கிறது. கத்திக் கதறி அவன் படும் பாட்டைச் சகிக்காமல் அவர் அழுகிறார். ஓவென்று குரலெடுத்து அழுகிறார். ரயில் பயணி ஒருவர் வந்து 'சார் சார், என்னாச்சு' என்று அவரைத் தட்டி எழுப்பிய பிறகே தெரிந்தது. உண்மையாகவே கத்திக் கதறி அவர் அழுதிருக்கிறார். பெட்டிக்குள் இருந்த பலரும் அவரை வேடிக்கை பார்ப்பதை உணர்ந்தார். இனிப் பயணம் முடியும்வரை படுக்கவே கூடாது, படுத்தாலும் தூங்கிவிடக் கூடாது என்று எண்ணி வெளியே வந்து நின்றுகொண்டார்.

கதவோரத்தில் நின்றபோது பெருங்காற்று குளிராய் வந்து மோதிற்று. அது அவருக்கு ஆசுவாசம் கொடுத்தது. காற்று முழுவதையும் குடித்துவிட முயன்று வாயைத் திறந்து திறந்து மூடினார். பிறகு அவர் பார்வை வெளியே துழாவிற்று. இதுவரைக்கும் அவர் கண்ணில் படாத காட்சிகள். அடேயப்பா எத்தனை விதமான நிலக்காட்சிகள். பசுமை வெளியின் ஈரம் மனதிற்குள் இறங்கும் முன் காய்ந்த மிகுவறட்சி நிலங்கள். அடுத்து என்னவென்றே உணர இயலாத பெருமரங்கள் நிற்கும் காடு. சட்டென நிறைந்தோடும் ஆறு. மலைகளின் அண்மைக்காட்சியும் தூரக்காட்சியும். எத்தனை வகையான முகங்கள். அதிசயமாய் ரயிலைப் பார்த்துக் கையாட்டிச் சிரிக்கும் சிறுவர்கள், ஆடுமாடுகள், எருமைகளுடன் திரியும் கிழவிகள், நகரத்து நாகரிகவான்கள். ஒருவருமே அற்ற நிலப்பரப்பைக் கடக்கும் போதெல்லாம் அவருக்குப் பரவசம் மிகுந்தது.

இந்த மாதிரி இடத்தில் வந்து வசிக்க வேண்டும் என ஆவல் தோன்றியது. இறங்க வேண்டிய ரயில் நிலையம்தான் கடைசி. அதனால் பதற்றம் இல்லாமல் எல்லாவற்றையும் பார்த்தபடி வந்தார். ஆட்களே இல்லாத சில ரயில் நிலையங்களில் பெருமரங்கள் நின்று அவரை ஆச்சர்யப்படுத்தின. பொதுவாக அவருடைய பயணம் எல்லைக்கு உட்பட்டது. காலையில் நடந்து பேருந்து நிலையம் போய் அங்கே நகரப் பேருந்தைப் பிடித்தால் பத்து நிமிடத்தில் அலுவலகம் போய்விடலாம். அதே போல மாலை. அவ்வளவுதான். மகனுக்காக மேற்கொண்ட சில பயணங்களில் அவரால் அவனையேதான் யோசிக்க முடிந்தது. மருந்துக்குக்கூட வெளிக்காட்சிக்குள் அவர் மனம் பதியவில்லை. இந்தப் பயணம்தான் அவர் வெளியே பார்க்கும் பயணம்.

35

அதிகாசுரர் வீட்டில் அவர் மட்டும்தான் இருந்தார். பள்ளி விடுமுறைக் காலம் ஆதலால் மனைவியும் பிள்ளைகளும் ஊருக்குச் சென்றிருந்தனர். அதனால்தான் மனம் விட்டுப் பேச அழைத்திருக்கிறார். அவருக்கு இரண்டும் பையன்கள். அதனால் அவரிடம் பேசுவதில் குமராசுரருக்குத் தயக்கம் தோன்றுவதில்லை. தம் வீட்டைத் தவிர மற்ற வீடுகள் எல்லாமே அழகாக இருப்பதாகத் தோன்றுமே அதைப் போலவே அவருடைய வீடு மிகவும் அழகாக இருப்பதாகப் பட்டது. பல்கலைக்கழகமே அதிகாசுரருக்கு வழங்கியுள்ள குடியிருப்பு வீடு. வெகுகாலத்திற்கு முன் கட்டப்பட்டது என்றாலும் நல்ல பரந்த இட வசதியும் வீட்டைச் சுற்றிலும் தோட்டமும் இருந்தன. குமராசுரர் வந்ததில் அவருக்கு அத்தனை மகிழ்ச்சி. நல்லது கெட்டது எல்லாம் விசாரித்தறிந்தனர்.

அதிகாசுரர் தன் பல்கலைக்கழகப் பிரச்சினைகள் பலவற்றைச் சொல்லி அவற்றால் மன உளைச்சலில் இருப்பதாகவும் மனைவியும் பையன்களும் ஊருக்குப் போயிருக்கும் சமயத்தில் தனிமை ஒருமாதிரி இருந்ததாகவும் மனதுக்குப் பிடித்த யாரேனும் உடனிருந்தால் நன்றாக இருக்கும் எனத் தோன்றியதாகவும் உடனே குமராசுரர் நினைவு வந்ததாகவும் விவரித்தார். அவர் வந்தது மகிழ்ச்சி தருவதாகவும் பெரிய துணை கிடைத்ததாக உணர்வதாகவும் சில நாட்கள் அருமையாகக் கழியும் என்று நம்புவதாகவும் எந்தத் தயக்கமும் இல்லாமல் சொந்த வீட்டில் இருப்பது போல இருக்கலாம் எனவும் சொன்னார். பின்னர் பேச்சில் இயல்பான குமராசுரர் மேகாஸ் செல்பேசி விசயம் பற்றியும் தன் மன உளைச்சல் பற்றியும் போகிற போக்கில் சொல்வது போன்ற பாவனையுடன் சொன்னார்.

அதிகாசுரர் சிரித்தபடியே 'உலகத்துல யாரும் நல்லவங்களா இருக்க முடியாதுன்னு சொல்லு' என்றார். 'ஆமா, யாரையும் நல்லவங்களா இருக்க இன்னைக்கி விட மாட்டாங்க' என்று அதை ஆமோதித்த குமராசுரர் 'இண்டர்நெட்டுனு ஒரு பூதத்தக் கொண்டாந்து அசுரலோகம் முழுக்க எறக்கி உட்ருக்காங்க. அது செல்போன்லயும் கம்ப்யூட்டர்லயும் ஏறிக்கிட்டு லோகத்தையே ஆட்டுவிக்குது' என்றார். 'ஆமா ஆமா, அது நெஜந்தான்' என்றவர் அதற்கு மேல் ஒன்றும் சொல்லவில்லை. அன்றைக்குப் பகலில் ஓய்வெடுத்தார் குமராசுரர். பல்கலைக்கழகத்திற்கு அரைநாள் மட்டும் போய் வந்தார் அதிகாசுரர்.

இரவு தன் வீட்டுக் கணினி முன் அமர்ந்து குமராசுரரையும் அழைத்து இன்னொரு நாற்காலியில் உட்கார வைத்துக்கொண்டார். குளிர்பதனப் பெட்டியிலிருந்து பீர் பாட்டிலை எடுத்து வந்தார். அதை மேஜை மேல் வைத்துவிட்டு அலமாரியின் மேலடுக்கில் இருந்த பலவிதக் கோப்பைகளைப் பார்வையிட்டு இன்றைய மனநிலைக்கு ஏற்ற அழகான இரண்டைத் தேர்ந்தெடுத்தார். அவை ஒரே மாதிரி இருந்தன. வளைந்த கைப்பிடியும் மென்நிறப் பூப்பதித்த உடலுமாய் அரை முழம் அளவுக்கு உயர்ந்து தெரிந்தன. கோப்பையில் ஊற்றும் முன் 'சாப்பிடுவீங்க தானே?' என்று கேட்டார். அவசரமாகத் தலையை ஆட்டி 'ம்கூம். எனக்கு அந்தப் பழக்கமே கிடையாது' எனத் தலையசைத்து வேகமாக மறுத்தார் குமராசுரர். 'என்ன இது அசுர நியதிக்கு மாறா இருக்குதே?' என்று சிரித்தார் அதிகாசுரர். வேறொருவராக இருந்திருந்தால் மது அருந்துவதன் தீமையைப் பற்றி ஐந்து நிமிடமாவது குமராசுரர் உரையாற்றியிருப்பார். அதிகாசுரரிடம் ஏனோ வாய் திறக்கவில்லை.

ஒரு கோப்பையில் மட்டும் ஊற்றிக்கொண்டு இன்னொரு கோப்பையில் மென்பானம் ஒன்றை நிறைத்தார். அதுவும் ஏதாவது மதுபானமாக இருக்குமோ எனக் குமராசுரருக்குச் சந்தேகமாக இருந்தது. 'கூல்டிரிங்ஸ்தான் எடுங்க' என்று சொல்லிச் சிரித்து அந்தக் கோப்பையில் தன் கோப்பையை முட்டிக் 'குதூஉகலம்' என்றார். குமராசுரருக்கு என்ன சொல்வதென்று தெரியவில்லை. அதிகாசுரர் 'சொல்லுங்க... குதூஉகலம்... என்ன அருமையான வார்த்த. இதச் சொல்லும் போதே ஒரு உற்சாகம் வந்திரும். குதூஉ... கலம்... அந்த ஊஉ இருக்குதில்ல. அத உச்சரிக்கும்போது குயில் வந்து கூவற மாதிரியிருக்கும். எல்லாம் மொழியோட அதிசயம்' என்று கண் கிறங்க விவரித்தார்.

தவிர்க்க முடியாமல் குமராசுரரும் 'குதூஉகலம்' என்று வெறுமனே சொன்னார். சொல்லிவிட்டுக் குமராசுரர் தம்

கோப்பையைக் கீழே வைக்கப் போவதைக் கண்ட அதிகாசுரர் ‘ம்கூம். ஒரு மிடறாவது குடிக்காத கீழ வெக்கக் கூடாது. அதுதான் சபை நாகரிகம்’ என்றார். குமராசுரர் கையில் பிடித்தவாறு சுற்றிலும் பார்த்தார். ‘சபையத் தேடறீங்களா. பத்துப் பேரு இருந்தாத்தான் சபையா? ரண்டு பேரு இருந்தாலும் சபைதான். ஏன், ஒரே ஒராளு இருந்தாலும் சபதான். நான் மட்டுமே இருந்தாலும் சப நாகரிகத்த விட மாட்டேன்’ என்றார் அதிகாசுரர். தொண்டைக்குள் சில்லென்று படர ஒரு மிடறு விழுங்கிவிட்டுக் ‘குடியிலகூட இப்படியெல்லாம் உண்டா?’ என்றார் குமராசுரர்.

‘நெறய உண்டு. எல்லாத்துக்கும் ஒரு நியதி இருக்குது. குடிங்கறது ஒரு கலை. அதுக்கு மட்டும் நியதி இல்லாத போயிருமா?’ என்று ஓங்கிச் சிரித்தார். பின் கணினிக்கு முன் உட்கார்ந்த அதிகாசுரர் அதைத் திறந்து விதவிதமான புகைப்படங்களைக் காட்டினார். அவரும் அவர் குடும்பத்தினரும் வெவ்வேறு இடங்களில் எடுத்துக்கொண்ட ஏராளமான புகைப்படங்கள். புகைப்படத்தில் மனம் பதியாமல் ‘வீட்டிலேயே வைத்துக்கொண்டு குடிக்கிறாரே, வீட்டம்மா ஏதும் சொல்ல மாட்டாரா, பையன்கள் இவரைப் பார்த்துப் பழகிக் கெட்டுப் போய்விட மாட்டார்களா, இந்தக் கெட்ட பழக்கத்தை இந்த நல்லவர் எங்கே பழகினார், ஏன் விட முடியாமல் தடுமாறுகிறார் . . .’ இப்படிப் பல கேள்விகள் மனதில் ஓடக் குமராசுரரின் பார்வை மட்டும் புகைப்படங்களில் பதிந்திருந்தது.

இடையில் அதிகாசுரர் எழுந்து போக நேர்ந்தபோது குமராசுரரைக் கணினிக்கு முன் உட்கார வைத்து அடுத்தடுத்த புகைப்படங்களைப் பார்க்க எப்படிச் சுட்டியைத் தட்ட வேண்டும் என்று சொல்லிக் கொடுத்துப் போனார். அவர் சொன்ன மாதிரியே தட்டிப் புகைப்படங்களைப் பார்க்கத் தொடங்கினார் குமராசுரர். தட்டியதும் அடுத்தது ஓடி வரும் வேகம் அசர வைத்தது. அதிகாசுரர் அவரும் குடும்பமும் சார்ந்த புகைப்படங்களை ஏராளம் வைத்திருந்தார். அவரோ அவர் குடும்பத்தினரோ எடுத்த புகைப்படங்கள் பலவும் இருந்தன. ஒவ்வொன்றையும் ஆச்சர்யத்தோடு பார்த்துக்கொண்டிருந்த குமராசுரர் ஒருமுறை பின்னால் திரும்பியபோது கையில் பீர் கோப்பையுடன் அதிகாசுரர் உட்கார்ந்து சிரித்தார். எப்போது வந்தார் என்று தெரியவில்லை.

பிறகு ‘உனக்குப் பிடித்த திரைப்பாடல்கள் நான்கைந்தைச் சொல்’ என்று கேட்டார். அதிகாசுரர் சிலசமயம் ‘நீங்கள்’ என்று மரியாதையுடன் விளிப்பார். நெருக்கம் கூடிவிட்ட

சமயத்தில் 'நீ' என ஒருமை போடுவார். அவ்வப்போதைய சூழலுக்குத் தக ஒருமையும் பன்மையும் மாறுவது ரசிக்கும்படியே இருக்கும். தனக்குப் பிடித்த பாடல்களைக் குமராசுரர் சொல்லத் தடுமாறினார். எப்போதோ கேட்டு நினைவில் தங்கியவற்றில் சில சட்டென நாவில் வந்தன. அவர் சொன்னவை அனைத்தும் மிகவும் பழைய பாடல்கள். அவற்றை ஒவ்வொன்றாக எடுத்துக் காணொளியுடன் போட்டார் அதிகாசுரர். மிகவும் ரசித்துக் கேட்டார் குமராசுரர். கேட்க விரும்பும் பாடலை எப்படித் தேடிக் கண்டுபிடிப்பது என்று சொல்லி அவரையே அப்படி எடுத்துக் கேட்கும்படியும் ஏதாவது பிரச்சினை என்றால் அழைக்கும்படியும் சொல்லிவிட்டு இரவுச் சமையலுக்காக அதிகாசுரர் சமையலறைக்குள் போய்விட்டார். ஒன்றும் கஷ்டமாக இல்லை, ஒரு பாடல் முடிந்ததும் அடுத்த பாடல் தானாகவே ஒலித்தது. அவர் ஏதோ காலத்தில் திரையரங்கில் பார்த்த படக் காட்சிகள் இங்கே கண்முன் ஓடிக்கொண்டிருந்தன. பல பாடல்களைக் கவனித்துக் கேட்டார். அதிகாசுரர் ஏதாவது கேள்வி கேட்டால் பதில் சொல்லியாக வேண்டுமே.

அதிகாசுரரின் சமையல் ருசியாகவே இருந்தது. இருவரும் சேர்ந்து இரவு பழைய நகைச்சுவைத் திரைப்படம் ஒன்றைக் கணினியில் பார்த்தார்கள். அதிகாசுரர் ஒவ்வொரு காட்சிக்கும் ஓங்கிச் சிரித்தார். குடிபோதை மீறிச் சிரிக்கிறாரோ என்றிருந்தது. மூன்று பீர் பாட்டில்களை அவர் திறந்ததைக் குமராசுரர் கவனித்திருந்தார். ஒவ்வொன்றும் ஒரு சாண் அளவைவிடக் கொஞ்சமே நீளமாக இருந்தன. வெகுநேரமாக அவர் குடித்துக் கொண்டேயிருக்கிறார். ஒவ்வொரு துளியாக. மிகச் சாதாரண நகைச்சுவை எனினும் குதித்துச் சிரிக்கிறார். குமராசுரருக்குச் சிரிப்பே வரவில்லை. சிரிக்காமல் இருந்தால் அதிகாசுரர் ஏதாவது நினைத்துக்கொள்வாரோ என்று சிரிக்க ஆரம்பித்தார். போகப் போகக் காட்சிகளில் ஈடுபட்டு அவரையும் அறியாமல் சிரித்தபடி படம் பார்த்தார். மழைநீர் படிப்படியாகச் சேர்ந்து பெருகுவது போல அவர் சிரிப்பும் பெருகிற்று. சிலசமயம் இருவரும் சேர்ந்து சிரித்தபோது யாருடைய சிரிப்புச் சத்தம் மேலெழுகிறது என்பதைக் கண்டறிய முடியவில்லை.

பிறகும் வெகுநேரம் பேச்சு நடந்தது. எந்த அச்சமோ பதற்றமோ இல்லாமல் குமராசுரர் இயல்பாகப் பேசிக்கொண்டும் கேட்டுக்கொண்டும் இருந்தார். 'நாம போன பயிற்சி முகாம் கடைசி நாள்ல ஒரு கவித எழுதி வாசிச்சீங்களே. முகாமுக்கு வந்தொடன நாமெல்லாம் எப்படி மாறிச் சந்தோசமா இருந்தம்னு அந்தக் கவித சொல்லுமே. மலைக்கு வந்தால் நாம் மயில்கள், கிளைக்குச் சென்றால் நாம் குயில்கள் அப்படீன்னு அந்தக்

கவிதையில எழுதியிருந்தீங்களே, அதுதான் சரி. நாம எங்க இருந்தாலும் அங்க எது சிறந்ததோ அதுவா மாறீரோணும். அப்படி மாறீட்டா நமக்கு ஏது கஷ்டம்?' என்றார் அதிகாசுரர். அப்படித் தான் எழுதியதைக் குமராசுரர் நினைவுபடுத்திக் கொண்டார். எங்காவது போனால் அங்கே அவரைக் கவிதை எழுதச் சொல்லி முக்கியஸ்தர் ஆகிவிடுவார்கள். அப்படி ஏதோ கிறுக்கிய வரிகளை இன்னும் நினைவில் வைத்திருக்கிறாரே என்று வியப்பு உண்டாயிற்று. மனதுக்குள் பெரும் மகிழ்ச்சி ஒளியாய்ப் பரவுவதை உணர்ந்தார்.

தூங்கும்போது இருவருக்கும் அருகருகே படுக்கை. செல்பேசியை எடுத்து அதில் புல்லாங்குழல் இசையை மெலிதாக ஒலிக்க விட்டார் அதிகாசுரர். அறை முழுக்கவும் குழலிசை நிரம்பிற்று. செல்பேசிக்கு உள்ளிருந்து இத்தனை அருமையாக இசை பெருகி அறையையே நிறைக்கும் என்பதைக் குமராசுரர் நம்பவில்லை. வேறு ஏதாவது ஒலிபெருக்கியை அதிகாசுரர் வைத்திருக்கிறாரா எனக் கண்களால் துழாவிப் பார்த்தார். செல்பேசிதான் அந்த வேலையைச் செய்தது. நாளைக்கு அந்தச் செல்பேசியை எடுத்து அதிலிருந்து இசை வரும் நுட்பம் பற்றி அதிகாசுரரிடம் கேட்டுக்கொள்ள வேண்டும் என நினைத்தார். இசை முடிந்ததும் தானாகவே நின்றுவிடுமா, எழுந்து நிறுத்த வேண்டுமா என்று அவருக்கு யோசனையாக இருந்தது. ஆனால் கேட்கத் தயக்கம். அவருக்கு ஏதோ ஒரு திட்டம் இல்லாமலா இசையை ஒலிக்க விட்டிருப்பார் என்று நினைத்துக்கொண்டு அதைக் கேட்டபடியே தூங்க ஆரம்பித்தார். இருவரும் மறுநாள் காலையில் தாமதமாகவே எழுந்தனர். அன்றைக்கும் பகலில் அதிகாசுரருக்குக் கொஞ்சம் வேலை இருந்தது.

அன்றைக்குக் கணினியில் ஒரு பாடலை எப்படித் தேடி எடுப்பது என்று சொல்லிக் கொடுத்துப் போனார். அப்போது 'உங்களுக்குப் புடிச்ச பாட்டு ஒன்னச் சொல்லுங்க' என்றார் நண்பர். மீண்டும் ஒரு நிமிடம் குமராசுரர் தடுமாறிப் போனார். அப்புறம் ஏதோ சட்டென நினைவுக்கு வந்த ஒரு பாடலைச் சொன்னார். 'அது நல்ல பாட்டுத்தான்' என்ற அதிகாசுரர் அதைத் தேடும் முறையைக் காட்டினார். இன்னொரு பாடலைச் சொல்லும்படி அவர் கேட்டபோது இதை எதிர்பார்த்து முன்கூட்டியே யோசித்து வைத்திருந்த பாடலைச் சொன்னார். அதைக் குமராசுரரையே தேடி எடுக்கும்படி சொன்னார் நண்பர். விரல்கள் நடுங்கி வேர்த்தன. எனினும் ஒவ்வொரு எழுத்தாக அடித்துத் தேடியதும் அந்தப் பாடலின் பல வடிவங்கள் வந்தன. அதில் ஒன்றை ஒலிக்க விட்டபோது தான் பெரிய சாதனை செய்துவிட்ட மாதிரி திருப்தி ஏற்பட்டு நண்பரைப் பார்த்துச்

சிரித்தார். 'அவ்வளவுதான். ஆபீஸ் டைப்ரைட்டர்ல டைப் பண்ற அதேதான் இதுலயும். நீங்க நல்லாவே வெரல வெச்சு டைப் பண்ணலாம். கொஞ்சம் மெல்லத் தட்டுனாப் போதும்' என்று சொல்லி உற்சாகப்படுத்திவிட்டு நண்பர் கிளம்பியதும் தன்னால் சரியாகக் கணினியில் ஒன்றைத் தேட முடிகிறதா எனப் பார்க்க மேலும் சில பாடல்களைத் தேடத் தொடங்கினார்.

அப்போது உண்மையாகவே தனக்குப் பிடித்த பாடல்கள் எவை என யோசிக்க ஆரம்பித்தார். சில பாடல்கள் நினைவுக்கு வந்தன. மிகவும் பிடித்த பாடல் எது? அவற்றை வரிசைப் படுத்த முனைந்தபோது ஒருமுறை முன்னால் வந்த பாடல் இன்னொன்றோடு ஒப்பிடும்போது பின்னால் போயிற்று. வரிசை கலைந்து கலைந்து பிற்பகல் நேரக் கோலம் போலாயிற்று. சரி, அந்தப் பாடல்களை எல்லாம் ஒருமுறை கேட்ட பிறகு முடிவு செய்யலாம் என ஒவ்வொன்றாகத் தேடிக் கேட்டுத் தனக்கென ஒரு வரிசையை ஒழுங்குபடுத்தினார். இனிமேல் அதிகாசுரர் மட்டுமல்ல, கும்பாஸோ மேகாஸோ கேட்டாலும் பிடித்த பாடல் என ஒன்றை மட்டுமல்ல, ஒரு வரிசையையே சொல்ல முடியும்.

வெகுநேரம் பாடல்களில் உழன்று கொண்டிருந்த அவர் பின் செய்தித்தாள்களை வாசித்தார். வீட்டைச் சுற்றிலும் இருந்த தோட்டத்திற்குள் ஒருமுறை சுற்றி வந்தார். அவரால் அடையாளம் கண்டுணர முடியாத செடிகள் நிறைய இருந்தன. இதைப் பராமரிக்க அதிகாசுரருக்கு நேரம் எப்படிக் கிடைக்கிறது எனத் தெரியவில்லை. அப்போது அதிகாசுரர் செல்பேசியில் அழைத்து 'மதிய உணவை வாங்கிக்கொண்டு வரட்டுமா, போய்ச் சாப்பிடலாமா?' எனக் கேட்டார். மனதில் ஏதோ யோசனை தோன்ற 'வாங்க போயே சாப்பிட்டுக்கலாம்' என்று சொன்னார் குமராசுரர்.

36

அதிகாசுரர் வருவதற்குள் மதிய உணவைச் சமைத்தால் என்ன என்று குமராசுரருக்குத் தோன்றிற்று. சிறுவயதில் வீட்டில் பலமுறை அவர் சமைத்திருக்கிறார். அம்மாவும் அப்பாவும் அதிகாலையில் வேலைக்குக் கிளம்பிவிடும் நாட்களில் சமைத்துச் சாப்பிட்டுவிட்டுப் பள்ளிக்குப் போக வேண்டி நேரும். விறகடுப்பில் சமைத்த அனுபவம். எரிவாயு உருளையும் அடுப்பும் வந்த பிறகு அவர் வெந்நீர் வைக்க எப்போதாவது அடுப்புப் பக்கம் போவதுண்டு. மற்றபடி சமையலறை பற்றிய நினைவேதும் இல்லை. மங்காசுரி விசேசம் என்று எப்போதாவது ஊர்ப்பக்கம் போனாலும் ஒருநாள்கூடத் தங்க மாட்டார்.

'அய்யோ, அவரு பட்டினிதான் கெடக்கோணும். தண்ணிச் சொம்பத் தூக்கி அந்தப் பக்கம் வெக்கக்கூட அவருக்குத் தெரியாது. ஒருநாளும் ஓட்டல் குருமாக் கொழம்ப நக்கிக் குடிக்கவும் போவ மாட்டாரு' என்று பெருமை பேசிவிட்டுக் கிளம்பிவிடுவார். அப்படியும் எங்காவது தங்கித்தான் ஆக வேண்டும் என நேர்ந்தால் குமராசுரர் உணவகத்தில் சாப்பிட்டுக்கொள்வார். ஒருவேளை சாப்பிடுவார், ஒருவேளை வெறும் வயிற்றோடு கிடப்பார். 'கடையில ஒருவேள சாப்பிடற காசுல வீட்டுல மூனு வேள சாப்பிட்டிரலாம்' என்பார். இந்தக் காரணம் மங்காசுரிக்கு மட்டும் தெரியும். ஆனால் 'அவருக்குக் கடச் சாப்பாடு ஒடம்புக்கு ஒத்துக்காது. என் கைப்பக்குவம் தவிர எதுவும் அவருக்குப் பிடிக்காது' என்றும் சொல்லிக்கொள்வார்.

குமராசுரருக்கு இன்று ஏதோ ஒரு தூண்டுதல். தம் சிறுவயது நினைவுகளை மீட்டெடுத்துச் சமையலைத் தொடங்கினார். அரிசிக்கு எத்தனை

டம்ளர் தண்ணீர் வைப்பது என்பதில் குழப்பம் வந்தது. சரி, மங்காசுரியிடம் கேட்போம் என்று செல்பேசியில் அழைத்தார். மங்காசுரி உடனே சொல்லவில்லை. 'எதுக்குக் கேக்கறீங்க?' என்றார். அதிகாசுரர் வரும்வரை சும்மா இருக்கப் பிடிக்கவில்லை என்றும் சமைப்பதாகவும் தயக்கத்துடன் சொன்னதும் மங்காசுரிக்கு உற்சாகம் பிடிபடவில்லை. 'இங்க ஒன்னும் செய்ய மாட்டீங்க. அங்க போயி அவருக்குச் சமைச்சுப் போடறீங்களா?' என்று பொய்க் கோபத்தோடு கேட்டாலும் தெருவில் தெரிந்தவர்களிடம் புருசனைப் பற்றிப் பெருமை பீற்ற இன்றைக்கு விஷயம் கிடைத்த உற்சாகம் அது.

ஒரு டம்ளர் அரிசிக்கு இரண்டு டம்ளர் தண்ணீர் வைப்பது வழக்கம் என்றும் பழைய அரிசியாக இருந்தால் மூன்று டம்ளர் வரைக்கும் வைக்கலாம் என்றும் அரிசியைக் கையில் அள்ளிப் பார்த்தால் நல்ல பழுப்பு நிறமாக இருந்தால் அது பழைய அரிசி என்றும் சொன்னார். உடனே 'அவுங்களுக்கு என்ன, நல்ல அரிசியாத்தான் வெச்சிருப்பாங்க. ஒரு டம்ளர் அரிசிக்கு ரண்டர டம்ளர் ஊத்துங்க, செரியா இருக்கும்' என்று முடித்தார். அத்துடன் விடவில்லை. மேலும் 'குழம்பு என்ன?' என்று மங்காசுரி கேட்டபோது குமராசுரரால் உடனே சொல்ல முடியவில்லை. பருப்புக் கடைவது சுலபமானது என்று சொல்லி அதற்கு என்னென்ன செய்ய வேண்டும் என விளக்கினார். மங்காசுரி அவரிடம் இதுவரைக்கும் இத்தனை உற்சாகமாகப் பேசியதே இல்லை என்று தோன்றியது. ஆகவே மனைவியின் குரலை இன்னும் கொஞ்சம் கேட்கும் ஆவல் கொண்டார். தொலைவும் பிரிவும் அன்பைப் பெருக்கும் போலும். ஊருக்குப் போன பிறகு ஒருநாளைக்குத் தானே சமையல் செய்துகொடுக்கலாம் என நினைத்தார். இன்றைக்குச் சமையல் நன்றாக வந்துவிட்டால் ஊரில் சமைப்பதும் உறுதிதான் என முடிவு செய்தார்.

இரண்டு பெரிய பாத்திரங்களில் அரிசி இருந்தது. இரண்டும் வெவ்வேறு மாதிரி இருந்ததால் எதை எடுப்பது எனக் குழப்பம். உடனே மங்காசுரியை அழைத்தார். இட்லி அரிசி தனியாக இருக்கும், அது கொஞ்சம் குண்டுகுண்டாக இருக்கும், அளவும் குறைவாக வைத்திருப்பார்கள், இன்னொன்றுதான் சோற்று அரிசியாக இருக்கும் எனச் சொல்லி அதன் நிறம் எப்படி இருக்கிறது எனக் கேட்டுத் தண்ணீர் அளவைச் சொன்னார் மங்காசுரி. இப்படிச் சமையலின்போது பலமுறை மங்காசுரிக்குப் பேச வேண்டியானது. திருமணம் ஆன நாளிலிருந்து மனைவியுடன் இன்றைக்குத்தான் இத்தனை பிரியத்தோடு பேசுகிறதாய் நினைத்தார். அரசுப் பணியாளர் என்னும் பிம்பத்தால் அவருக்கு

வானம் பார்த்துத் தலை நின்றிருந்த காலத்தில் மனைவியோடு மட்டும் எப்படிப் பிரியமாய்ப் பேச வரும்?

இப்போது எல்லாம் வதங்கித் தொய்ந்து நிலம் பார்த்து நடக்கிற காலமாகிவிட்டது. இப்படி நினைவு ஓடினாலும் மனைவியுடன் பேசும் புதுசுகத்தை அவர் அனுபவித்தார். எல்லாவற்றையும் புதுப்பித்துக் கொள்ள முடியும் என்று அப்போது நம்பிக்கை வந்தது. ரசம் வைக்கையில் செல்பேசியைக் காதிலேயே வைத்துக்கொண்டு மனைவி ஒவ்வொன்றாகச் சொல்லச் சொல்ல அதன்படியே செய்தார். சோறு, குழம்பு, ரசம். குழம்பையும் ரசத்தையும் பலமுறை கையில் ஊற்றி ஊற்றிச் சுவை பார்த்தார். தன் சமையலின் சுவை நன்றாக இருப்பதாகத் தோன்றப் பெருமையாக இருந்தது. புதுப்பெண் முதற்சமையலை முடித்துக் கணவன் வந்து என்ன சொல்வானோ என எதிர்பார்ப்போடு காத்திருப்பது போல நண்பருக்காகக் காத்திருந்தார்.

சமையலை எதிர்பார்க்கவில்லை அதிகாசுரர். உண்ணும் போது ‘ஆகா ஓகோ’ என்று பலபடப் பாராட்டினார். ஊற்றியதும் உருண்டோடிய பருப்புச் சாற்றை மூன்று முறை போட்டுக் கொண்டதோடு ரசத்தைக் கிண்ணத்தில் எடுத்து இடையிடையே குடித்தார். தன் சமையல் இத்தனை ருசியாகவா இருக்கிறது என்று வியப்புடன் தானும் உண்டு பார்த்தார் குமராசுரர். ஆம், நல்ல சுவையாகத்தான் இருந்தது. ‘அருமை அருமை’ என்னும் சொற்களை ரசத்தைப் பருகும் ஒவ்வொரு மிடறுக்கும் சொன்னார் அதிகாசுரர். குமராசுரர் கூச்சத்தில் ஒடுங்கிப் போனார். அவர் ஆயுளில் இதுவரைக்கும் ஒருவரும் இப்படிப் பாராட்டியதில்லை. அரசு வேலை கிடைத்தபோது மதிப்போடு நடத்தியவர்கள் ஏராளம். விலகி நடந்தவர்கள் பலர். வந்த கொஞ்சம் பாராட்டுக்களின் மீதும் பொறாமைப் புகையின் அடர்த்தி அதிகம்.

அலுவலகப் பணியில் அவருக்கு ஒருபோதும் நல்ல வார்த்தைகள் கிடைத்ததில்லை. அதிகாரிகளின் வாயில் வசைச் சொற்கள் கூடுடைந்து புழுப் போலக் கொட்டும். பாராட்டு வார்த்தைகளுக்கோ கடும் பஞ்சம். மொழியிலேயே வசைச்சொற்கள் மிகுதி; வாழ்த்துச் சொற்கள் குறைவு. பாராட்டி விட்டால் தலைக்கனம் வந்துவிடும் எனவும் வசவு வார்த்தைகளே ஒருவரை எப்போதும் பணியில் கவனமாக இருக்கச் செய்யும் எனவும் முடிவெடுத்துப் பாராட்டில் கருமியான அசுர சமூகத்தின் அங்கமாகவே அவரும் இருந்ததால் பாராட்டை எதிர்பார்த்ததும் இல்லை, எவருக்கும் பாராட்டைக் கொடுத்ததும்

இல்லை. அதிகாசுரரும் பாராட்டுச் சொற்களைக் குறைவாகப் பயன்படுத்திய போதும் அவற்றைத் திரும்பத் திரும்பச் சொல்வதன் மூலமாக வீடு முழுவதையும் மணக்கச் செய்தார்.

இவர் அசுர இனத்தைச் சேர்ந்தவர்தானா என்னும் இயல்பான சந்தேகம் குமராசுரருக்கு எழுந்தது. அவருக்கும் சமையல் தெரியும். அப்படியிருந்தும் இன்னொருவர் சமையலைப் பாராட்டுகிறார். தனக்குத் தெரிந்த ஒன்று இன்னொருவருக்கும் தெரிந்தால் தன்னுடையதே சிறந்தது என்று நிரூபிக்கப் பலவிதக் குறிப்புகளைச் சொல்லி உன்னுடையது ஒன்றும் பெரிதல்ல என்று காட்டுவதுதான் நடக்கும். அதிகாசுரர் பாராட்டப் பாராட்டத் தன் சமையல் தனக்கே சுவையாக இருக்கும் அதிசயத்தை உணர்ந்தார் குமராசுரர். அதிகாசுரருடன் சேர்ந்து வழக்கத்தை விடவும் நாலு கைப்பிடி அதிகமாகவே உண்டார். கிராமியக் கை மணம் தம் சமையலில் இருந்ததுதான் அதிகாசுரருக்குப் பிடிக்கக் காரணமாக இருக்கும் எனவும் சமாதானமாக நினைத்துக் கொண்டார்.

மதிய உணவுக்குப் பிறகு ‘மாலையில் ஓரிடம் போகிறோம், கொஞ்ச நேரம் தூங்கி எழுந்து கிளம்பலாம்’ என்று சொல்லிப் படுக்கப் போய்விட்டார் அதிகாசுரர். குமராசுரருக்கோ எல்லாம் பளிச்சென்று தெளிவாகி இருந்தன. லோகத்தின் எந்த இண்டு இடுக்கிலும் சிறுதுண்டு இருள்கூட இல்லாத மாதிரி தோன்றியது. எப்படி இது சாத்தியம்? வீடு முழுக்கவும் சுற்றிப் பார்த்தார். கட்டிலுக்கடியில், அலமாரிகளுக்குள், மூலை ஸ்டேண்ட் தட்டுக்களில் பார்த்தார். துளி இருள் இல்லை. மூடியிருந்த பாத்திரங்களைத் திறந்து திறந்து பார்த்தார். இருள் சுவடே இல்லை. சட்டென வெளியே ஓடி வந்து தோட்டத்துச் செடிகளுக்கு அடியில் பார்த்தார். நிழல் இருள்கூட இல்லை. வெளிச்சத்தின் அளவு கூடியபடியே இருந்தது. அவருக்குப் பரவசம் தாங்க முடியவில்லை. அதிகாசுரரை எழுப்பிச் சொல்லலாமா என நினைத்தார். தூங்குபவரை எழுப்பித் தொந்தரவு செய்யக் கூடாது.

தூங்கும்போது கண்களை மூடினால் இருள் தெரியும் அல்லவா? கண்களை மூடிப் பார்த்தார். வெள்ளை வெளிச்சம். படுக்கையில் விழுந்து போர்வையை இழுத்துப் போர்த்திக் கண்களை மூடினார். இமைகளுக்குள் பொட்டு இருளும் அடங்கவில்லை. போர்வைக்குள் வெயிலடித்தது. கவிழ்ந்து படுத்துக் கண்களை மெத்தைக்குள் புதைத்துக்கொண்டார். ம்கூம். வெளிச்சப் பரப்புத்தான். ஒற்றைப் பாராட்டு உள்ளும் புறமும் இத்தனை வெளிச்சத்தைக் கொடுக்கும் என்பதை அன்று

உணர்ந்தார். எங்கும் ஒளிப் பரவலைப் பார்த்தபடி படுக்கையில் கிடந்தவர் தம்மையும் அறியாமல் ஏதோ சமயத்தில் உறங்கிப் போனார்.

எழுந்தபோது ஒளிச் சிரிப்புடன் 'நல்ல தூக்கமா?' என்னும் குரலோடு அதிகாசுரரின் முகம் தெரிந்தது. 'நல்ல சாப்பாடு. நானும் அசந்து தூங்கிட்டன். ஆனாப் பொறப்பட்றலாம். நாம இப்பப் போகப் போறது கடற்கரைக்கு. வெளிச்சத்துல போனா நல்லா இருக்கும்' என்றார். அவர் வெளிச்சம் என்றதும் நினைவு வந்து குமராசுரர் சுற்றிலும் பார்த்தார். இப்போது வெளிச்சம் இயல்பாக இருந்தது. விழிகளுக்குள் இருள் கூடிற்று. என்றாலும் கூச்சம் போகவில்லை. எழுந்து வேகமாகக் கிளம்பினார்.

37

அதிகாசுரர் வீட்டின் பின் பகுதியில் மூடியிருந்த கதவைத் திறந்து காரை வெளியே எடுத்தார். காரும் அந்தப் பல்கலைக்கழகமே கொடுத்திருப்பார்களோ? அதிகாசுரர் சொன்னார், 'காரெல்லாம் குடுக்க மாட்டாங்க. அத்தன பெரிய ஆபிசர் இல்ல நான். எங்காச்சும் வெளிய போகும்போது வசதியா இருக்கும்னு வாங்கினன். அடிக்கடி எடுக்கறதில்ல. ரொம்ப தூரம் போகனும்னா டிரைவர் போட்டுக்குவன். இப்பக் காரெல்லாம் சும்மா கெடைக்கறாப்பல ஆயிப் போச்சே.'

ரயிலில் இருந்து இறங்கி வரும்போது பார்த்ததுதான். மீண்டும் இப்போதுதான் வெளியே வந்து ஊரைப் பார்க்கிறார். ஊரைப் பற்றி விவரமாகவும் கண்ணில் படும் கட்டிடங்கள், கடக்கும் இடம் என ஒவ்வொன்றைக் காட்டியும் சொல்லியபடி வந்தார் அதிகாசுரர். சிறுமலையின் மேல் அமைந்திருந்தது அந்த ஊர். கார் இறங்கிக் கடக்கும்போதுதான் அது தெரிந்தது. மலை மேல் முழுக்கச் சமதளம். இறங்கும்போது அதிகாசுரர் கை காட்டிய திசையில் கடல் நீலம் தெரிந்தது. கடலும் வானும் இணைந்து ஒரே நீலம். மிகவும் உற்றுப் பார்த்த பிறகே கடலுக்கும் வானுக்கும் இடையே நீரசைவில் சிறு பிளவு தென்பட்டது. அங்கே சிறுசிறு கடற்கரைகள் அனேகம் இருக்கின்றன என்றும் இன்றைக்குப் பார்க்கப் போகிற கடற்கரை விசேசமானது என்றும் அதிகாசுரர் சொன்னார். சங்கப் போராட்டத்திற்காகத் தலைநகர் நோக்கிப் போனபோது திருமண மண்டபத்தில் அடைபட்டிருந்து விடுவிக்கப்பட்ட பிறகு குழுவாகச் சேர்ந்து போய் அந்தியில் கடலைப் பார்த்திருக்கிறார் குமராசுரர். ஒரே ஒருமுறைதான். அதன் காட்சிக் கோலங்கள் எதுவும் மனதில் இல்லை. நானும் கடலைப் பார்த்திருக்கிறேன் என்று சொல்லிக்

கொள்ளலாம். அவ்வளவுதான். இரண்டாம் முறை, அல்ல அல்ல, இதுதான் கடலைப் பார்க்கும் முதல் முறை.

தரைப் பகுதியில் அரை மணி நேரப் பயணத்தின்போது கடல் தெரியவில்லை. வீதிகள், கட்டிடங்கள், கடைகள், அசுரத் தலைகள், புழுதி, வாகனாதிகள், இருபுற மரங்கள், செடிகொடிகள், வயல்வெளி, கிராமங்கள் எனக் கடந்து கடந்து சென்று சட்டென வலப்புறம் திரும்பியது கார். இருபுறமும் பார்க்கும்படி கண் காட்டிச் சிரித்தார் அதிகாசுரர். ஒருபுறம் பார்த்தார் குமராசுரர். கார் செல்லும் சாலையிலிருந்து ஐம்பது அடி தூரத்தில் தம்மை நோக்கி வரும் நீரலைக் காட்சி. இன்னொரு புறம் திரும்பினார். தாம் போகும் அதே திசையில் மெல்ல ஊரும் நீர்ப் பரப்பு. இரண்டு பக்கமும் கடலா? அலை மோதும் கடல் ஒருபக்கம். அக்கடலை நோக்கிச் செல்லும் ஆற்று நீர் மறுபக்கம். இரண்டுக்கும் நடுவில் நூறு நூற்றைம்பது அடி அகலத்தில் மண். அதன் நடுவில் இருபதடிச் சாலை. சாலையின் இருபுறமும் மீனவர் குடியிருப்புகள். இப்படியே பத்துக் கல் தொலைவு சென்றால் ஆறும் கடலும் கூடும் கழிமுகம். அதை விவரித்துவிட்டு 'அற்புதமான இடம். எங்காச்சும் போகனும்னு தோனுச்சின்னா நான் இங்கதான் வருவன்' என்றார் அதிகாசுரர். இருபுறமும் மாறி மாறிப் பார்த்துக்கொண்டே வந்தார் குமராசுரர்.

கதவைத் திறந்ததும் ஒருபக்கத்து ஆரவாரம் காதில் அடித்தது. இன்னொரு பக்கத்துக் காதில் மௌனம் மோதியது. ஆரவாரமும் மௌனமும் அருகருகில். இரண்டும் கை நீட்டினால் சட்டெனப் பற்றிக்கொள்ளலாம். நடுவில் நீண்டு செல்லும் இந்த மண், கோத்த கைகள்தானோ. இளம் வயதில் இருந்து பின் இழந்து போன கவித்துவம் இப்போது ஓடி வந்து ஒட்டிக்கொண்ட மாதிரி தோன்றியது அவருக்கு. அலை எழும்பி அல்லது ஆற்றில் வெள்ளம் பெருகி இரண்டும் ஒன்று கலந்துவிட்டால்? அவ்விதம் அவருக்கு எண்ணம் வந்ததும் பயந்து போனார். ஒருவேளை ஊழிக் காலத்தில் அப்படி நடக்கலாம். இரண்டு பக்கமும் குடியிருக்கும் மீனவர்கள் வெகுகாலமாக நூற்றாண்டு நூற்றாண்டாக இங்கேதானே இருந்திருக்கக் கூடும். அவர்களுக்கு ஏதும் ஆகவில்லையே. எதுவும் பேசினால் குமராசுரரின் சிந்தனை கலைந்துவிடுமோ என அமைதியாக ஓட்டி வந்த அதிகாசுரர் இப்போது 'பயமா இருக்குதா? எனக்கும் மொதல்ல வந்தப்ப பயமாத்தான் இருந்துச்சு. இப்ப அது போயிருச்சி. அப்ப வந்த ஆச்சர்யம் மட்டும் அப்படியே இருக்குது' என்றார்.

பொழுது இன்னும் மாலை இளவெயிலை வீசிற்று. அதிகாசுரர் காரைச் சற்றே வேகமாக ஓட்டிச் சென்று முனையில் ஒரு வீட்டின்

கழிமுகம்   ❋ 223 ❋

முன்னால் நிறுத்தினார். இறங்கித் தென்னைகளுக்கு இடையே நடந்தனர். வீடுகளைக் கடந்து கற்களின் மீது ஏறி ஏறிச் சென்று முனையை அடைந்தார்கள். வெகுதூரம் வரைக்கும் நீரைத் தவிர ஒன்றுமே தெரியவில்லை. கடல் பகுதி நீல நிறமாகவும் ஆற்றுப் பகுதி வெண்மையும் கறுப்பும் கலந்த நிறத்திலும் தெரிந்தன. இரண்டும் ஒன்றோடு ஒன்று மோதிக் கலக்கும் கழிமுகம். ஆளுயர அலை எழுந்து எழுந்து அடங்கித் தெரிந்தது. போர்வையை விரித்தது போல அடங்கியிருந்த கரையில் கால் வைத்ததும் குமராசுரருக்குச் சிலிர்த்தது. அதிகாசுரர் அப்படியே பார்த்தபடி நின்றுவிட்டார். தயங்கி நின்ற குமராசுரரை எதுவோ உந்தித் தள்ளிற்று. எல்லாவற்றையும் உதறுவது போலக் கையை விரித்துப் பின்னால் தள்ளிவிட்டுக் குழந்தையைப் போல ஓடி ஆற்று நீரில் கால் வைத்தார். சட்டெனக் கையில் நீரை அள்ளி வாயில் வைத்தார். நீரில் லேசான கரிப்பு. இன்னும் கொஞ்சம் ஆற்றுப் பக்கம் ஓடி மீண்டும் அள்ளிக் குடித்தார். இப்போது நீர்த்தேன். கடல் பக்கம் ஓடி வந்தார். அங்கும் நீரை அள்ளி வாயில் ஊற்றினார். ஒரே உப்பு. பத்துத் தப்படியில் நீரின் குணம் இப்படி மாறிவிடுகிறதே.

இரண்டும் மோதிக் கலக்கும் இடத்தருகே போய் நின்றார். பம்மியபடி ஊர்ந்து வரும் ஆற்று நீரை ஆவேசமாக வரும் கடல் நீர் தாக்கித் தகர்க்க முயன்று அதில் தோற்று ஆற்று நீரைத் தன்னுள் வாங்கித் திருப்தியுடன் திரும்பிச் சென்றது. திரும்புவதும் திரும்ப வந்து மோதுவதும் சேர்ந்து கலப்பதும் என நிமிடத்திற்கு நிமிடம் மாறும் அவ்விடத்திற்குள் போய் நின்றார். கால்களுக்குள் குறுகுறுவென நீர் தழுவிப் பின் முழங்கால் வரை எழும்பி இறங்கி நகர்ந்தது. கிச்சுக் கிச்சு மூட்டி நீர் விளையாடுவது போலிருந்தது. கண்ணை மூடி நின்று விதவிதமாகச் சிரித்து அதை அனுபவித்தார். இன்னும் கொஞ்சம் உள்ளே போகலாமா என்று தோன்றியது. கால்களை நீருக்குள் நகர்த்தினார். முழங்கால் வரை நீரேறியும் அவருக்கு ஆவல் அடங்கவில்லை. உள்ளே இன்னும் இன்னும் போய்க்கொண்டே இருக்க வேண்டும் எனப் பேராசை உண்டாயிற்று.

பேராசையைத் தூண்டித் தன்னுள் அடக்கிக்கொள்ளும் பெரும் ஈர்ப்பு நீருக்குண்டு. இது முடிவற்ற நீர். கையசைத்துக் கையசைத்து வா வாவென்று சந்தோச அழைப்பு விடுக்கிறது. குமராசுரர் நீருக்குள் நகர்ந்தபடியே இருந்தார். அவர் பார்வை நீர்ப்பரப்பில் பட்டு ஒளிரும் அந்தி வெயில் நிறத்தில் படிந்திருந்தது. பொழுது கிரணங்களை இழந்து பெருஞ்சிவப்புப் பொட்டாய் நீருக்குள் அமிழ்ந்து கொண்டிருந்தது. பொழுதைப் போலவே தானும் இறங்கிவிட வேண்டும் என்னும் ஆவல் மீதூர அவர்

நீருக்குள் நுழைந்தார். எல்லாப் புறமும் இருள் படர நீருக்குள் பொழுதின் ஒளிப்பாதை நேர்கோடாகத் தென்பட்டது. ஒளியும் நீரும் காற்றும் இணைந்து அசைந்தாடும் காட்சியின் ஒற்றையடித் தடத்தில் அவர் நடந்தார். வலையை இருபுறமும் பற்றிக்கொண்டு அசைப்பது போலத் தெரிந்தது. ஒருபக்கம் தன் கையால் வலையைப் பிடித்துக்கொள்ள ஆசையாக இருந்தது அவருக்கு. கையை முன்னால் நீட்டிக்கொண்டு மேலேகினார். திடுமென அதிகாசுரரின் குரல் 'அதுக்கு மேல போவாத' என்று கரையின் ஒருபுறமிருந்து வந்தது. திடுக்கிட்டு நின்றார். கரையிலிருந்து 'வா வா . . . மேல வா' என்று அதிகாசுரர் தொடர்ந்து அழைத்தபடி இருந்தார். அவர் குரலின் தாக்குதலால் நிலைக்கு வந்த குமராசுரர் மெல்லத் திரும்பிக் கரைக்கு வந்தார்.

'என்னப்பா . . . தண்ணிக்குள்ள போய்க்கிட்டே இருக்கற. தள்ளி நின்னு பாத்து ரசிக்கணும். கொஞ்சம் உணர்ச்சிவசப் பட்டம்னா உள்ள இழுத்துக்கும். எச்சரிக்கையும் வேணும்பா' என்றார் அதிகாசுரர். குமராசுரர் வெட்கத்தோடு சிரித்தார்.

'அடிக்கடி வர்றதால எனக்குச் சாதாரணமாயிடுச்சு. இப்படிக் கரையில வந்து உக்காந்து பொழுது மறையறதையே பாத்துக்கிட்டு இருப்பன். மௌனமா அதையே பாத்துக்கிட்டு இருக்கறப்போ நம்ம கண்ணு முன்னாலயே நமக்குத் தெரியாம அது சட்டுனு உள்ள எறங்கிக் காணாம போயிரும். அதோ இப்பப் பாரு. . அவ்வளவுதான் . . . உள்ள போயிருச்சு பாரு . . .'

அதிகாசுரர் பரவசத்தோடு காட்டப் பொழுதின் கடைசித்துண்டு நீருக்குள் அமிழும் அரிய காட்சியை இருவரும் கண்டார்கள். அதன் நுனியும் நழுவிய பிறகு ஒளிரேகை முற்றிலும் அழிந்து மெல்லிய இருள் அலைகளைத் தழுவுவதைக் கண்டார்கள். பகலின் ஆயுள் கழிந்து இருளின் பிறப்பு நிகழும் ஒரே கணத்தை இத்தனை அருகிருந்து பார்க்க வாய்த்த பரவசம் இருவரையும் பேச விடவில்லை. இருள் தங்களைச் சுற்றிச் சுவர் எழுப்பிய பிறகே பேச்சு வந்தது.

'சரி, போலாம்' என்று முன்னால் நடக்கத் தொடங்கிய அதிகாசுரர் 'இங்க வந்து போனா ஒடலுக்கும் மனசுக்கும் ஒரு சக்தி வரும். அத வெச்சுப் பத்து நாளச் சந்தோசமா ஓட்டிரலாம்' என்றார். குமராசுரர் ஏதும் பேசவில்லை. மொழியே அவருக்கு மறந்துவிட்ட மாதிரி இருந்தது. அவருக்குள் ஒன்றும் தோன்றவில்லை. ஏதாவது தோன்றினால்தானே மொழி தேவைப்படும்? எல்லாம் கழன்று உதிர்ந்து வெறுமை படர்ந்திருந்தது. 'எப்பவோ வர்றவங்களுக்கு இப்படித்தான் இருக்கும். இதோ இங்க காலங்காலமா வசிக்கிற மீனவர்களுக்கு இதெல்லாம் பழகிப் போன சாதாரண விஷயம்.

பொழுது கௌம்பறதும் மறையறதும் அவங்களுக்குச் சின்னக் கிளர்ச்சியக்கூடக் குடுக்காது பாத்துக்க' என்று ஏதேதோ பேசியபடி கற்களுக்குள் நடந்தார் அதிகாசுரர்.

இப்போது அவர் ஏதும் பேசாமலிருந்தால் பெருமகிழ்ச்சியாக இருக்கும் என்று தோன்றியது. ஏன் இப்படி அவர் தொணதொணக் கிறார் என்றிருந்தது. அவர் குரலை வெறும் ஒலியாக மட்டுமே கேட்க முனைந்தார். இப்போது புதிய பறவை ஒன்றின் கூவல் போலக் கேட்டது. பறவைக் கூவல் எப்போது நின்றது, எப்போது காருக்குள் ஏறினோம், வீடு வந்து சேர்ந்த நேரம் என்ன எதுவும் குமராசுரருக்குத் தெரியவில்லை.

38

மறுநாள் எதுவோ உந்தித் தள்ளக் குமராசுரர் தனியாகவே அந்தக் கழிமுகக் கடற்கரைக்குப் போனார். புது ஊர், புதிய இடம் என்னும் தயக்கமே அவரிடம் இல்லை. எப்படியோ விசாரித்துப் பேருந்தேறியும் நடந்தும் அவர் அங்கே போய்ச் சேர்ந்தபோது பொழுது மறையும் முன் பளிச்சென்று வெளிச்சம் காட்டும் நேரம். மேற்கு வானை இமைக்காமல் பார்த்தபடி ஓரிடத்தில் அமர்ந்தார். ஆறும் கடலும் மோதிக் கலக்கும் ஆலிங்கன ஓசை ஒரு காதிலும் சற்றே தள்ளி அலைகள் ஊர்ந்து வந்து உடைந்து சரியும் ஒலி மற்றொரு காதிலும் கேட்க அவர் பார்வை முழுக்கவும் பொழுதின் மீதே இருந்தது. இரண்டு கழுகுகள் விரித்த இறக்கையைச் சிறிதும் அசைக்காமலே அலைகளின் மேல் தவழ்ந்தன. பின் மெல்ல இறகசைத்து அம்பைப் போல மேலேறின. அவற்றின் குறுவாலைப் பற்றியபடியே வானத்திற்குப் போனார். வெற்றுவெளியில் அவை ஓவியத் தூரிகை போலாகி மாபெரும் காட்சிகளை வரைந்து கொண்டிருந்தன.

பொழுதை நோக்கித் திரும்பிய கணமொன்றில் ஒரு கழுகு காணாமல் போயிருந்தது. எங்கே போயிருக்கும்? அலைகளுக்குள் பாய்ந்து மூழ்கி யிருக்குமோ? வெகுதூரத்தில் புகை படர்ந்த படமாய்த் தெரியும் தென்னந்தோப்புக்குள் தன் கூட்டை நோக்கிப் போயிருக்குமோ? வானத்தில் எப்படித் தேடியும் இப்போது ஒற்றைக் கழுகு மட்டுமே பறந்து கொண்டிருந்தது. அப்பறவையை விட்டுவிடக் கூடாது என நொடியும் தன் கவனத்தைச் சிதறடிக்காமல் தொடர்ந்தார். வெளிச்சம் பறவையிடம் இருந்து விலகி அதன் உருவத்தைப் புள்ளியாய்ச் சிறுக்கச் செய்வதைக் கண்டார். அப்புள்ளியும் கரைந்து ஒன்றுமில்லாமல் ஆயிற்று. வானில் பறக்கப் பறக்கக் கரைந்து போகும் பேரதிசயத்தைக் கண்ட பரவசம் அவருக்குள் நிறைந்தது. அது அவருக்குள் விவரிக்க இயலாத ஏதேதோ எண்ணங்களைக் கிளர்த்தின.

கழிமுகம்

அந்தி அடிவானம் அடர்சிவப்பிலும் மேலேற ஏற அடர்த்தி குறைந்தும் வண்ணம் கொண்டது. நொடியின் இழைக்குள் நிறம் மாறி மாறிக் காட்சிகள் வேறுபடும் கோலம். காட்சி அடுக்குகளை நிரப்பிக் கொள்ள இயலாமல் பரிதவித்தது மனம். எதுவும் கலையவில்லை. ஒவ்வொன்றாய்ப் பின்னடுக்குக்குப் போய் ஒவ்வொன்று முன்னடுக்குக்கு வந்தபடியே இருந்தது. சலனம் மட்டுப்பட்டு செங்கோளப் பொழுதில் குவிந்தது மனம். பார்க்கப் பார்க்கவே கண்ணை ஏமாற்றிப் பொழுது இறங்கி வெளிச்சம் மங்கும் மாய வித்தை நிகழ்ந்து கொண்டிருந்தது. அதன் ரகசியம் அறியும் ஆவல் துளியும் இன்றி நிகழும் காட்சி ரூபத்தில் மெய்ம்மறந்தார் குமராசுரர்.

சாய வேட்டி கட்டிய மீனவர்கள் சிலர் கரையில் இருந்தனர். கடற்கரையின் இருப்பை அறிந்திருந்த பார்வையாளர்கள் சிலரும் உலவினர். வெளிச்சம் ஒடுங்கி நிழலாய் மெல்ல மெல்லப் புகுந்து திடுமெனத் தன்னை நிறுத்திக் கொண்டது இருள். வெளிச்சம் எங்கே போயிற்று? பொழுது எங்கே? இருள் எங்கிருந்து வந்தது? ஒன்றும் புரியவில்லை. அப்போது முகமறியா இருள் சில காட்சிகளைக் காட்டிற்று. மனிதக் குரல்களும் அடையாளம் தெரிந்தன. ஜோடியாக வந்து நெருங்கி உட்கார்ந்திருந்த காதலர் களை மீனவர்கள் அணுகிக் 'கௌம்புங்க கௌம்புங்க. இதுக்கு மேல இங்க இருக்கக் கூடாது' என்று விரட்டும் பேச்சரவம் அவரைத் திருப்பியது. எனினும் அவரிடம் யாரும் வரவில்லை. அவரைப் போலத் தனியாக உட்கார்ந்திருந்த சிலரை எவருமே தொந்தரவு செய்யவில்லை. நடுவயதுக் கிரஹஸ்தர்கள் இப்படித் தனிமையில் வந்து உட்கார்ந்து கிடப்பது வழக்கம்தான் போலும்.

இருள் அடர்ந்து எங்கும் சுவர் போல நின்றுகொண்டது. கொஞ்ச நேரம் எந்த அசைவும் இல்லாதது போலத் தோன்றிற்று. அலைகள் நின்றுவிட்டன. கடல் இருளாய் உறைந்துவிட்டது. குமராசுரருக்குள் அச்சம் பெருகி வியர்வை வழிந்தது. ஏதோ கொடுஞ்சுவருக்குள் அடைக்கப்பட்டது போல உணர்ந்தார். உட்கார்ந்திருந்த இடத்தில் அப்படியே படுத்தார். சில நிமிடங்கள் தான். காற்றின் ஒற்றைத் துணுக்குக் கைவீசி வந்து அவர் உடலில் அணைந்தது. அவ்வளவே. ஓங்கி நின்ற சுவர் எல்லாம் உடைபட்டு மெல்லிய சேலை போல இருள் அசைந்தது. கடல் விடுபட்டு அலைகள் ஓங்கி ஒலித்தன. இருள் தன்னை இளக்கிக்கொண்டு பார்வைக்கு வழி திறந்தது. அடைபட்டிருந்த எல்லாப் பக்கச் சுவர்களும் பொலபொலவென உதிர்ந்து சரிந்ததை உணர்த்திய காற்று தழுவித் தழுவி அலைகளுக்குள் ஓடியது. கருநிறத்தில் அலைகள் எழுந்தும் தாழ்ந்தும் நெளியும் காட்சி.

மெல்ல நடந்து நீரில் கால் வைத்தார். குளிர்ச்சி உடல் முழுக்கப் பரவிற்று. அலை தழுவும்படி கடலோரமாய் நடந்தார்.

சளாரென்று வந்து அடித்துக் காலில் மோதுவதும் காலடி மணலை உருவிக் கொண்டு செல்வதுமாய் அலை அவரிடம் குறும்பு செய்தது. சிறிது தூரம் நடந்த பிறகு கடலை நோக்கித் திரும்பிப் பாதம் நனையும்படி நின்றுகொண்டார். எதிரில் சமுத்திரம் இருக்கிறது. சமுத்திரம் இருக்கிறதா? இருக்கிறது, ஆனால் தெரியவில்லை. இருப்பது எப்படித் தெரியாமல் போகும்? தெரிந்தால்தானே இருப்பதாய் அர்த்தம்? சட்டென அவருக்குள் இன்னொரு கேள்வி எழுந்தது. தன் காலை வந்து தழுவி நழுவிச் செல்வது நீரா? அலையா? கடலா? எது நீர்? எது அலை? எது கடல்? ஒவ்வொன்றையும் தனித்தனியாகப் பிரிக்க முடியுமா? நீரைப் பிரித்து எடுத்துவிட்டால் அலை ஏது? அலை இல்லாவிட்டால் கடல் ஏது? கடல் என்பதுதான் என்ன? எல்லாம் ஒன்றோடு ஒன்று பிணைந்தவை. ஆர்ப்பரிக்கும் ஓசையைத்தான் கடல் என்கிறோமா? நீர் இருக்கும் இடத்தை எல்லாம் கடல் என்று சொல்வதில்லையே? அப்படியானால் ஓசைதான் கடல். சமுத்திரத்தை ஓசையாலும் உணரலாமோ? ஏன் கடல் என்று ஒன்றை இத்தனை சிரமப்பட்டு உருவாக்க வேண்டும்? நீர், அலை, கடல், ஓசை எல்லாம் வெற்றுச் சொற்கள். சொல்லற்று, எதற்கும் பெயரற்றுப் போனால் எப்படியிருக்கும்? குமராசுரர் மொழியற்றுப் போனார்.

இப்போது எல்லாம் அவருக்குப் புதுமையாகத் தெரிந்தன. எதற்கும் பெயரற்ற ஓருலகில் அவர் இருந்தார். வெறுமனே எல்லாவற்றையும் பார்த்துக் கொண்டிருந்தார். எதையும் வருணிக்கும் தேவை ஏற்படவில்லை. ஒன்றையும் அடையாளப்படுத்த முயலவில்லை. காட்சிப் பிம்பங்களைத் தவிர ஏதுமில்லை. வெகுநேரம் பார்த்தபடி நின்று கொண்டிருந்தார். பிறகு அப்படியே மணலில் படுத்துக்கொண்டார். அவர் காலில் அலைகள் மோதின. சில அலைகள் முனைந்து ஏறி அவர் இடுப்பு வரை நனைத்துப் போயின. அவர் உடலைப் புரட்டவும் முயன்றன. ஏதோ நொடியில் உறக்கம் அவரை ஆட்கொண்டது. ஆர்ப்பரிப்பும் குளிர்ச்சியும் உணராத பிணம் கடலோரம் ஒதுங்கிக் கிடப்பது போல அவர் நெடுநேரம் உறங்கினார்.

உடல் பெருமளவு நனைந்து குளிரால் நடுங்கிய கணத்தில் விழிப்பு வந்தது. எழுந்து உட்கார்ந்தார். அப்போது அவருக்குள் நினைவென்று ஒன்றுமேயில்லை. தான் யார், எங்கிருக்கிறோம், இத்தனை காலம் என்ன செய்தோம், எங்கிருந்து வந்தோம் என எதுவுமே இல்லை. அசுரலோகம் கண்ட முதல் உயிர் அவர். மண்ணில் இப்போதுதான் முளைத்த புத்தம் புதுச்செடி. பின்னால் கைகளை ஊன்றியபடி மேலுடலைத் தூக்கிக்கொண்டு இருளை நோக்கியிருந்தார். கொஞ்சம் கொஞ்சமாக நினைவு மீண்டபோது கடலின் எதிர்முனையில் பளிச்சிடும் கருக்கரிவாள்

போல நிலா முளைத்தது. நிலவொளி பட்டுக் கடலுக்குள் உருவான ஒற்றையடிப் பாதை அவர் கண்ணுக்கு நேரே விரிந்தது. அலையாடும் நீள்பாதையில் நடக்க விரும்பி எழுந்து நின்றார். நீர் மோதி மோதி இடுப்புக்குக் கீழே மரத்துப் போயிருந்தது. கால்களை உதறிச் சரி செய்தார். நடுக்கத்தோடு நின்று கடல் பாதையைப் பார்த்தார். கால் நீட்டி உட்கார்ந்த நிலையில் தெரிந்த பாதை இப்போது இல்லை. கடல் முழுவதும் நிலவொளி பட்டுத் துலங்கியது.

மென்படலமாக விரிந்திருந்த ஒளியில் அலை மேடுகள் மினுங்கியும் அலைப் பள்ளங்கள் இருண்டும் தெரிந்தன. கண்ணுக்கெட்டிய தூரத்தில் திரண்டு மேலெழுந்து ஆர்ப்பரிப்புடன் அவரைத் தாக்கித் தகர்க்கும் வேகத்துடன் வரும் அலையைக் கண்டு மிரட்சியாக இருந்தது. ஆனால் வர வர அலை வேகம் தளர்ந்து செல்லமான நாய்க்குட்டி போலக் குழைந்து காலுக்குள் நுழைந்து பின்னேகிற்று. அது அவருக்குச் சுவாரசியமான விளையாட்டுப் போலத் தோன்றியது. ஆனால் அடுத்த கணம் பரிவாரங்களுடன் கூடி வந்து கை கூப்பித் தொழுது அழைக்கிற மாதிரி இருந்தது. ஆம், அழைப்பேதான். எத்தனை பவ்வியத்துடன் இவ்வலை மீண்டும் மீண்டும் வந்து கெஞ்சி அழைக்கிறது! தன்னுடன் இணைந்துகொள்ள அழைப்பு விடுக்கிறதா? தனக்குள் இருக்கும் மாயாலோகத்தைக் காட்டி ஆச்சர்யப்படுத்த அழைக்கிறதா?

கண்ணை எட்டிப் போட்டுப் பார்த்தார். வளைந்து நெளிந்து நடனமிட்டு வந்தது அலை. அருமையான பாவனைகளுடன் அது வரும் அழகே தனி. அதன் ஒவ்வொரு அசைவிலும் வெளிப்பட்ட நளினம் கிறங்கடித்தது. கடற்கரையில் எவருமே இல்லை. தன்னந்தனியனாக இருக்கும் ஒருவருக்காக நடக்கும் நடனக் காட்சி. கையுயர்த்தியும் முகம் தூக்கியும் அலை நடனம் புரியும்போது அதற்கேற்ப நிலவொளி மயக்கும் கோலம் காட்டிற்று. இப்போது கால்கள் இயல்பாகியிருந்தன. நடனம் பார்த்தபடி சற்றே நடந்தார். சற்றே போனதும் அலையின் வருகையில் பெருமாற்றம் தெரிந்தது. உலகத்து இன்பங்களை எல்லாம் வாரி எடுத்துக்கொண்டு வரும் அசுரக்கை ஒன்றாய் அலை வந்தது. கண்களை விரித்துப் பார்த்தார். அந்தக் கைகள் அவரை வாரிக்கொள்ள ஆவலாய் விரிந்தன. இத்தனை பிரியத்துடன் ஒருகை விரியும்போது எப்படி அதைத் தவிர்க்க முடியும்? குமராசுரர் அலைக்கைகளை நோக்கி வேகமாக ஓடினார். கால்கள் தடுக்கின. விழுந்து எழுந்து மேலும் மேலும் ஓடினார். நீட்டிப் பரவசமாய் அழைக்கும் கைகளுக்குள் சேர்வதைத் தவிர அவருக்கு வேறு எதுவுமே தேவைப்படவில்லை.

39

அதிகாசுரர் எழுப்பியபோது விடிந்து வெகுநேரமாகி இருந்தது. மேஜையில் காலை உணவுடன் காத்திருந்தார் அவர். தயாராகி வெட்கத்தோடு குமராசுரர் வந்து உட்கார்ந்தார். கடற்கரையிலிருந்து எப்போது வீடு திரும்பினோம் எனத் தெரியவில்லை. அலைக்குள் புகுந்தது வரைக்கும்தான் நினைவிருந்தது. அப்புறம் எப்படி, எப்போது வீடடைந்தோம்? இன்னும் விடிகாலை வரைக்கும் இருந்திருந்தால் பொழுது கிளம்பி மேலேறும் காட்சியையும் பார்த்திருக்கலாமே. ஏன் அதுவரைக்கும் பொறுக்காமல் திரும்பி வந்தோம்? அவருக்கு ஒன்றும் புரியவில்லை. உட்கார்ந்தவுடன் அவர் முகத்தை அன்போடு பார்த்துச் சிரித்தபடி 'இன்னைக்கும் கடற்கரைக்குப் போலாமா?' என்று அதிகாசுரர் கேட்டபோது குழப்பத்தில் தடுமாறினார். நேற்று கடற்கரைக்குப் போனது உண்மையா கனவா? இரவு அங்கே தங்கியது நிஜமா? அதிகாசுரரிடம் என்ன சொல்லிவிட்டுப் போனோம்? எங்கே போய்ப் பேருந்து ஏறினோம்? அவரால் எதையும் நிச்சயமாகச் சொல்ல இயல வில்லை. தன் குழப்பத்தை வெளிக்காட்டிக் கொள்ளாமல் 'போலாமே' என்றார்.

அன்றைக்கு மாலையும் அந்தக் கடற்கரைக்குப் போனார்கள். முதன்மைச் சாலையிலிருந்து கடற்கரைக்குப் பிரியும் பாதையைக் கார் அடைந்த போதே வெளிச்சம் மங்கத் தொடங்கிவிட்டது. கழிமுக முனையை அடைவதுதான் நோக்கம். எல்லா நோக்கமும் நிறைவேறுவதில்லை; நோக்கத்தைக் கைவிட்டுவிட நேரும்; நோக்கத்தை மாற்றிக் கொள்வதும் நடக்கும். சந்தர்ப்பத்திற்கு ஏற்ப நோக்கத்தை அடையும் வழியைத் தீர்மானிப்பதும் உண்டு. நோக்கத்தை அடைந்து விட்டதாகத் திருப்தி கொள்ள ஏதோ ஒன்று வாய்க்கும். இன்றைக்கு

என்ன செய்யப் போகிறோம்? அதிகாசுரர் நோக்கம் பற்றி இப்படிப் பேசினார். குமராசுரருக்கு 'என்ன பெரிய நோக்கம்?' என்று தோன்றியது. தன் மனநிலையில் ஏற்பட்டிருக்கும் மாற்றம் அவருக்கே ஆச்சரியமாக இருந்தது. எனினும் நண்பரின் பேச்சை ஆர்வமாகக் கேட்பது போலப் பாவனை செய்தார். அதிகாசுரர் மேலிருந்த ஈர்ப்பு ஏனோ அவருக்குக் குறைந்துவிட்டது. ஒவ்வொரு வரும் ஒவ்வொரு எல்லைக்குள்தான் இருக்கிறார்கள். தன் எல்லைக்குள் இருந்து பார்க்கும்போது இன்னொரு எல்லைக்குள் இருப்பவர் எல்லை கடந்திருப்பதாகத் தோற்றம் ஏற்படுகிறது. கண்ணுக்குத் தெரியாத வரம்பு கட்டியிருக்கும் எல்லைகளுள் எது நல்லது? எது சரியானது?

'இன்றைக்கு இன்னொரு காட்சி' என்று சொல்லி அதிகாசுரர் அழைத்துப் போன இடம் கடற்கரையோரக் கள்ளுக்கடை. தென்னைகளுக்கிடையே சிறு கீற்றுக் கொட்டகைக் கடை. அங்கே ஒன்றிரண்டு பேரே இருந்தனர். வெட்டவெளியில் போட்டிருந்த மேஜைகளுள் ஒன்றைத் தேர்ந்தெடுத்து எதிரெதிராக அமர்ந்தார்கள். அங்கிருந்து பார்க்கக் கடற்கரை முழுமையாகத் தெரிந்தது. அலை ஏதோ வரவேற்பு வாசகம் சொல்வது போலிருந்தது. சந்தோசத்தோடு கை கூப்பி வரவேற்பை ஏற்றார் குமராசுரர். சற்றே தொலைவிலிருந்து கடலைப் பார்ப்பதும் நன்றாக இருப்பதாகவே தோன்றிற்று. நெருக்கத்தில் வரும் பிணைப்புக்கும் தூரத்தில் இருக்கும் அன்புக்கும் வேறுபாடு இருக்கிறது. கடலைக் கண்டு தனக்குள் ஏற்பட்டிருக்கும் துள்ளல் கடலுக்கும் உண்டாகி இருப்பதால்தான் அலைகள் துள்ளித் துள்ளி ஆடுகின்றன என நினைத்தார்.

அவர்கள் மேஜைக்கு ஆள் வந்து நின்றார். 'புதுக்கள் கிடைக்குமா?' என்று கேட்டார். கிடைக்கும் என்றும் ஏற்கனவே இறக்கி வைத்த கள்ளைவிட இதற்கு விலை அதிகமாகும் என்றும் ஆள் சொன்னார். 'இருக்கட்டும், புதுக்கள்ளே வேண்டும்' என்று சொன்னார் அதிகாசுரர். 'தென்னங்கள்ளுக்கு இணையான பானம் இந்த உலகத்தில எதுவுமே கெடையாது. கொஞ்சம் குடிச்சுப் பாக்கறியா?' என்று கேட்டார் அவர். இப்படி ஒரு உபசார வார்த்தையைக் குமராசுரரின் மனம் எதிர்பார்த்திருந்தது போலும். 'சரி, குடிச்சுப் பாக்கலாம்' என்று சொல்லிவிட்டார் குமராசுரர். 'அப்படியா? குடிக்கறியா?' என்று தன் ஆச்சர்யத்தை வெளிப்படுத்திய அதிகாசுரர் முகத்தில் பெருத்த சந்தோசம் வெளிப்பட்டது. சட்டென எப்படி இந்த முடிவை எடுத்தோம் எனக் குமராசுரருக்கே தெரியவில்லை. தன்னருகில் வரும் ஒவ்வொன்றையும் கடல் வரவேற்கிறது. எதையும் வரவேற்கத் தெரிந்துவிட்டால் போதும், வேறொன்றும் வேண்டியதில்லை.

தன் யோசனையை அவர் சொல்லவில்லை. எனினும் முகம் முழுக்கப் பொங்கும்படி சிரித்தார்.

அவர்கள் புதுக்கள் வேண்டும் என்று சொன்னதும் குறைந்தது இரண்டு படி குடிப்பதாக இருந்தால் புதுக்கள் ஏற்பாடு செய்ய முடியும் என்றார் கடைக்காரர். அதிகாசுரர் ஒத்துக்கொண்டார். உடனே அங்கிருந்த ஓர் ஆள் தயாரானார். இடுப்பில் சிறுபட்டையைக் கட்டி அதில் சுரைப்புருடை ஒன்றைத் தொங்கிவிட்டுக் கொண்டார் அவர். தோப்புக்குள் ஒரு மரத்தடியில் போய் நின்று கால்கயிற்றை மாட்டிக்கொண்டு ஏணியில் ஏறுவது போல அவர் தென்னையில் ஏற ஆரம்பித்தார். 'இதுதான் உண்மையில புதுக்கள்ளு பாத்துக்க' என்றார் அதிகாசுரர். ஆள் மரத்தின் உச்சிக்குப் போயமர்ந்து தொங்கிய கலயங்களை நோக்கிக் குனிந்து கழற்றிப் புருடைக்குள் கள்ளை ஊற்றிக்கொண்டு இறங்கி வருவதையே இருவரும் பார்த்தார்கள். மீண்டும் கடலுக்குப் பார்வை திரும்பிய போது தன்னைப் பார்த்து அது சிரிப்பதாகப் பட்டது குமராசுரருக்கு. அருகில் இருந்தபோதும் வேறொரு காட்சியில் மனம் லயித்துவிட்டதே. இதுவும் கடல் காட்சிதான். கடலின் காட்சிக்கு எல்லையேது? எல்லாக் காட்சிகளும் கடலுக்கு உட்பட்டவையே.

கடலுக்குள் வெகுதூரத்தில் அலைமேல் புரளும் வெளிச்சம் தென்பட்டது. மேஜையில் சுரைப்புருடையை வைத்துக் கண் முன்னாலேயே வடித்தார்கள். கள்ளுக்குள் வண்டுகளும் தேனீக்களும் மிதந்தன. கள்ளின் மணம் ஈர்த்துச் செல்பவை கள்ளுக்குள்ளேயே விழுந்து கலந்துவிடுகின்றன. அவற்றின் உடல் சக்கைகளைக் குப்பையில் கொட்டிய ஆள் புதுக்கள் கலயத்தை அவர்கள் முன் வைத்தார். சிறு மண் சொப்புகளில் கள்ளை ஊற்றிய அதிகாசுரர் ஒன்றைக் குமராசுரர் பக்கம் நகர்த்தினார். லேசான தயக்கத்தோடு குமராசுரர் சொப்பைக் கையில் எடுத்தார். உடனே 'குதூஉகலம்' என்று பூரிப்போடு சொல்லிக்கொண்டே தம் சொப்பைக் கொண்டு வந்து குமராசுரரின் சொப்பில் முட்டினார் அதிகாசுரர். குமராசுரரும் 'குதூஉகலம்' என்றார் உற்சாகத்துடன். கண் மூடி மணம் நுகர்ந்து உள்ளிழுத்துப் பின் சில மிடறு பருகினார் அதிகாசுரர். சொப்பைக் கையில் வைத்தபடி சற்றே தாமதித்துப் பின் மேஜை மேல் வைக்கப் போனார் குமாராசுரர். 'ம்கூம். குதூஉகலம் சொல்லிட்டப்பறம் ஒரு மிடறாச்சும் குடிச்சுட்டுத்தான் கீழ வெக்கனும்' என்று தடுத்துச் சிரித்தார் அதிகாசுரர்.

முதல்முறையாகக் குமராசுரரின் நாக்கு கள்ளைச் சுவைத்தது. சிறுவயதில் அவர் குடித்திருந்த பழைய சோற்று நீத்தண்ணியில்

வெல்லம் கலந்தது போல மெல்லிய இனிப்புச் சுவை. அந்தி நேர வெயில் துணுக்கொன்றைக் கிள்ளிக் கள்ளுக்குள் போட்டது போலச் சுளீர் உறைப்பு. இனிப்பும் உறைப்பும் கலந்த அற்புதம் கள். அதிகாசுரர் ஒவ்வொரு மிடறாகக் குடிக்கக் குமராசுரர் வேகமாகச் சொப்பைக் காலியாக்கினார். அதற்குள் பொரித்த மீன் மேஜைக்கு வந்தது. கள்ளுக்கும் மீனுக்கும் அப்படிப் பொருத்தம். கள்ளுக்குள் அவர் கட்டுண்டு கிடந்த நேரத்தில் கடல் இருண்டு போயிற்று. அடடா, கடலைக் கவனிக்காமல் விட்டுவிட்டோமே என்றிருந்தது. அதையே பார்த்துக் கொண்டிருந்தாலும் நொடி நேரத்தில் ஏமாற்றிக் கடந்து செல்லும் மாயம் தெரிந்ததல்லவா கடல்? இன்றைக்குக் கடல் கொடுத்தது இந்தக் கள். அதை முழுவதுமாகப் பருகிச் சுவைக்க வேண்டும். குமராசுரருக்குக் கள்ளின் மேல் அத்தனை விருப்பம் தோன்றியிருந்தது. அதிகாசுரரின் பேச்சைக் கேட்டுக்கொண்டே கள்ளைக் குடித்தபடி இருந்தார் குமராசுரர்.

அவர்களுக்கு முன் இருந்த கள் குறைந்துகொண்டே இருந்தது. ஒருகட்டத்தில் குமராசுரர் பேசத் தொடங்கினார். 'அதி . . . இந்தக் கடலுக்கு நான் எத்தனையோ நன்றி சொல்லணும். இந்தக் கடல நீதான் எனக்கு அறிமுகப்படுத்துன. இல்ல இல்ல, இந்தக் கடல்தான் உன்னய எனக்கு அறிமுகப்படுத்துச்சு . . . கடல்னா என்னன்னு நெனைக்கற? கடல்ங்கறது . . .'

40

ஊருக்குத் திரும்பி அலுவலக வேலையில் சேர்ந்து பணியாற்றினார் குமராசுரர். மங்காசுரியிடம் அதிகம் பேசவில்லை அவர். மௌனமாக இருந்தாலும் மகிழ்ச்சியாக இருப்பதாகப் பட்டது மங்காசுரிக்கு. அவரது அன்றாட நடவடிக்கைகளில் சிறுசிறு மாற்றங்கள். கணினியைத் திறந்து ஏதேதோ செய்தார். அறையைச் சாத்திக் கொண்டாலும் உள்ளிருந்து பாடல் சத்தம் கேட்டது. சிலசமயம் படம் ஓடுவதாகவும் தோன்றியது. சாப்பிடும்போது ஓரிரு முறை 'அருமை' என்னும் ஒற்றைச் சொல்லால் பாராட்டவும் செய்தார். மங்காசுரியின் முகத்தைப் பார்க்காமல் சோற்றிலேயே முகம் வைத்துக்கொண்டு அவர் சொன்னாலும் அது மங்காசுரிக்குப் பெரும் உற்சாகத்தைக் கொடுத்தது. இப்போது படுத்ததும் உறங்கிவிடுவதாகவும் தோன்றியது. மொட்டை மாடித் தியானத்தைக் காணோம். ஓரிரவில் அவராகவே மங்காசுரியின் படுக்கையில் வந்து படுத்து ஆர்வத்தோடு தழுவிக்கொண்டார். எல்லாவற்றையும் கவனித்தும் எதுவுமே அவரிடம் சொல்லவில்லை மங்காசுரி. அவருக்குத் தெரியாமல் மேகாஸிடம் பேசும்போது குதூகலத்துடன் இவற்றைப் பகிர்ந்துகொண்டார் மங்காசுரி. அதிகாசுரருக்கும் இந்தத் தகவலைச் சொன்னார். 'இன்னொரு சமயம் நீங்களும் வாங்கம்மா' என்று அவர் அழைப்பு விடுத்தார்.

அந்த வார இறுதி விடுமுறையின்போது 'கொஞ்சம் ஆபிஸ்ல வேல' என்று சொல்லிவிட்டு அவர் கிளம்பினார். 'வர ராத்திரியாவும்' என்றும் சொன்னார். அவர் அலுவலகத்தில் வேலையே இருக்காது, விடுமுறை நாளில் ராத்திரி வரைக்கும் செய்ய என்ன வேலை இருக்கப் போகிறது என

மங்காசுரி நினைத்தார். தன் பொய் இப்படி அம்பலப்பட்டுவிடும் என்பது குமராசுரருக்கும் தெரிந்துதான் இருந்தது. எனினும் தன் திட்டத்தைச் சொல்ல அவருக்கு விருப்பமில்லை. பேருந்தேறி மேகாஸின் கல்லூரிக்குக் கிளம்பினார். மாலையில் அவன் கல்லூரி முடிந்து வரும்போது சரியாக விடுதிக்கு முன்னால் நின்றார்.

அப்பாவைப் பார்த்ததும் அவனுக்கு ஆச்சரியமாக இருந்தது. சொல்லாமல் கொள்ளாமல் எதற்கு வந்திருக்கிறார் என அவனுக்குப் புரியவில்லை. அம்மாவுக்கும் அப்பாவுக்கும் ஏதும் பிரச்சினையாக இருக்குமோ என்று நினைத்தான். அப்படி ஏதும் வர வாய்ப்பில்லையே. இத்தனை வருசத்தில் இருவரும் சண்டை போட்டுக்கொள்ளப் பல சந்தர்ப்பங்கள் அமைந்திருக்கின்றன. அவற்றை எல்லாம் தவற விட்டவர்கள் அவர்கள். சண்டை போட்டுக்கொண்டாலும் யாராவது ஒருவர் சட்டெனத் தாழ்ந்து போய்ச் சண்டை நடந்த சுவட்டையே இல்லாமல் செய்தவர்கள் அவர்கள். ஒரு சுவாரசியமும் இல்லாமல் எப்படித்தான் இவர்கள் இருக்கிறார்கள் என்று மேகாஸ் நினைத்ததுண்டு.

'என்னப்பா' என்றான் கலவரமாக. அவனுக்குப் பதிலேதும் சொல்லாமல் 'வாய்யா, வெளிய போலாம்' என்றார். அறைக்குப் போய்த் தயாராகி வருவதாகச் சொல்லி அவரை வரவேற்பறையில் அமர வைத்தான். தன் அறைக்கு அழைத்துச் செல்லலாமா என்று முதலில் நினைத்தான். அறை இருக்கும் நிலை அவன் மனதில் தோன்றி அருவருப்பூட்டிற்று. இதுவரைக்கும் அப்படித் தோன்றாத அறைதான். அப்பா வந்ததும் அறைக்கு என்னவாயிற்று? எனினும் அப்பாவை அறைக்கு அழைத்துச் செல்லும் அந்த எண்ணத்தை மாற்றிக்கொண்டான்.

அவனுக்கு இன்னொரு காரணமும் இருந்தது. அப்பா வந்திருப்பது பற்றி அம்மாவிடம் பேசவும் நினைத்தான். அறைக்குள் நுழைந்ததும் முதலில் அம்மாவை அழைத்தான். செய்தியைக் கேட்டதும் மங்காசுரிக்கும் ஆச்சரியமாக இருந்தது. 'மனுசன் என்னயக் கொஞ்சமாச்சும் மதிச்சாத்தான விசயத்தச் சொல்லுவாரு. பையனப் போயிப் பாத்துட்டு வர்றன்னு சொல்லியிருந்தா நான் என்ன குறுக்க நீட்டிப் படுத்துக்கப் போறனா? உனக்குப் புடிச்சாப்பல எதுனா செஞ்சு குடுத்து அனுப்பியிருப்பன். எனக்குத் தெரியாத உன்னயப் பாக்க எதுக்கு வந்திருக்கறாரு?' என்றார் மங்காசுரி. மங்காசுரியின் பேச்சை இப்போதைக்கு நிறுத்த முடியாது என்று அவனுக்குத் தோன்றச் 'செரி செரி, நான் அப்பறம் பேசறன் வெய்யி' என்று சொல்லிவிட்டான்.

முகம் கழுவி உடை மாற்றி அவன் வந்தபோது வரவேற்பறை யில் இருந்த எழுத்தரோடு பேசிக் கொண்டிருந்தார் குமராசுரர். தன்னைப் பற்றி ஏதும் விசாரித்திருப்பாரோ எனவும் எழுத்தர் என்ன சொல்லியிருப்பார் எனவும் எண்ணிக் குழம்பினான் மேகாஸ். அந்த எழுத்தர் காவல்துறை அதிகாரி மாதிரி எப்போதும் பையன்களைக் குற்றவாளிகளாக்கிப் பெற்றோரிடம் போட்டுக் கொடுப்பவர். ஏதாவது சொல்லியிருந்தாலும் பார்த்துக் கொள்ளலாம் எனத் தைரியம் கொண்டான். அப்பாவைக் கூப்பிட்டபோது அவர் திரும்பி அவனைப் பார்த்தார். அவனது உடைகளை மேலும் கீழுமாய்ப் பார்த்தார். ஒருநாளைக்கு இரண்டு உடைகள் எதற்கு எனக் கேட்டுவிடுவாரோ என மேகாஸ் சங்கடப்பட்டான். ஆனால் அவர் மகிழ்ச்சியோடு சிரித்தபடி 'நல்லாருக்குய்யா, இங்க வந்து எடுத்த டிரஸ்ஸா?' என்று கேட்டார். அதிர்ச்சியுடன் மேகாஸ் அவரைப் பார்த்துப் பின் புன்னகை புரிந்தான். தனக்கு முன்னால் தன் மகன் சிரிப்பதை வெகுகாலத்திற்குப் பிறகு அவர் பார்த்தார்.

மேகாஸுக்குத் தோசை என்றால் உயிர் என அவருக்குத் தெரியும். ஆகவே கேட்டார், 'தோச சாப்பிடலாமாய்யா?' கல்லூரி யில் இருந்து பேருந்தேறிப் போகும் தூரத்திலான உணவகம் ஒன்றை அவன் சொன்னான். அதில் விதவிதமான தோசை கிடைக்கும். அவ்வப்போது அவன் அங்கே செல்வது வழக்கம். கல்லூரிக்கு வெளியே வந்து பேருந்து நிறுத்தத்தை நோக்கி நடந்தார்கள். அவர் அங்கே நின்றிருந்த ஆட்டோ ஒன்றின் அருகில் போய் 'வாய்யா இதுல போலாம்' என்றார். ஆட்டோகாரரிடம் அவன் இடத்தைச் சொன்னான். அவர் 'எவ்வளவு?' என்று கேட்கவே இல்லை. கல்லூரி, படிப்பு ஆகியவற்றைப் பற்றி அவனிடம் விசாரித்து அவன் சொல்வதைக் கேட்டபடியே வந்தார். எந்த நிமிடமும் அறிவுரை தொடங்கும் என்னும் அவன் எதிர்பார்ப்பு நிறைவேறவில்லை. அவர் கேட்டுக்கொண்டே இருந்தாரே தவிர எதுவும் சொல்லவே இல்லை. ஆட்டோகாரர் சொன்ன தொகையைக் கொடுத்துவிட்டு வந்தார்.

உணவகத்தில் அவன் என்ன வகைத் தோசை சொல்கிறான் எனக் கேட்டு அதையே தனக்கும் சொல்லச் சொன்னார். மேஜை மேல் இருந்த தண்ணீரை எடுத்து வெகுநேரம் தாகமாக இருந்தவரைப் போலக் குடித்தார். தோசை வருவதற்கான இடைவெளியில் அவனிடம் பேச்சைத் தொடங்கினார்.

'இன்னம் எத்தன நாள் இருக்குதுய்யா?' என்றார்.

'எதுக்கப்பா?' மேகாஸ்.

கழிமுகம் 237

‘அதான்யா அந்த செல்போன் மார்க்கெட்டுக்கு வர.’

‘இன்னம் பத்துப் பாஞ்சு நாளு ஆவுமுன்னு நெனக்கறன். அதுக்கென்னப்பா?’

‘அக்கவுண்டுல காசு போட்டர்றன். நீ அந்த செல்போன ஆர்டர் பண்ணி வாங்கிக்கய்யா.’

மீண்டும் தண்ணீரைக் கையில் எடுத்தபடி சொன்னார் குமராசுரர்.

‘இல்லப்பா. எனக்கு இப்ப செல்போன் வேண்டான்னு முடிவு பண்ணிட்டம்பா’ என்று வேகமாகச் சொல்லிக்கொண்டு அவர் முகத்தைப் பார்த்தான் மேகாஸ்.

‘ஏய்யா வேண்டான்னு சொல்ற? ஒன்னும் பிரச்சினை இல்ல. வாங்கிக்கய்யா. வேணுங்கறத வாங்கிக்கய்யா. பணத்துக்கு ஒன்னும் பிரச்சின இல்லய்யா’ என்று நிதானமாகச் சொன்னார் குமராசுரர்.

‘இல்லப்பா. போன செமஸ்டர்ல செல்போன் ஆப் கிரியேட் பண்றது பத்தி அந்த சார் நல்லா நடத்துனாரா, அதனால அதில இண்டரஸ்ட் ஆயி அந்த பீல்டுல போலாம்னு நெனச்சுத்தான் செல்போன் கேட்டன். ஆனா இந்த செமஸ்டர்ல ஒரு சார் வந்து கோடிங் பத்தி நல்லா நடத்தறாருப்பா. அதனால கோடிங்க ஸ்பெசலைஸ் பண்ணலான்னு நெனைக்கறன்.’

‘அப்படியாய்யா?’

‘ஆமாப்பா. அதனால இப்ப இருக்கற செல்போனே போதும்பா.’

‘எல்லாம் வசதியும் இருக்கறாப்பல புதுசு வாங்கிக்கய்யா. ஒன்னும் பிரச்சின இல்லய்யா.’

‘வேண்டாம்பா. பேசறதுக்குத் தானப்பா செல்போன். படிக்கறதுக்கே நேரமில்ல. அப்படி இருக்கறப்ப அதுல போனா நேரம் வீணாப் போயிரும்ப்பா. நான் உங்க ரண்டு பேருகிட்டத்தான் பேசுவன். அதுக்கு இதே போதும்பா. அப்பறம் வேணுங்கும் போது வாங்கிக்கறம்பா.’

‘வேண்டாமாய்யா?’

‘வேண்டாம்ப்பா.’

‘நெஜமே வேண்டாமாய்யா?’

‘நெஜமா வேண்டாம்ப்பா.’

‘வாங்கிக்கய்யா.’

‘வேண்டாம்ப்பா.’

‘சரிய்யா . . . பரவால்ல . . . ஆனா அந்த செல்போன ஆர்டர் பண்ணீரு . . .’

‘எதுக்குப்பா? அதான் வேண்டாங்கறனே?’

‘இந்தப் பழசத் தூக்கிப் போட்டுட்டுப் புதுச நான் பயன்படுத்திக்கறன். நீ ஆர்டர் பண்ணீருய்யா . . .’

தோசையைத் தின்றுகொண்டிருந்த மேகாஸுக்குப் புரையேறி இருமல் வந்தது. குமராசுரர் எழுந்து அவன் தலையைத் தட்டிக் கொடுத்துத் தண்ணீர் டம்ளரை எடுத்து நீட்டினார்.

○○○